मोक्ष
अंतिम साफल्याचा राजमार्ग

बेस्टसेलर पुस्तक 'विचार नियम'चे रचनाकार सरश्री यांची अन्य श्रेष्ठ पुस्तकं

आध्यात्मिक विकास साधण्यासाठी या पुस्तकांचा लाभ घ्यावा

- जीवनाची दोन टोकं - ध्यान आणि धन
- मांजर आडवं गेलं तर - चुकीच्या धारणांतून मुक्ती
- अंतर्मनाच्या शक्तीपलीकडील आत्मबळ
- मृत्यू उपरांत जीवन - मृत्यू मोका की धोका
- मृत्यू अंत नव्हे वाटचाल... पारटूचं रहस्य
- ईश्वर कोण मी कोण - आत्मसाक्षात्काराचा मार्ग
- तुझी इच्छा तीच माझी इच्छा - भक्ती वरदान
- The मन - कसे बनावे मन: नमन, सुमन, अमन आणि अक
- प्रेम नियम - प्लॅस्टिक प्रेमातून मुक्ती
- प्रथम स्मरावा राम नंतर काम - प्रेम, काम आणि वासनेच्या परिचयाचं महान सूत्र

स्वविकासासाठी या पुस्तकांचा लाभ घ्यावा

- विचार नियम - आपल्या यशाचे रहस्य
- विकास नियम - आत्मसंतुष्टीचं रहस्य
- आळसावर मात - उत्साही जीवनाची सुरुवात
- स्वसंवाद एक जादू - आपला रिमोट कंट्रोल कसा प्राप्त करावा
- बोरडम, मोह, अहंकार यांपासून मुक्ती - सूक्ष्म विकारांवर विजय
- रचनात्मक विचारसूत्र - नाविन्यपूर्ण विचारांद्वारे जीवन बदलण्याचा मार्ग
- महापुरूषांच्या लेखणीतून...
- सुगंध नात्यांचा - सोनेरी नियमाची किमया
- आत्मविश्वास आणि आत्मबळ - How to gain Self Confidence

युवकांनी या पुस्तकांचा लाभ घ्यावा

- आजच्या युवा पिढीसाठी - विचार नियम फॉर युथ
- नींव नाइन्टी फॉर टीन्स् - बेस्ट कसे बनाल
- श्रीरामांकडून काय शिकाल - नवरामायण फॉर टीन्स्

या पुस्तकाद्वारे प्रत्येक समस्येचं समाधान प्राप्त करा

- स्वाथ्य प्राप्तीसाठी विचार नियम - मन:शक्तीद्वारे निरामय आरोग्य मिळवा
- स्वीकाराची जादू - त्वरित आनंद कसा प्राप्त करावा
- भय, चिंता आणि क्रोध यांपासून - मुक्ती

या आध्यात्मिक कादंबऱ्यांद्वारे जीवनाचं गूढ रहस्य जाणा

- योग्य कर्मांद्वारे यशप्राप्ती - सन ऑफ बुद्धा
- शोध स्वत:चा - In Search of Peace
- पृथ्वी लक्ष्य - मृत्यूचं महासत्य
- दु:खात खुश राहण्याची कला - संवाद गीता

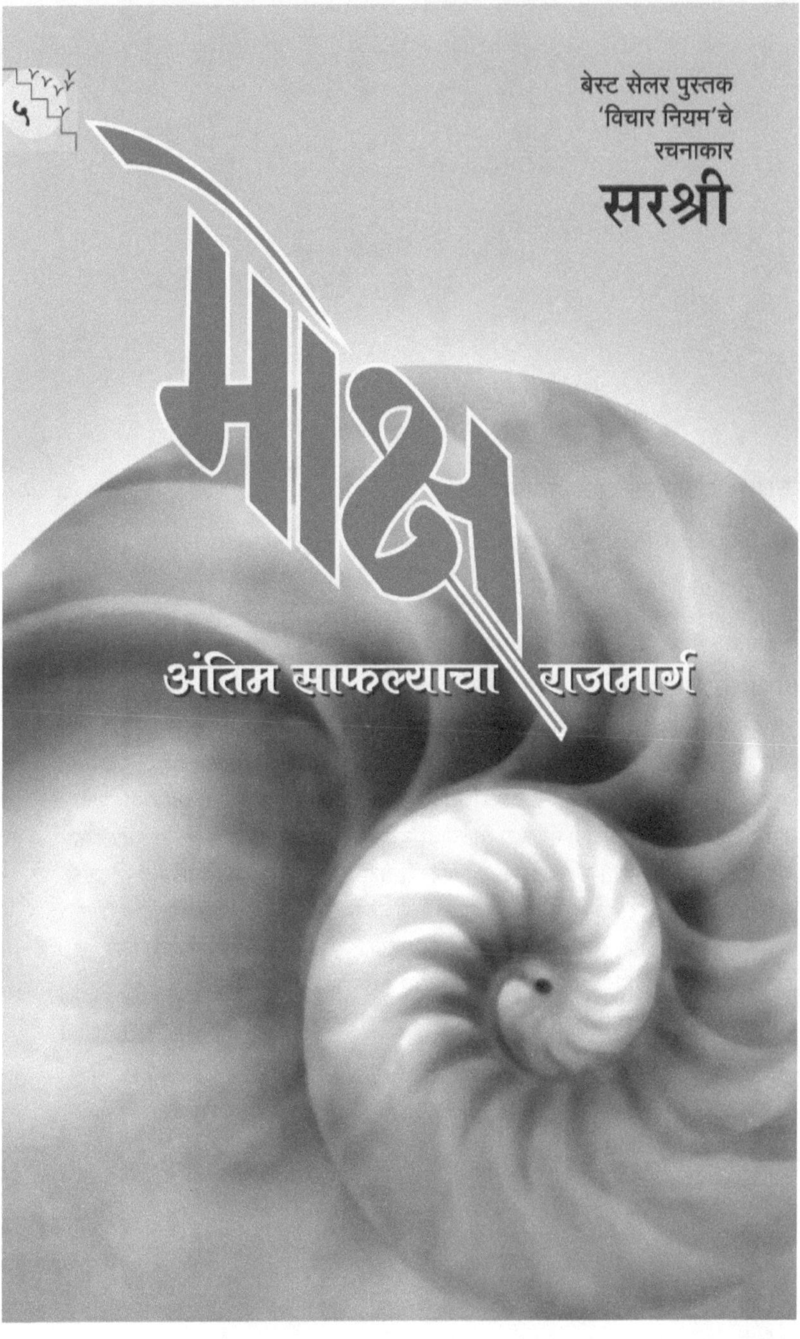

५
बेस्ट सेलर पुस्तक
'विचार नियम'चे
रचनाकार
सरश्री
मोक्ष
अंतिम साफल्याचा राजमार्ग

मोक्ष – अंतिम साफल्याचा राजमार्ग

© Tejgyan Global Foundation

All Rights Reserved 2007.
Tejgyan Global Foundation is a charitable organisation having its headquarter in Pune, India.

सर्वाधिकार सुरक्षित

'वॉव पब्लिशिंग्ज् प्रा. लि.'द्वारे प्रकाशित हे पुस्तक अशा अटीवर विकण्यात येत आहे, की प्रकाशकाच्या लेखी पूर्वअनुमतीविना ते व्यापाराच्या दृष्टीने अथवा अन्य प्रकारे उसने, भाड्याने अथवा विकत अन्य कोणत्याही प्रकारच्या बांधणीत अथवा अन्य मुखपृष्ठासह देता येणार नाही; तसेच अशाच प्रकारच्या अटी नंतरच्या ग्राहकावर बंधनकारक न करता आणि वर उल्लेखिलेल्या कॉपीराइटपुरत्या मर्यादित न ठेवता या पुस्तकाच्या कोणत्याही स्वरूपाच्या विनिमयास, तसेच कॉपीराइटधारक व वर उल्लेखिलेले प्रकाशक दोघांच्याही लेखी पूर्वअनुमतीविना इलेक्ट्रॉनिक, मेकॅनिकल, फोटोकॉपी, रेकॉर्डिंग इत्यादी प्रकारे या पुस्तकाचा कोणताही अंश पुनःप्रस्तुत करण्यास, जवळ बाळगण्यास अथवा सुधारित स्वरूपात प्रस्तुत करण्यास मनाई आहे.

ISBN : 9789380582085

अनुवाद : ईलाही जमादार

प्रकाशक : वॉव पब्लिशिंग्ज् प्रा. लि., पुणे

सहावी आवृत्ती : ऑक्टोबर २०११

सातवी आवृत्ती : ऑगस्ट २०१६

'मोक्ष' या मूळ हिंदी पुस्तकाचा मराठी अनुवाद

Moksha - Antima Saphalyaca Rajamarga
By **Sirshree** Tejparkhi

अनुक्रमणिका

प्रस्तावना	मोक्ष अंतिम साफल्य जिवंतपणीच मोक्ष	७
१	मोक्ष म्हणजे काय 'स्व'चा शोध	१२
२	मोक्ष : मनाच्या पार स्वतःला ओळखण्याचा मार्ग	२६
३	मोक्षयात्रेस प्रारंभ मोक्षानंतर	३७
खंड १	अमोक्षाचे सात सोबती सत्याचा उचित आणि परिपूर्ण अर्थ	४३
१	अहंकारातून मुक्ती बुद्ध, बुद्धी आणि अहंकार	४५
२	यांत्रिक जीवनापासून मुक्ती सर्वोत्तम पर्याय	५६
३	बंधनातून मुक्ती तीन बंधनं, तीन कारणं	६६
४	शब्दांपासून मुक्ती मौनात मोक्ष	७८
५	विचारांपासून मुक्ती नकली आनंदातून मुक्ती	८६

६	**कल्पनेतून मुक्ती**		
	परमेश्वराचा खरा चेहरा	९५	
७	**धारणांपासून मुक्ती**		
	मायेचं मृगजळ, असत्याचा आभास	१०९	

खंड २ — मोक्षप्राप्तीसाठी पाच पायऱ्या
साधकाचा मार्गक्रम — ११५

१	**मोक्षाची पहिली पायरी**	
	मोक्षप्राप्तीसाठी प्रार्थना	११७
२	**मोक्षाची दुसरी पायरी**	
	मोक्षप्राप्तीसाठी प्रयत्न	१२७
३	**मोक्षप्राप्तीची तिसरी पायरी**	
	मोक्षप्राप्तीसाठी योग्य गुरू	१३३
४	**मोक्षाची चौथी पायरी**	
	मोक्षप्राप्तीसाठी प्रज्ञा, विवेक	१५३
५	**मोक्षाची पाचवी पायरी**	
	मोक्षप्राप्तीसाठी ध्यान साधना	१६५

परिशिष्ट — मोक्षप्राप्तीनंतर समाधीत — १८१

१	**निर्वाण आणि समाधी**	
	समाधीत सत्याची दृढता प्राप्त करा	१८३
२	**मोक्षप्राप्तीनंतर**	
	धारणा आणि संतुष्टी	१८९

प्रस्तावना

मोक्ष अंतिम साफल्य
जिवंतपणीच मोक्ष

हे काही ठीक नाही बुवा! बेभरवशाच्या पावसावर विसंबून चालणार नाही... दरसाल पीक काढायचं, तर शेतात विहीर ही पाहिजेच... असा विचार करून त्या शेतकऱ्यानं आपल्या शेतात विहीर खोदण्याचा निर्णय घेतला... त्याने विहीर खणायला सुरुवातही केली. दहा पंधरा फूट विहीर खणून झाली नाही तोच एका ठिकाणी खण् असा आवाज आला. त्याने खाली वाकून पाहिलं, तर त्याला चक्क एक हंडा दिसला. तो हंडा सुवर्णमुद्रांनी काठोकाठ भरला होता. त्या पिवळ्या धमक चकाकणाऱ्या सुवर्णमुद्रा पाहून त्याचं तर भानच हरपलं. कितीतरी वेळ तो मंत्रमुग्ध होऊन पाहतच राहिला. त्याच्या आनंदाला पारावार उरला नाही. आनंदाच्या भरात तो नाचू लागला, गाऊ लागला. त्याची नजर त्या सुवर्णमुद्रांवर खिळून राहिली. त्याचा आनंद गगनात मावेना. अशा प्रकारे आश्चर्य करण्यात कितीतरी वेळ निघून गेला. जेव्हा त्याचा घसा सुकला, तेव्हा त्याला तहानेची जाणीव झाली. पण जवळपास कुठेच पाणी नव्हतं. सुवर्णमुद्रांनी भरलेला हंडा सापडला खरा, पण विहीर खणण्याचं काम मात्र बंद पडलं होतं.

आता कुठे तो भानावर आला. विचार करू लागला, 'या सुवर्णमुद्रांनी माझी तहान भागू शकत नाही... वास्तविक पिकांना नियमित पाणी मिळावं म्हणून मी विहीर खणत होतो. स्वतःची तहान भागविण्यासाठी मला पाणी हवं होतं. परंतु सुवर्णमुद्रांच्या नादात विहीर खणण्याचेच विसरून गेलो. आता पुन्हा विहीर खणायला सुरुवात करावी लागेल. अन्यथा पाण्याविना पिकं करपून जातील.'

अगदी या शेतकऱ्यासारखीच आपल्या सर्वांची अवस्था तर नाही ना? आपल्याला हा जो मानव जन्म लाभला आहे तो कशासाठी, हेच नेमकं आपण विसरून गेलो आहोत.

इंद्रियसुखरूपी सुवर्णमुद्रांचा हंडा प्राप्त होताच आपण हे विसरून जातो आणि सुखसागरात रममाण होतो. कानांनी मधुर संगीत ऐकत राहतो, डोळ्यांनी सौंदर्य न्याहाळतो, जिभेचे चोचले पुरवतो, मधुर सुवासाने प्रसन्नचित्त होतो, कोमलांगीच्या नाजूक स्पर्शाने मोहरून जातो. इंद्रियांचे चोचले पुरविण्यातच अडकून पडतो. आपण असं का करतो? 'आपण' या शब्दाचा नेमका अर्थ काय? आपण कोण आहोत? आपण म्हणजे आपलं शरीर, आपलं मन, आपली बुद्धी की आपली इंद्रियं? खरंतर याच सर्व इंद्रियांत आपण गुंतलो आहोत. इंद्रियांच्या जंजाळात अडकलो आहोत. स्वतःला ओळखण्याचा, जाणून घेण्याचा आपण कधी प्रयत्नच करत नाही. स्वतःला कधी विचारतच नाही, 'मी कोण आहे?'

'मी'चा अर्थ शरीर होत नाही. हे शरीर तर केवळ एक बाह्य आवरण आहे. यातच मग्न राहणं म्हणजे त्या सुवर्णमुद्रा कुरवाळत बसण्यासारखंच आहे. शेताला, पिकांना भरपूर पाणी मिळावं म्हणून विहीर खणणं हा आपला मूळ उद्देश (मोक्षप्राप्ती) आहे. याच उद्देशपूर्तीसाठी आपण विहीर खणू इच्छितो. मग असं असताना आपण आपला मूळ उद्देश कसा विसरलो? हा मनुष्यदेह आपल्याला कशासाठी मिळाला आहे? आपलं अंतिम ध्येय काय आहे? माणसाचं अंतिम साफल्य कशात आहे? या सर्व गोष्टींवर विचार करायला हवा. आपलं अंतिम लक्ष्य आहे - आत्मसाक्षात्कार, मोक्ष, निर्वाण, कैवल्य अवस्था प्राप्त करणं. म्हणजेच तेजज्ञान प्राप्त करून त्या अवस्थेची आपल्या शरीराद्वारे अभिव्यक्ती करणं.

वर दिलेल्या उदाहरणामध्ये शेतकऱ्याला विहीर खणताना सुवर्णमुद्रांचा हंडा सापडला. खरंतर शेतकरी, सुवर्णमुद्रांचा हंडा मिळावा या उद्देशानं विहीर खणत नव्हता. तो तर पाण्यासाठी विहीर खणत होता. पण हंडा दिसला आणि विहिरीचं खोदकाम थांबलं. तो आपलं ध्येय विसरला. अगदी तसंच आपणही मनुष्यजन्म प्राप्त होताच आपलं अंतिम ध्येय विसरून जातो. आपल्याला मिळवायचा आहे मोक्ष... परंतु दुर्दैवानं आपण ऐहिक सुख, सांसारिक सुख प्राप्त करण्यातच गुंतून राहतो.

'मोक्षप्राप्ती' हे आपल्या जीवनाचं अंतिम साफल्य आहे, अंतिम फलित आहे. आपण या विश्वाच्या चैतन्याचा एक अंश आहोत आणि स्वानुभवाद्वारे साक्षात्कार प्राप्त करणं, हे आपलं लक्ष्य आहे. आपल्या अस्तित्वाच्या जाणिवेतूनच स्वानुभवात स्थिर

होणं आणि 'स्व' अनुभवाच्या गुणांची शरीराद्वारे संपूर्ण अभिव्यक्ती करणं म्हणजे मोक्ष. जोपर्यंत मोक्षरूपी पाणी लागत नाही, तोपर्यंत आपणास विहिरीचं खोदकाम चालू ठेवायचं आहे.

या ग्रंथाद्वारे आपण मोक्ष आणि मोक्षप्राप्तीत येणारे अडथळे व मोक्षप्राप्तीच्या मार्गांविषयी मनन-चिंतन करूया. आपण याच जन्मी व याच जीवनात मोक्ष प्राप्त करू शकतो. ही एक अशी अवस्था आहे, जी आपण जिवंतपणीच प्राप्त करू शकतो. आपण कोण आहोत? हे शरीर मिळण्याआधी आपण कुठं होतो? या शरीराचा नाश पावल्यावर आपण कुठं जाणार आहोत? ही सृष्टी निर्माण होण्यापूर्वी आपण कुठं होतो? कोण होतो? या सर्व गोष्टींचा बोध होणं म्हणजेच मोक्ष होय. हे ज्ञान होण्यासाठी मृत्यूची वाट पाहण्याची मुळीच गरज नाही. याच जन्मी आपण हा बोध प्राप्त करू शकतो.

मोक्ष हा विषय तसा फार गहन आणि गंभीर आहे. परंतु सरश्रींनी तो फारच सोप्या शब्दात, सर्वसामान्य लोकांना सहज समजेल अशा भाषेत प्रस्तुत पुस्तकात उलगडून सांगितला आहे. या ग्रंथरूपानं सर्व वयोगटांतील स्त्री-पुरुषांसाठी मोक्षाचं द्वारच जणू सर्वांसाठी खुलं झालं आहे.

जसा पोस्टमन आपल्या सायकलच्या कॅरिअरवर टपाल व पार्सल्स अडकवून उचित ठिकाणी पोहोचवण्याचं काम करत असतो. पार्सल रस्त्यात पडून गहाळ होऊ नये म्हणून तो त्यावर लक्ष ठेवून असतो. कारण पार्सलमध्ये परिस असल्याने पार्सलच्या बाह्य आवरणापेक्षा परिस अतिशय मौल्यवान व तितकाच महत्त्वाचा आहे. जोपर्यंत परिस आपल्या हाती पडत नाही तोपर्यंतच त्या पार्सलचं महत्त्व आहे. पौराणिक कथा, रीतिरिवाज, कर्मकांड, धारणा, प्रणाली या सर्व पार्सलप्रमाणेच आहेत. परंतु त्या पार्सलच्या आत असणारी मूळ गोष्टच हरवली आहे. काळाच्या ओघात मूळ उद्देशच लुप्त झाल्याने जीवनाचं ध्येय हरवलं आहे. केवळ बाह्य आवरण असलेलं रिक्त पार्सलच सुरक्षितपणे सांभाळलं जात आहे.

या ग्रंथात जे काही शब्द आलेले आहेत, त्यांना केवळ शाब्दिक ज्ञान समजू नका. शब्दांच्या माध्यमातून सरश्रींनी ज्या काही गोष्टी सांगितल्या आहेत त्या जर समजल्या तर हा ग्रंथ आपल्याला एक नवीन दिशा प्रदान करेल. जीवनाचा मूळ हेतूच न समजल्याने काही गोष्टी आपल्या जीवनातून निखळून पडत आहेत. त्या संलग्न

ठेवण्यासाठी म्हणजे जीवनाचा जो मूळ उद्देश आहे, त्याचं स्मरण करून देण्याचा प्रयत्न इथं केला आहे. मोक्षाच्या प्रचलित संकल्पनांना छेद देणारा व साधकांचे जीवन रूपांतरित करणारा हा ग्रंथ आहे. मोक्ष मृत्यूनंतर नसून... जिवंतपणी... या क्षणी आहे. मोक्ष म्हणजे मुक्ती... अहंकारापासून, चाकोरीबद्ध यांत्रिक जीवनापासून, भयापासून, चिंतेपासून, सर्व बंधनांपासून... मोक्षानंतर उरतो तो केवळ अवर्णनीय असा आनंद; जो शब्दातीत, तरीही क्षणोक्षणी जाणवणारा, जीवन व्यापून टाकणारा तेजआनंद. मोक्ष सुखी जीवनाची चावी आणि अलौकिक साफल्याचा राजमार्ग आहे. तेजसाफल्य, तेजआनंद, सुखी जीवन म्हणजेच मोक्षप्राप्ती कशी करावी, याचं सुलभ मार्गदर्शन करणारा हा ग्रंथ. मोक्ष आपल्या अंतर्यामीच असून तो आपल्या आंतरिक अस्तित्वाचाच एक भाग आहे, हे आपल्याला यातून कळेल.

सर्वसामान्य माणूस बहुधा अज्ञानातच आपली ठरावीक मनोधारणा, चाकोरीबद्ध विचारसरणी, विकार, वृत्ती यांच्या गराड्यात राहून असंतुलित व मर्यादित जीवन जगत असतो. एक माणूस सोडला तर जगातील, चराचरातील, या सृष्टीतील प्रत्येक वस्तू विकसित होत असते. प्रत्येक वस्तूतील सर्व संभाव्य घटकांचा पूर्णपणे विकास होत असतो. फुलाचंच उदाहरण पाहा ना. ते पूर्णपणे उमलतं, फुलतं आणि आपल्या सुगंधानं आजूबाजूचा सर्व परिसर सुगंधित करतं. वास्तविक प्रत्येक व्यक्तीमध्ये पूर्ण विकसित होण्याची क्षमता असते. परंतु दुर्दैवानं अज्ञानवश भ्रमाच्या जाळ्यात अडकल्यामुळे ती स्वत:च विकासातील अडसर बनून राहते, अडथळा निर्माण करते आणि केवळ याच कारणामुळे नैसर्गिक विकासाला मुकते.

या ग्रंथाच्या पहिल्या अध्यायात 'मोक्ष म्हणजे काय?' या संबंधीची माहिती अगदी साध्या, सोप्या व अनोख्या तरीही वेगळ्या शब्दात, वेगळ्या शैलीत विशद केली आहे.

ग्रंथाच्या दुसऱ्या अध्यायात मनाच्या पल्याड असलेलं मोक्षाचं नेमकं स्थान, जिथून स्वत:ला जाणण्याचा मार्ग सुरू होतो ते लक्षात येतं.

ग्रंथाच्या तिसऱ्या अध्यायात मोक्षयात्रेचा प्रारंभ कसा करावा, हे सविस्तरपणे सांगितलं आहे.

मोक्षाचा प्रारंभ केल्यानंतर या ग्रंथातील पहिल्या खंडात मोक्षप्राप्तीत येणाऱ्या बाधा दूर करण्यासाठी मुक्तीचे सात मार्ग सांगितले आहेत. जेव्हा आपला अहंकार,

यांत्रिक जीवन, बंधनं, शब्द, विचार, कल्पना, पूर्वग्रह यांतून मुक्त व्हाल, तेव्हाच आपण चेतनेच्या उच्च स्तरावर पोहोचू शकाल. आता आपण मोक्षप्राप्तीपासून दूर नाही, ही 'समज' प्रगल्भ होईल.

ग्रंथाच्या दुसऱ्या भागात मोक्षप्राप्तीच्या पाच पायऱ्यांविषयी सांगितलं आहे. तसेच परिशिष्टात निर्वाण आणि समाधी अवस्थेतील स्वबोधाबद्दलची दृढता प्राप्त करण्याची समज दिली गेली आहे. मोक्षप्राप्तीनंतरच्या धारणा आणि त्यांवरील उपायांचा समावेश परिशिष्टामध्ये करण्यात आला आहे.

शब्दांचे अंतरंग जाणून, शब्दांची सखोलता, आशयबद्धता लक्षात घेऊन जर हा ग्रंथ वाचला, तर आपल्यासाठी हमखास मोक्षाचं द्वार उघडेल. 'याची देही याची डोळा' मोक्षप्राप्तीचा अनुभव आपल्याला घेता यावा हीच शुभेच्छा.

धन्यवाद!

सूचना :

१. या ग्रंथातील प्रत्येक अध्यायामध्ये शीर्षकाच्या खालीच त्या अध्यायाची विषयसूची दिलेली आहे. त्यामुळे या अध्यायात आपण काय वाचणार आहोत, हे आपल्या लक्षात येईल. या सूचीमुळे वाचनात एकाग्रता निर्माण होईल व विषय सखोल कळण्यास मदत होईल.

२. साधकांच्या सर्व प्रश्नांचं निरसन होण्यासाठी व स्वानुभव प्राप्त करण्यासाठी महाआसमानी शिबिराचा लाभ घ्या. महाआसमानी शिबिराची सविस्तर माहिती या ग्रंथाच्या शेवटी दिली आहे.

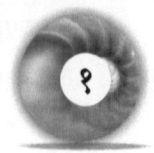

१

मोक्ष म्हणजे काय

'स्व'चा शोध

काहीतरी वेगळं करण्याची इच्छा निर्माण झाल्यानेच युगपरिवर्तन होतं, युग बदललं पण प्रत्येक युगामध्ये माणूस असंतुष्टच राहिला. बदल झाला तो युगांमध्ये. माणूस बदलला नाही, समाधान मिळवू शकला नाही - काहीतरी अनोखं करणं म्हणजे मोक्षप्राप्ती - बुद्धीने 'स्व'मध्ये स्थित होणं याला सरस्वती योग असं म्हटलं जातं - मोक्ष म्हणजे काय? मोक्षाचा नेमका अर्थ काय? मोक्ष याच जन्मात मिळतो - 'स्व'चा शोध म्हणजेच मोक्ष - पूर्वावस्था जाणणारे सर्वच 'सिंह' असतात - जागृत अवस्थेत 'स्व' वर स्थापित होणं - मोक्ष अवस्थेचं प्रकटीकरण - मोक्षप्राप्तीसाठी एक क्षणसुद्धा पुरेसा आहे -पूर्वमान्यता, पूर्वग्रह प्रथम मनातून काढून टाका - मोक्ष का मिळत नाही - भक्ती : सर्वोच्च, वरदान. केवळ मोक्ष प्राप्त करण्याची माणसाची तयारी हवी तर सर्व शक्य आहे - संवेदनशील बना - आघातांवर लक्ष केंद्रित करू नका.

१. काही वेगळं करण्याची इच्छा निर्माण होताच युग बदलतं

काष्ठयुगातील माणसानं कोणता विचार केला असेल? त्याच्या मनात कोणते विचार आले असतील? तेव्हा त्याचे मन खूपच सहज-स्वाभाविक असेल. त्यावेळी त्याचा लाकडाशीच जास्त संबंध आला असेल. जंगलातील कंदमुळं व फळं खाऊन तो निसर्गाच्या सान्निध्यात अगदी नैसर्गिक जीवन जगत असेल.

मात्र माणूस जेव्हा भाषा शिकतो, तेव्हा त्याचे विचार भाषेच्या माध्यमातून प्रकटतात आणि मग त्याची आतल्या आत घुसमट होऊ लागते. तो अधिकाधिक असंतुष्ट बनत जातो. आपण केवळ हेच करायचं का? याहून वेगळं असं काहीच करू शकत नाही का? कारण काही आगळं वेगळं केल्यानं जग बदलतं. काही अनोखं करण्याच्या इच्छेतूनच

नवनिर्मिती होते. याच प्रक्रियेतून अश्मयुग आलं असावं. या युगामध्ये माणसाने दगडापासून अनेक वस्तू बनवल्या.

अश्मयुगानंतर लोहयुग, धातुयुग आले. या युगात माणसाने जमीन खोदून अनेक धातू मिळवले व तो दगडांऐवजी धातूच्या वस्तू, हत्यारं बनवू लागला. या नवनिर्मितीमुळे त्याला अल्पकाळ का असेना थोडं समाधान लाभलं. नंतर पुन्हा त्याचा शोध सुरू झाला. नवनिर्मितीचे विचार त्याच्या डोक्यात घोंगावू लागले. काहीतरी वेगळं निर्माण केलं पाहिजे. माणसाची ही असमाधानी वृत्ती अजून कुठवर काम करीत राहील? ही प्रक्रिया कुठवर चालू राहील? कारण त्यानंतर चांदीचं आणि सोन्याचं युग आलं. हिऱ्यांचं युग आलं आणि त्याचबरोबर हीरो आणि हिरोईनचंदेखील युग आलं.

२. प्रत्येक युगात माणसाची असमाधानी वृत्ती जशीच्या तशी आहे

प्रत्येक नव्या प्रयोगानंतर, नवनिर्मितीनंतर माणसातील असमाधानी वृत्ती अजिबात बदलली नाही. तो कधीच समाधानी होऊ शकला नाही. त्याने सर्व काही करून पाहिलं. जगभर नाव झालं, प्रसिद्धी मिळाली, प्रतिष्ठा मिळाली. चित्रपटाच्या माध्यमातून पडद्यावरही चमकला. हे सर्व मिळूनसुद्धा त्याच्या आत एक रितेपण नेहमीच राहिलं. ती पोकळी त्याला सतत अस्वस्थ करत राहिली. समाधान मिळविण्यासाठी, रितेपण घालवण्यासाठी वेगळं असं आणखी काय करायला हवं? काय मिळवलं तर ही आतली पोकळी भरून निघेल? यांसारख्या प्रश्नांनी तो बेचैन होतो.

वेगळं काही मिळवल्यानंतर काही वेळ असं वाटतं, की आता हवं ते मिळालं. आपण संतुष्ट झालो पण तेही अळवावरचं पाणीच असल्याचं जाणवतं. परत मनात नैराश्य दाटून येतं, रितेपण खायला उठतं. माणसाच्या जीवनप्रवासाचं थोडं लक्षपूर्वक अवलोकन केलं तर ध्यानात येईल, की त्याची जीवनयात्रा जर अशीच चालत राहिली तर त्याला तहहयात समाधान मिळणार नाही. जोपर्यंत माणसास मोक्षप्राप्ती होत नाही, तोपर्यंत ही युगामागून युगे अशीच बदलत राहणार, नवनिर्मिती होत राहणार, उत्पादने बदलणार, जीवनोपयोगी साधनसामग्री बदलत राहणार हे वास्तव आहे. पण माणूस मात्र आहे तसाच असंतुष्ट आणि असमाधानी राहणार. म्हणूनच आता त्याला या सर्वांहून वेगळं, अनोखं असं काहीतरी करायला हवं. ज्याला अंतिम सफलता किंवा मोक्ष असं म्हटलं आहे.*

---

*हे चिन्ह असलेल्या ओळीवर मनन करा.

३. मोक्ष म्हणजे काय

एक पोपट काही वर्षांपासून पिंजऱ्यात कैद होता. तो काही साधासुधा पोपट नव्हता तर त्याला बोलताही यायचं. तो अद्‌भुत पोपट होता. एके दिवशी त्याला समजलं, त्याचा मालक काही दिवसासाठी आपल्या गुरूंना भेटायला यात्रेवर चालला आहे. तेव्हा पोपट मालकाला म्हणाला, 'आपण आपल्या गुरूंना भेटण्यासाठी जात आहात, तर माझा एक प्रश्न गुरुजींना न विसरता विचारा. त्यांना सांगा, की मी वर्षानुवर्षे पिंजऱ्यात कैद आहे. यात्रेहून परतल्यावर गुरुजींचं उत्तर मला अवश्य सांगा.'

गुरुजींना भेटल्यावर मालकाने पोपटाचा प्रश्न विचारला. त्या प्रश्नाचा परिणाम गुरुजींवर असा झाला, की ते बराच वेळ समाधी अवस्थेत गेले. मालक यात्रेहून परतल्यावर त्याने पोपटाला ही घटना सांगितली. त्यानंतर काही क्षणातच पोपटाने डोळे बंद केले आणि मेल्याचं नाटक केलं.

पिंजऱ्यात पोपटाला मृतवत पाहून मालकाने त्याला पिंजऱ्याच्या बाहेर काढलं. त्याला वाटलं, आपल्या गुरुजींनी पोपटाच्या प्रश्नाचं उत्तर न दिल्याने पोपटाला धक्का बसला असावा व त्यामुळे तो गतप्राण झाला. परंतु घडलं ते विपरीतच. पोपटाला पिंजऱ्याबाहेर काढताक्षणी तो उडाला व जवळच्याच एका झाडावर जाऊन बसला. मालकाला पोपटाचं नाटक लक्षात आलं. त्याने पोपटाला विचारलं, 'तू असं मेल्याचं नाटक का केलंस?' उत्तरादाखल पोपट बोलला, 'हाच तर संदेश मला माझ्या गुरूंनी दिला. समाधी अवस्था प्राप्त होताच मोक्ष मिळेल, समाधानसुद्धा मिळेल. मी तेच केलं. आता मी मुक्त आहे.'

जिथे सत्य हे केवळ बौद्धिक पातळीवर न अजमावता अनुभवाने जाणलं जातं, पारखलं जातं, जिथे सर्व प्रश्न, सर्व शंका संपुष्टात येतात... त्यालाच तर मोक्ष म्हटलं जातं. बौद्धिक पातळीवर स्थित असलेल्या 'स्व'ला सरस्वती योग असं म्हटलं जातं.* सरस्वती जेव्हा ब्रह्मात विलीन होते, तेव्हा मोक्षप्राप्ती होते. सरस्वती जेव्हा अन्य गोष्टीत अडकून राहते, तेव्हा मायेचा प्रारंभ होतो. सरस्वतीचा अर्थ आपण जाणून घ्यायला हवा. ज्ञानालाच सरस्वती म्हटलं जातं. सरस्वतीलाच ज्ञानाचं आराध्य दैवत मानलं जातं. आपण पुस्तकांची पूजा करतो, ज्ञानाची पूजा करतो म्हणजेच सरस्वतीची पूजा करतो. प्रत्येक माणसाला काही ना काही ज्ञान असतं. जेव्हा एखाद्या व्यक्तीला विमान चालवण्याचं

**हे चिन्ह असलेल्या ओळीवर मनन करा.*

ज्ञान असतं, त्याला आपण पायलट किंवा वैमानिक असं म्हणतो. ज्याला वैद्यकीय ज्ञान असतं त्याला आपण डॉक्टर किंवा वैद्य म्हणतो. आर्किटेक्चरचे ज्ञान असणाऱ्याला आर्किटेक्ट म्हणतो. वास्तविक ते शरीर डॉक्टर किंवा आर्किटेक्ट नसतं, तर त्या शरीरात जे ज्ञान असतं ते डॉक्टर किंवा आर्किटेक्ट असतं. ते ज्ञान एक विशिष्ट अशी भूमिका पार पाडत असतं एवढंच. प्रत्येक माणसामध्ये सरस्वतीची, ज्ञानाची वेगवेगळी रूपं असतात.

माणसाचं ज्ञान हे त्याच्या बुद्धीत असतं. ही बुद्धी, ही मती जेव्हा हृदयामध्ये (स्व मध्ये) असलेल्या परमेश्वराच्या चरणी लीन होते, तेव्हाच त्या शरीराकडून ईश्वरीय कार्य होऊ लागतं. सरस्वती जेव्हा अलग भूमिका करू लागते, ब्रह्मामध्ये विलीन होते तेव्हाच 'स्व' (self) प्रकट होतो.

ब्रह्मा म्हणजे या सृष्टीचा पालनहार, या विश्वाचा निर्माता. मग त्याला तुम्ही विष्णू म्हणा, शंकर म्हणा, ब्रह्मा म्हणा अथवा ब्रह्मज्ञान वा तेजज्ञान! ही नावं वेगळी जरी वाटत असली तरी एकाच गोष्टीकडे संकेत करतात.

४. मोक्षाचा योग्य अर्थ

मृत्यूनंतर नव्हे तर याच जीवनात आपण मोक्षप्राप्ती कशी करू शकतो, हे जाणून घ्यायला हवं. मोक्षप्राप्तीचा अर्थ आहे आपल्या मूळ अवस्थेत स्थापित होणं. एखादा खेळ सुरू होतो, तेव्हा त्याची एक प्राथमिक अवस्था असते. एखादं आसन करायचं असेल, तर त्याचीदेखील एक प्राथमिक अवस्था असते. त्यानंतरच आपण त्या आसनामध्ये स्थिर होतो. ते आसन करून झाल्यावर पुन्हा आपण मूळ अवस्थेत किंवा पूर्वावस्थेत येतो. विज्ञानाच्या भाषेत सांगायचं झालं तर प्रगतीकडे, विकासाकडे जाणं म्हणजे मोक्षापर्यंत पोहोचणं होय. ही गोष्ट तशी तर्कशुद्ध वाटते, पण प्रत्यक्षात ती तशी नसते. सत्य सांगतं, पुन्हा आपल्या पूर्वावस्थेवर जा आणि तिथं स्थिर व्हा.

पूर्वावस्थेत गेल्यानंतरच मोक्ष अवस्था सुरू होते. कार्य करत असताना त्या अवस्थेत राहून निर्णय घेणं म्हणजेच मोक्ष अवस्थेत स्थापित होणं होय. वास्तवात आपण कोण आहोत, हे जाणूनच निर्णय घेतला जातो का? आपण बोलतो एक आणि करतो एक, असं तर होत नाही ना? आपण प्रार्थनेत जे काही शब्द उच्चारतो, प्रत्यक्षात ते आचरणात आणत नाही. आपले निर्णयच सत्य व्यक्त करतात.

एखादा माणूस सांगतो, की मला जगायचं आहे. पण प्रत्यक्षात तो गरजेपेक्षा अधिक अन्न ग्रहण करत असतो. त्याची ही क्रिया त्याला लवकर मरायचं आहे हेच

दर्शवते. त्याचा खादाडपणा पाहून त्याला कुणी म्हटलं, 'तुला जीवनाबद्दल प्रेमच नाही' तर मात्र त्याला आश्चर्य वाटेल. त्याचा विश्वासच बसणार नाही. या विषयाच्या खोलात गेल्यावरच आपण जे निर्णय घेतो ते स्वतःला शरीर समजून घेतो की वास्तविक 'आपण जे आहोत' हे जाणून घेतो, ते आपल्या लक्षात येईल. मोक्ष म्हणजे पूर्वावस्थेत राहून निर्णय घेणं, पूर्वावस्थेत स्थापित होणं होय.

५. मोक्ष याच जीवनात मिळतो

लोकांच्या मनात हा प्रश्न येतो, की जिवंतपणी मोक्ष मिळाला म्हणजे नेमकं काय केलं? खरंतर असे लोक ही गोष्ट नीट समजून घेऊ इच्छित नाहीत. एखाद्याला मोक्ष मिळाला असेल, तर त्यासंबंधी सखोल काही जाणून घेण्यासाठी लोकांजवळ इतका वेळच नसतो. रोजच्या धावपळीच्या आणि दगदगीच्या जीवनात मनन करण्यासाठी, चिंतन करण्यासाठी त्यांना सवडच नसते. एखादा जिज्ञासेपोटी मोक्षाबद्दल जाणून घेण्याची इच्छा व्यक्त करीत असेल, तर त्याला सांगितलं जातं, की मोक्षप्राप्ती मृत्यूनंतर किंवा कित्येक जन्मांनंतर होऊ शकते. असं सांगण्याचं कारण एवढंच, की तशा धारणा निर्माण करून ठेवल्या आहेत. प्रत्येक धर्मामध्ये मोक्षाचं वर्णन वेगवेगळ्या पद्धतीनं केलं गेलं आहे. मोक्षाला कोणी निर्वाण म्हणतं तर कोणी कैवल्यावस्था, कोणी मुक्ती म्हणतं तर कोणी स्वानुभव. या सर्व शब्दांवरून किंवा वाक्यरचनेवरून एकच अर्थ ध्वनित होतो तो म्हणजे मृत्यूनंतरच मोक्षावस्था प्राप्त होते. परंतु वास्तव असं नाही. मोक्ष याच जीवनात प्राप्त होऊ शकतो. अगदी साध्या सोप्या शब्दात सांगायचं तर 'जे सर्वांत आहे, अनोखं आहे, वेगळ्याहून वेगळं आहे ते प्राप्त करणं म्हणजेच मोक्ष.'

६. 'स्व'चा शोध म्हणजे मोक्ष

एकदा रामकृष्ण परमहंसांचा एक शिष्य त्यांच्याजवळ गेला व विनंती करून म्हणाला, 'गुरुवर्य, आपण कालीमातेबरोबर तासन् तास बोलत असता तेव्हा कृपा करून मातेला दर्शन देण्यासाठी माझ्या घरी पाठवाल का?' त्यावर रामकृष्ण परमहंस म्हणाले, 'अवश्य पाठवतो, पण तुझा पत्ता देऊन जा.' पत्ता देऊन तो शिष्य मोठ्या आनंदानं आपल्या घरी परतला. त्याला वाटलं, साक्षात कालीमाता आपल्या घरी येत आहे, तेव्हा आता यापुढे सत्संगात जाण्याची आवश्यकता नाही. अशा प्रकारे खूप दिवस लोटले. कालीमाता घरी आलीच नाही. तो परत रामकृष्ण परमहंसांना जाऊन भेटला व कालीमाता घरी न आल्याचं सांगितलं. गुरुजी कधीच खोटे बोलत नाहीत याची त्याला

पक्की खात्री होती. रामकृष्ण परमहंस त्याला म्हणाले, 'अरे तू तुझ्या घराचा पत्ता तर दिलास; पण तुझा पत्ता मात्र दिलाच नाहीस? तुझा पत्ता सांग.' या वेळी शिष्याने त्याच्या कार्यालयाचा पत्ता दिला. रामकृष्ण परमहंसांना नेमकं काय सांगायचं आहे ते तो समजू शकला नाही. त्यांचा संकेत त्याला समजलाच नाही.

हा सर्व अज्ञानाचा परिणाम आहे. लोकांचं अवघं आयुष्य असंच अज्ञानात व्यतीत होतं, परिणामी त्यांना योग्य मार्ग सापडत नाही. ते चुकीच्या ठिकाणी ईश्वराची वाट पाहत ताटकळत बसतात. जिथं 'मी'चा लय होतो, त्या अवस्थेत, तिथंच आपल्याला पोहोचायचं आहे. जिथे पूर्वावस्थेचा प्रारंभ झाला होता त्याला मोक्ष म्हटलं गेलं आहे. ज्यावेळी 'स्व'चा शोध लागतो, 'स्व'चा ठावठिकाणा कळतो तोच तर मोक्ष असतो. शरीराचा पत्ता जर आठवत असेल तर तो भ्रम असेल. मोक्षप्राप्तीनंतर मनुष्याचा व्यवहार बदलतो. ज्याचा परिणाम शरीरावरदेखील होतो. एका काल्पनिक उदाहरणाद्वारे ही गोष्ट सविस्तरपणे समजून घेऊ.

७. चार मूषकांची गोष्ट

एकदा चार उंदरांवर एक प्रयोग केला गेला. पहिल्या उंदराला त्याचा नेहमीचा आहार दिला गेला. तो एक वर्ष जिवंत राहिला परंतु सतत पुस्तकं कुरतडत होता. दुसऱ्या उंदराला कमी कॅलरिज असलेला आहार दिला गेला. तो दोन वर्षे जिवंत राहिला व त्याने पहिल्यापेक्षा कमी पुस्तकं कुरतडली. तिसऱ्या उंदराला नेहमीचाच आहार दिला पण त्याच्यासमोर एक मांजर बांधून ठेवण्यात आलं. तो फक्त सहा महिनेच जिवंत राहिला. त्याने अनेक पुस्तके नष्ट केली. या प्रयोगात आपणास या गोष्टीवर लक्ष केंद्रित करावयाचं आहे, की उंदीर काय खात आहेत, काय बघत आहेत, काय ऐकत आहेत आणि कोणता विचार करीत आहेत. कारण याच गोष्टीमुळे त्यांचं वागणं बदलत होतं. चौथ्या उंदरालासुद्धा नेहमीचा आहार दिला गेला आणि त्याच्याही समोर मांजर बांधून ठेवलं गेलं. तरीही तो चार वर्षे जगला. असं का? कारण तो पुस्तकं कुरतडत नव्हता तर वाचत होता. वाचनामुळे त्याला 'स्व'चं ज्ञान झालं व त्याने जाणलं, की आपण एक सामान्य, क्षुद्र उंदीर नसून वाघ आहोत. मोक्ष म्हणजे काय? 'स्व'ला ओळखणं, 'स्व'ला जाणणं. त्या चौथ्या उंदरानं पुस्तकं वाचली व त्याला 'स्व'चं ज्ञान झालं व त्यामुळेच तो निर्भय बनला. त्याच्या मनातील मांजराविषयीचं, मृत्यूविषयीचं भय नाहीसं झालं. भले मांजरीला वाटत असेल, तो उंदीर आहे पण वास्तविक तो कोण आहे, हे त्याला ज्ञात होतं.

८. पूर्वावस्था जाणणारे सारे वाघ असतात

येशू ख्रिस्ताला लोकांनी क्रूसावर चढवलं व खिळे ठोकून फार क्रूरतेनं, निष्ठुरतेनं मारलं. त्यांना येशू ख्रिस्त उमगलेच नव्हते. पण येशूला हे पक्कं ठाऊक होतं की ते कोण आहेत. मोक्षप्राप्तीनंतर येणारं मरण फार वेगळं असतं. सुकरातला आणि मीरेला विष दिलं गेलं. त्या काळच्या लोकांना वाटलं, की हे फार कमजोर आहेत. त्यांच्या शरीरात फारशी ताकद नाही. त्यांच्यावर थोडा जरी अत्याचार केला तरी ते भयभीत होतील, घाबरून जातील. परंतु सुकरात आणि मीरा हे तर वाघ होते. त्यांच्या ठायी भयाला स्थानच नव्हतं. त्या जीवनात अनेक दुःखद, जीवघेण्या घटना घडल्या. परंतु मुळातच ते मोक्षावस्थेत असल्यामुळे त्यांनी अशा घटनांना त्याच अनुभूतीतून पाहिलं. ते पूर्वावस्थेत असल्यामुळे प्रत्येक गोष्टीकडे बघण्याचा त्यांचा दृष्टिकोनच अनोखा होता.

सत्याचं ज्ञान झाल्यावर, समज प्राप्त झाल्यावर हा फरक पडतो. त्यानंतर जे निर्णय घेतले जातात, जे व्यवहार होतात, ते पुस्तकं कुरतडण्याचे होत नाहीत तर नवनिर्मितीचे होतात, सत्याच्या अभिव्यक्तीचे होतात. व्यक्तिगत जीवन जगणारा माणूस आणि अव्यक्तिगत पातळीवर जगणारा माणूस आपापल्या परीनं काही ना काही निर्मिती करीतच असतो. त्यांची आंतरिक अवस्थाच सर्व काही सांगत असते. हा फरक बाहेरून समजून येण्यासारखा नसतो. परंतु हा फरक ज्या गोष्टींमुळे पडतो, ज्या कारणांनी पडतो, ज्यामुळे काही वेगळं घडतं, त्यालाच तर मोक्ष म्हटलं आहे! ज्यांना स्वानुभव प्राप्त झाला आहे, त्यांना नक्कीच हा फरक जाणवतो. त्यामुळेच स्वानुभव प्राप्त केलेले मन्सूर, येशू ख्रिस्त, संत मीरा यांना लोक ओळखू शकले नाहीत.

९. जागृत अवस्थेत 'स्व'वर स्थापित होणं

आपल्या मूळ अवस्थेवर पोहोचणं म्हणजेच पूर्व अवस्थेत पोहोचणं, जेथे स्वानुभव प्राप्त होतो. पण या जागृत अवस्थेत कसं पोहोचता येईल?

आपण दररोज सकाळी ऑफिसला जातो आणि संध्याकाळी घरी परत येतो. म्हणजेच ऑफिसमधून पुन्हा घरी परततो. अशा प्रकारे आपण मागे मागे येत असतो. रात्री गाढ झोपेत आपण आपलं शरीर व स्वप्नं मागे सोडून 'स्व'वर पोहोचतो. याचप्रमाणे आपल्याला जागृत अवस्थेतही 'स्व'वर स्थापित होता आलं पाहिजे आणि तेथूनच आपण निर्णय घ्यायला हवेत. असं करण्यात जर आपण यशस्वी झालो तर आपला मूळ

उद्देश सफल झालाच म्हणून समजा. आपला मूळ उद्देश आहे मोक्षप्राप्ती. ती यातून साध्य होते. या अवस्थेत केवळ संतुष्टीच असेल. बोरडम, उद्विग्नता वा बेहोशी नसेल.

१०. मोक्षावस्थेचे प्रकटीकरण

मोक्षावस्थेमध्ये अविरत आनंद, तेजप्रेम (विनाअट प्रेम) आणि साहस यांची सातत्यानं अभिव्यक्ती होईल, नवनिर्मिती होईल. त्यात अडथळे आले, बाधा निर्माण झाली तरी त्यापासून त्रास होणार नाही. कारण ही अभिव्यक्ती कोण करत आहे, ते स्पष्ट होईल. तिथं व्यक्ती (अहंकार) अभिव्यक्ती करीत नाही. त्यामुळे पराकोटीचं समाधान, संतोष मिळतो. या अवस्थेमध्ये अहंकारापासून मुक्ती मिळते. याचाच अर्थ, मनुष्य स्वत:ला वेगळं समजत होता, ते संपुष्टात येतं. दशमुखी रावण (विकारग्रस्त मन) मारला जातो, राम (स्वानुभव) जिंकतो. रामाचे स्मरण आणि अनुभव म्हणजे मोक्ष. प्रत्येक धर्मानुसार या अनुभवाला वेगवेगळे शब्द वापरले गेले आहेत. जसे अल्लाह, सेल्फ, वाहे गुरू, स्व-साक्षी, प्रभू, रामराज्य, मालिक... इत्यादी.

मोक्षप्राप्ती कशी करावी, त्यासाठी कोणत्या शक्तीचा वापर करायला हवा आणि याला किती काळ लागेल, हे सर्व समजून घेणं आवश्यक आहे.

११. मोक्षप्राप्तीसाठी एक क्षणही पुरेसा

एक विद्यार्थी सकाळी उठताच विचार करू लागला, आज शाळेत लवकर जायला हवं. आज मला सबमिशन करायचं आहे. तोच त्याला कुणी तरी सांगितलं, 'अरे, आज रविवार आहे. आज तर शाळेला सुट्टी!' हे ऐकताच त्याचे टेन्शन दूर व्हायला किती वेळ लागला? केवळ तेवढाच वेळ मोक्षप्राप्तीसाठी लागतो. मनात विचारामागून विचार येत आहेत. विचारांचं नुसतं काहूर माजलं आहे आणि अचानक कुणीतरी त्याला सांगितलं 'आज तर रविवार आहे, सुट्टी आहे.' हे शब्द कानावर पडताच मनात येणारे पहिले विचार एकदम नाहीसे झाले आणि लगेच नवे विचार येऊ लागले. एका क्षणात 'मी कोण?' हे समजू शकलो तर मनात विचारांचं जे वादळ घोंघावत होतं, जो त्रास त्या विचारांमुळे होत होता, तो कसा भासेल? विमुक्तीच्या अवस्थेत तो त्रास कसा जाणवेल? हे केवळ आपल्याला स्वानुभव प्राप्तीनंतरच जाणवू शकेल. एक माणूस एका मिनिटापूर्वी विचार करीत होता, 'मी हात आहे आणि माझ्या हाताला वेदना होत आहेत.' पण काही वेळानंतर त्याच्या लक्षात येतं, 'अरे, मी तर हा हात नाही.' आता हाताला होणाऱ्या

वेदनांकडे बघण्याचा त्याचा दृष्टिकोन कसा असेल? 'मी हात नाही' ही पक्की समज त्याला असेल, तेव्हा वेदना होतील परंतु त्या वेदनेचे दु:ख मात्र त्याला होणार नाही. हा मोठा फरक होईल. मग दोन्हीत हा फरक का? कारण तो पूर्वावस्थेत पोहोचला होता. समज असेल तर एक क्षणही पुरेसा आहे, मोक्षाप्रत पोहोचण्यासाठी!

१२. पूर्वग्रह आणि धारणा नष्ट नका

माणसाचं मन जर पूर्वग्रहदूषित असेल, तर काय होऊ शकतं ते पाहा.

एकदा एका माणसाला लॉटरी लागली. पण जेव्हा तो पैसे आणायला गेला तेव्हा त्याला सांगितलं, की यातून काही रक्कम करापोटी कापली जाईल. हे ऐकताच त्याचं डोकं जाम भडकलं. रागानं त्याच्या अंगाचा तीळपापड झाला. तो म्हणाला, 'जाहिरातीत तर एक कोटी रुपये मिळतील असं लिहिलं होतं पण तुम्ही तर खुशाल माझे पैसे कमी करीत आहात.' पूर्वग्रहामुळे त्याचं मन, त्याचे विचार, त्याची बुद्धी कुंठित झाली. रागाच्या भरात तो म्हणाला, 'ते काही नाही. तुम्ही जर असं करणार असाल, तर मला तुमचे पैसेच नकोत. तुमचे तुम्हाला लखलाभ. मला माझे दहा रुपये परत करा. (Give me my money back) तो काय बडबडतो आहे, हे त्याचं त्यालाच कळत नव्हतं. नको त्या विचारात तो अडकून पडतो. पैसा आणि मोक्ष या दोन्हीत माणूस योग्य निर्णय घेऊ शकत नाही. 'मला माझा मोक्ष परत करा. (Give me my moksh back)' असं तर कोणी म्हणत नाही. मायेच्या आहारी गेल्यामुळे त्याचं किती नुकसान होत आहे, हे तो समजूच शकत नाही. यासाठी त्याने पूर्वग्रहदूषित अवस्थेतून बाहेर यायला हवं.

१३. मोक्ष का मिळत नाही

मोक्ष का मिळू शकत नाही? कारण आपल्या आजूबाजूला मोक्षाच्या जाहिराती नाहीत. जाहिरातींमुळे मनात त्या विषयासंबंधी, त्या वस्तूविषयी आकर्षण निर्माण होते आणि ती गोष्ट आपल्या चांगलीच लक्षात राहते. समजा जी टूथपेस्ट किंवा साबण आपण नियमित वापरतो, त्याविषयी जेव्हा आपण टीव्हीवर जाहिरात पाहतो तेव्हा झटकन आपल्या मनात विचार येतात, 'अरे, मी तर हेच वापरतो' किंवा 'मला पण हेच वापरायला हवं.' मोक्षाच्या अशा जाहिराती वर्तमानपत्रातून, दूरदर्शनवरून येऊ लागल्या तर काय होईल? आपल्या मनात मोक्षप्राप्तीचे आकर्षण निर्माण होईल. सगळीकडे जर मोक्षप्राप्तीचे पोस्टर्स लागले, तर लोकांच्या मनात त्याविषयी उत्साह जागृत होईल. आकर्षण वाटू लागेल. परंतु 'मोक्ष मिळवा' अशी एकही जाहिरात आजपर्यंत कुठेच

दृष्टीस पडत नाही. म्हणून पुढील जन्मी मोक्ष मिळेल या भ्रमात राहू नका. मोक्ष याच जीवनात मिळेल. जी अवस्था इतर सर्व अवस्थांहून भिन्न आहे ती मिळवा. जीवनयात्रा अमोक्षाकडून मोक्षाकडे चाललेली असते. मोक्ष याच जीवनात प्राप्त करा.

आपण जेव्हा निरंतर मोक्ष अवस्थेमध्ये राहू लागाल, तेव्हाच त्याचे परिणाम आपल्या दैनंदिन जीवनात दिसू लागतील. आजवर मोक्षाचा जुना, पारंपरिक अर्थच आपल्याला ठाऊक आहे. परंतु आता या पुस्तकाद्वारे योग्य अर्थ समजून घ्या.

१४. भक्ती - सर्वोच्च वरदान

माणूस पहिल्यांदाच जेव्हा अशा काही गोष्टी ऐकतो, तेव्हा त्यावर त्याचा अजिबात विश्वास बसत नाही. माणसाची मूळ प्रवृत्ती ते नाकारते. कारण या प्रवृत्ती जुन्या आहेत, मुरलेल्या आहेत. या प्रवृत्तींमधून मुक्त होण्यासाठी भक्ती उपयुक्त ठरते. तिचा प्रभाव फार जबरदस्त आहे. माणसांमध्ये जर भक्ती जागृत झाली, तर तिच्यासारखी सर्वोच्च कृपा दुसरी कुठलीच नाही. याहून मोठे वरदान असूच शकत नाही. परंतु दुर्दैवाने माणूस नेमका याच बाबतीत अनभिज्ञ आहे. भक्तीच्या शक्तीला जर युक्तीची जोड मिळाली, तर मुक्ती सहज प्राप्त होऊ शकते.

१५. मोक्षप्राप्तीसाठी सज्ज व्हा, सारं काही शक्य होईल!

आपलं मन त्याच्या कल्पनेनुसार सर्व कृतींकडे बघू इच्छित असतं. एखादी गोष्ट प्रत्यक्ष पाहायची असेल, तर त्यासाठी एखादी घटना घडायला हवी. मनाची झेप शरीरापर्यंतच मर्यादित आहे. त्यामुळे केवळ शरीरावर होणाऱ्या क्रियाच ते पाहू शकतं. कारण मनाची दृष्टी मंद आहे, बंद आहे. शरीरापलीकडे असलेल्या गोष्टी बघण्यासाठी त्याला दूरदृष्टी मिळेल अशा चष्म्याची गरज असते.

लोकांना नेहमीच एक प्रश्न सतावत असतो. 'आमची इंद्रियं दृश्य पाहतात, आवाज ऐकतात आणि त्यातच हरवून जातात. शिवाय आम्हाला शरीराची जाणीवही होत असते तेव्हा आम्ही काय करावं?' आम्ही शरीरापासून वेगळं होऊच शकत नाही. त्याशिवाय आम्हाला अन्य काही दिसतच नाही. लोकांना इंद्रियांचं एक निमित्त मिळालं आहे. जर शरीराविषयीच्या जाणिवा संपल्या तर मोक्ष मिळू शकेल का? ही गोष्ट नीट समजण्यासाठी एक काल्पनिक उदाहरण घेऊ.

अंधशाळेत अंधांना ब्रेल लिपी शिकविली जाते. ब्रेल लिपी म्हणजे खिळ्यापासून

बनवलेल्या व सहज स्पर्श करता येईल अशा अक्षरांची लिपी. या अंधशाळेत एक प्राध्यापक अंध मुलांना शिकवत असतात. भिन्न प्रकृतीची अशी अनेक अंध मुले या शाळेत शिकत असतात.

१६. पहिला मुलगा भावुक आहे, संवेदनशील आहे

पहिला मुलगा फारच संवेदनशील आहे. तो वाचत असताना रडतही असतो. कारण वाचण्यासाठी अक्षरांवरून बोटं फिरविताना ती अक्षरं त्याच्या बोटांना बोचत असतात. त्याचं पूर्ण लक्ष बोटांना होणाऱ्या वेदनांवर केंद्रित झालेलं असतं. त्यामुळे तो जे वाचतो त्याचा अर्थ त्याला कळत नाही. केवळ शिक्षकाला घाबरत असल्यामुळेच तो वाचत असतो. पण डोळ्यांतून अश्रू येतच असतात. शिक्षक त्याला विचारतात, 'अभ्यास केलास का? होमवर्क केला का?' तो अंध मुलगा उत्तर देतो, 'अभ्यास तर केला आहे पण बोटं फार दुखत आहेत, खूप वेदना होत आहेत.' बोटांना झालेल्या जखमांमुळे त्यानं आपली बोटं त्या शब्दांवरून अगदी ओझरती फिरविली. त्यामुळे त्याने जे काही वरवरचं वाचलं ते त्याला फारसं समजलं नाही व लक्षातही राहिलं नाही. भावुकता जरी वरदान असली, तरी त्याच्यासाठी मात्र ती शापच ठरली. भावुकतेमुळे स्वतःच्या वा इतरांच्या दुःखाशी आसक्ती निर्माण होते व इतरांचं दुःख तो स्वतः अनुभवतो. एखाद्या दुःखी माणसाचं दुःख पाहून रडल्यानं दुःख कमी होत नाही. उलट आसक्तीमुळे बुद्धी मंद व बंद होऊ लागते.

इतरांचं दुःख पाहून दुःखी होणं जरी चांगलं असलं, तरी जो भाव जागृत व्हायला हवा, जिथून नजर हटविली जावी ते तर झालेच नाही. भावुकता आहे म्हणजे तो एक पंखाचा पक्षी आहे. मग त्याला पक्षी तरी कसं म्हणावं? जो उडू शकतो, भरारी घेऊ शकतो त्याला पक्षी म्हटलं जातं. अगदी त्याचप्रमाणे वरील उदाहरणातील विद्यार्थ्यास विद्यार्थी तरी कसं म्हणायचं? तो वर्गात वाचू शकतो पण शिकू शकत नाही. तो प्राध्यापकांना सांगतो, की मी अभ्यास केला आहे. पण वास्तविक त्यानं बोटं दुखत असल्यामुळे शब्दावरून ती ओझरती फिरविली. त्यामुळे त्याने जे वाचलंय त्याचं त्याला पूर्णपणे आकलन झालं नाही.

१७. दुसरा विद्यार्थी बंद आहे

दुसरा विद्यार्थी बंद आहे म्हणजे त्याच्या ठायी संवेदनशीलतेचा लवलेशही नाही. त्याच्या बोटांना कोणत्याही संवेदना होत नाहीत. बोथट म्हणणेसुद्धा अवघड. खरंतर

त्याला स्पर्शज्ञान नाही असंच म्हणावं लागेल. तो तर अगदी मजेत आपली बोटं त्या शब्दावरून फिरवत आहे. त्याला पाहून असं वाटतं, की तो वाचत आहे. परंतु त्याच्या मनामध्ये कल्पनांचं चक्र चालू आहे. जे लिहिलेलंच नाही ते तो वाचतो आणि आपल्या कल्पनेच्या जोरावर तो त्याचा अर्थही लावत असतो. वाचून झाल्यावर, 'तुला काय समजलं?' असं विचारताच तो जे उत्तर देईल ते ऐकून आपणही चक्रावून जाल, की शिक्षकाने तर असं काही सांगितलंच नव्हतं. त्याने वेगळा आणि चुकीचा अर्थ काढला. त्याने अनुमान लावलं. तो म्हणतो, 'मला जे काही समजायचं होतं ते सर्व काही समजलं आहे. आता यापुढे मला शाळेत जायची गरज नाही.'

१८. तिसरा विद्यार्थी मंद आहे

तिसरा विद्यार्थी मंद आहे. म्हणजे त्याच्यात थोडी संवेदनशीलता आणि थोडी मंद बुद्धी आहे. त्याला त्याच्या कुवतीप्रमाणे थोडंफार समजतं. बाकी सर्व डोक्यावरून जातं. तो कुठल्याच कामात आपलं लक्ष केंद्रित करू शकत नाही. पाणी गरम करायचं असेल, तर तेसुद्धा अर्धवटच गरम करेल. प्रत्येक काम तो असंच अर्धंमुर्धं करतो. अभ्यासातसुद्धा तो पूर्ण लक्ष देऊ शकत नाही. यातील प्रत्येक विद्यार्थ्याच्या अभ्यासाचे परिणाम भिन्न भिन्न येतील. बंदपेक्षा मंद थोडा तरी बरा. पुढे जाऊन तो काहीतरी तर शिकेल!

१९. चौथा विद्यार्थी विकसित आहे

चौथ्या विद्यार्थ्याचा मानसिक विकास झालेला आहे. तो बंद नाही. तो भावुक आहे. संवेदनशील आहे आणि त्याच्या बुद्धीचाही विकास झालेला आहे, ती मुक्त आहे. वाचताना त्याचं लक्ष बोचण्यावर नसून शब्दांमागे असलेल्या भावार्थावर असते. म्हणून त्याचा अभ्यास व्यवस्थित होतो. सर्वच विद्यार्थी म्हणतात, त्यांनी होमवर्क केला आहे परंतु शिक्षकापासून ही गोष्ट लपून राहू शकत नाही. ते जाणतात, की सत्य काय आहे.

२०. अभ्यासाने दृष्टी प्राप्त होते

शिक्षक विद्यार्थ्यांना होमवर्क देत असत. अभ्यास करायला सांगत असत. पुन:पुन्हा वाचायला सांगत. शिक्षकांच्या या कटकटीला वैतागून काही विद्यार्थ्यांनी वाचन करायचं सोडलं, काही विद्यार्थी नुसतीच बोटं फिरवत राहिले, तर काहींनी शाळाच सोडून दिली.

थोड्या कालावधीनंतर केवळ एकच विद्यार्थी असा आढळला ज्याला खऱ्या अर्थाने दृष्टी प्राप्त झाली होती. कारण दृष्टी येणं हाच तर होमवर्क केला याचा पुरावा होता. ज्यांनी गृहपाठ केलाच नाही त्यांची दृष्टी जशीच्या तशी राहिली. ज्याने शिक्षकाकडून दिलं गेलेलं काम पूर्ण केलं, त्याच्यासाठी काम हीच पूजा बनली (work is worship) होमवर्क हवन बनलं आणि त्याला दृष्टी प्राप्त झाली.

शिक्षकाकडून दिलेला गृहपाठ हे एक असं ज्ञान होतं, की त्यावर बोटं फिरवल्याने डोळ्यांवर त्याचा परिणाम होत असे. बोटांवर बोचण्याच्या आघाताचा परिणाम डोळ्यांवर होत होता. प्रामाणिकपणे जो काम करेल त्याला दृष्टिलाभ होईल. असं करण्यामागे नक्की काहीतरी हेतू आहे, काही रहस्य आहे असा त्या विद्यार्थ्याचा विश्वास होता. अन्यथा एकच धडा, एकच पाठ पुन:पुन्हा का वाचायला सांगितला गेला असता? अवश्य यामागे काही गुपित लपलंय जे फक्त त्या शिक्षकांनाच ठाऊक होतं. या गोष्टीवर त्या विद्यार्थ्याचा पूर्ण विश्वास असल्यामुळे तो सतत अभ्यास करत राहिला, होमवर्क करत राहिला. परिणामी त्याला दृष्टी प्राप्त झाली. आता तो इतरांना काय सांगेल? तो म्हणेल, 'तुम्ही जसा विचार करीत होता तसंच मलाही सुरुवातीला वाटत होतं. परंतु नंतर मात्र मी पूर्ण श्रद्धेनं, विश्वासानं, तेजप्रेमानं आणि भक्तिभावानं काम करत गेलो आणि अखेर मला दृष्टी प्राप्त झाल्याची अनुभूती आली.

२१. समस्यांकडे लक्ष देऊ नका

मनुष्याला आयुष्यात अनेक आघात झेलावे लागतात. अनेक कटू प्रसंगांना तोंड द्यावं लागतं, अनेक अडचणींशी सामना करावा लागतो. ज्या घटना आपल्याला अप्रिय वाटतात, क्लेषकारक वाटतात, दु:खद वाटतात त्याचं खरं कारण आपली इंद्रियं आहेत. अशा गोष्टीवर आपण किती लक्ष द्यायचं? आपण त्याच दु:खांच्या गराड्यात अडकून पडलो तर इतर काहीच करता येणार नाही. म्हणून आपलं लक्ष अन्यत्र गुंतवणं आवश्यक आहे, हे आपण नीट समजून घेतलं पाहिजे. अशावेळी भक्ती आपलं काम चोख बजावते. माणसाला मोहमायेच्या जंजाळातून मुक्त करून सत्याकडे घेऊन जाण्याचं काम फक्त भक्तीच करू शकते. आयुष्यात घडलेली एखादी जीवघेणी घटना, धक्कादायक प्रसंग किंवा एखादी उद्भवलेली समस्या फारच त्रासदायक आणि दु:ख देणारी असते. उदाहरणार्थ, वाचताना अंध मुलाच्या बोटांना वेदना होत आहेत अशा वेळी त्यांनी काय करावं? त्यासाठी त्यानं आपलं लक्ष शब्दांचा भावार्थ शोधण्यात गुंतवलं पाहिजे. पण

त्याचं लक्ष केवळ बोटांना होणाऱ्या वेदनांवर केंद्रित झालं तर त्याला दु:खाशिवाय काय मिळणार? यासाठी आपण केवळ शरीरात अडकून राहता कामा नये.

इंद्रियं आहेत म्हणून शरीराची जाणीव आहे. होमवर्क कराल तर शब्दांची बोच बोटांना होत राहील. परंतु ज्या विद्यार्थ्याचे लक्ष शब्दांचा भावार्थ शोधण्यावर केंद्रित होईल त्याला बोटांच्या वेदना जाणवणारच नाहीत. उलट त्या विद्यार्थ्याला वाटेल, 'या शब्दांवर बोटं फिरवणं किती सुखद अनुभव आहे.' वाचनाची किंवा शब्दांवरून बोटं फिरविण्याची क्रिया संपताच जो आनंद त्याला मिळेल, तो खऱ्या अर्थाने त्याच्यासाठी एखादा उत्तम पुरस्कार मिळाल्यासारखाच असेल. त्यानंतर जीवनात अनेक दु:खद प्रसंग आले, अनेक आघात झाले परंतु त्याला त्यांची जाणीवच झाली नाही. कारण तो आता प्रशिक्षित झाला होता. शरीराच्या जाणिवा नक्कीच व्हायला हव्यात पण त्या बाधक ठरू नयेत. या जाणिवा भक्ती वाढवणाऱ्या असाव्यात, मोक्ष प्रदान करणाऱ्या असाव्यात. मोक्षाचा अर्थ तर आपल्याला समजला. आता मनाच्या पल्याड असलेलं मोक्षाचं स्थान शोधूया.

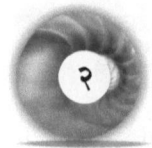

२

मोक्ष : मनाच्या पार

स्वत:ला ओळखण्याचा मार्ग

मोक्षप्राप्तीचे आहे कारण । म्हणून कर तू मनाला न-मन । वर्तमानात जग ।। तोलू मन म्हणजे तुलना करणारे आणि कल्लू मन म्हणजे भूतकाळात रमणारे - तुलनात्मक मन आणि सहज मन - कल्लू मन - मनापासून मोक्षाची यात्रा, परमात्मा, सेल्फ किंवा आनंदाचा शोध घेणे म्हणजे तुलनात्मक मन, कल्लू मनापासून मुक्ती मिळविणे.

१. मोक्षप्राप्तीचे आहे कारण म्हणून कर तू मनाला न-मन

जगात स्वातंत्र्य मिळवण्यासाठी क्रांती होते आणि पराधीनतेतून मुक्त होण्यासाठी आंदोलनं करावी लागतात. माणूस पारतंत्र्यातून मुक्त झाला. त्यानं युद्धं जिंकली हे जरी खरं असलं तरी खऱ्या अर्थानं तो मुक्त होऊ शकला नाही. स्वतंत्र होऊ शकला नाही. यासाठी त्याला मनावर विजय मिळवावा लागेल. आपल्याला बंधनात जखडून ठेवणारं अन्य कोणी नसून आपलं मन आहे. जेव्हा हे मन निर्मळ, सुमन आणि न-मन होईल तेव्हाच ते मोक्षप्राप्तीसाठी सज्ज होईल.

वास्तविक, मन निर्मळ पाण्याप्रमाणे असतं. परंतु त्यात जेव्हा 'मी'चा विचार, अहंकाराची माती मिसळते तेव्हा ते अशुद्ध बनतं. आपण जाणतोच, अशुद्ध पाणी प्राशन केल्यानं शरीराचं स्वास्थ्य बिघडतं. जसं शरीर निकोप, निरोगी ठेवण्यासाठी पाणी शुद्ध असणं गरजेचं असतं, तद्वत मनसुद्धा शुद्ध असणं अत्यंत आवश्यक आहे. तुमचं मन शुद्ध व्हावं असं जर वाटत असेल, तर मनाला विकृत, अशुद्ध करणाऱ्या गोष्टींचा शोध

घ्यायला हवा. त्याविषयी समज प्राप्त करून त्या मनातून काढून टाकायला हव्यात. एवढंच नाही तर मनाला काबूत ठेवायला हवं.

मनाला इंद्रिय असं म्हटलं जातं. मन हे एक इंद्रिय असलं तरी ते सर्व इंद्रियांपलीकडे आहे. सर्व इंद्रियांवर नियंत्रण ठेवून त्यांच्याकडून कामं करून घेणं हे मनाचंच काम आहे. मन अतिसूक्ष्म असल्यामुळे सर्वत्र भ्रमण करत असतं. क्षणार्धात ते कुठंही पोहोचू शकतं. मनाला कोणीतरी स्प्रिंगची उपमा दिली आहे. स्प्रिंग दाबून झटकन सोडल्यास ती नेमकी कुठल्या बाजूला, कुठल्या दिशेला उडेल हे जसं कोणालाच सांगता येत नाही, तद्वत मनाची अवस्थासुद्धा आहे. मन कधी आणि कुठं झेप घेईल, कुठं भटकेल, हे कोणीच सांगू शकत नाही. मनाच्या बाबतीत आपल्याला असंच काही ऐकायला मिळतं. मनाला कुणीतरी आकाशतत्त्वाचा अंश मानलं आहे तर कुणी चैतन्याचा अंश. हे काहीही असो, पण खरा प्रश्न हा की मनाला ताब्यात कसं ठेवावं, त्याच्यावर नियंत्रण कसं आणावं? त्यासाठी सर्वप्रथम मन म्हणजे काय, हे समजून घेणं अत्यावश्यक आहे.

कोणत्या मनाला, कधी, का आणि कसं जिंकावं? त्याच्याशी संबंध कसे ठेवावे? बंधनात जखडून ठेवणाऱ्या मनापासून मुक्त होण्यासाठी आपल्याला कोणते उपाय करायला हवेत? या मनाला कसं समजून घ्यावं? त्याला कोणती शिकवण द्यावी, त्याला कोणत्या नियमात बद्ध करावं, म्हणजे हे मन आपल्याला मोक्षप्राप्तीसाठी मदत करू शकेल. मोक्षमार्गावर वाटचाल करत असताना सर्वाधिक अडथळा हा मनाचा असतो.

मन आपला शत्रू नाही, या गोष्टीची जाणीव ठेवून जर आपण वागलो तर मनाला जिंकणं सुलभ होईल. मनाला हरवून व पराभूत करून जिंकायचं नाही, तर मनाला जिंकून त्याच्यावर विजय प्राप्त करायचा आहे. तेव्हा सर्वप्रथम आपण मनाला समजून घेऊ.

२. वर्तमानात जगणे

तुलनात्मक व कल्लू मनामुळे माणूस वर्तमानात जगू शकत नाही, मोक्षाप्रत पोहोचू शकत नाही. अगदी अध्यायाच्या सुरुवातीस सांगितल्याप्रमाणे तोलू मन म्हणजे तुलना करणारं, विशेषणं लावणारं आणि कल्लू मन म्हणजे भूतकाळात व भविष्यकाळात जगणारं मन. हिंदीमध्ये 'कल'चा अर्थ काल (yesterday) असा आहे तर 'कल'चा दुसरा अर्थ उद्या (tomorrow) असाही आहे. कल्लू मन कल-कलमध्ये म्हणजे भूतकाळात व भविष्यकाळात जगतं. वर्तमानात ते थांबतच नाही. अशा कल्लू मनावर

काम करणं गरजेचं आहे. त्याचा अभ्यास करणं अत्यावश्यक आहे. तुलनात्मक मन, कल्लू मन याव्यतिरिक्त आणखी एक मन आहे. त्याला सहज मन असं म्हटलं गेलं आहे. सहज म्हणजे सरळ, स्वाभाविक. सहज मन हे नेहमीच आपल्यासोबत असतं. जेव्हा आपण आत्मानुभवात स्थापित होतो तेव्हासुद्धा सहज मन आपल्या सोबतच असतं. प्राण्यांकडून जसं सहजतेनं कार्य होतं, तसं सहज मनाकडून अगदी सहजपणे कामं होतात. मात्र तुलनात्मक मन सतत तुलना करीत असतं. त्यामुळे ते दुःख निर्माण करतं. तुलनात्मक मन नसेल, तेव्हा परमानंद असतो, अस्सल आनंद असतो.

परमात्मा म्हणा, परम आनंद म्हणा, अस्सल आनंद म्हणा किंवा मोक्ष म्हणा, अर्थ एकच. तात्पर्य शब्द बदलण्यानं लक्ष्य बदलत नाही. ज्याप्रमाणे पाण्याला जल किंवा वॉटर म्हटल्यानं त्याचं लक्ष्य बदलत नाही, किंवा गुणधर्मही बदलत नाही, त्याचप्रमाणे काही लोकांना मोक्ष हा शब्द अधिक भावतो तर काही लोकांना अस्सल आनंद हा शब्द अधिक आवडतो. काही लोकांना परम-आत्मा, परमात्मा, सेल्फ... असे शब्द आवडतात. शब्द कोणतेही असोत, सर्वांचा अर्थ एकच आहे. त्याच परमात्म्याचा, सेल्फचा, आनंदाचा शोध घेणं म्हणजेच तुलनात्मक मनाच्या, कल्लू मनाच्या कचाट्यातून सुटका करून घेणं, मुक्ती प्राप्त करणं.

३. तुलनात्मक मन

एक मेंढपाळ होता. त्याच्याजवळ बऱ्याच मेंढ्या होत्या. त्याला विचारलं, 'तुझ्या मेंढ्या दिवसभरात किती अंतर चालतात?' त्या मेंढपाळाने प्रतिप्रश्न केला, 'कोणत्या? काळ्या की पांढऱ्या? पुन्हा त्याला विचारलं, 'पांढऱ्या मेंढ्या किती मैल चालतात?' त्यानं 'चार मैल' असं उत्तर दिलं. नंतर काळ्या मेंढ्यांबद्दल तोच प्रश्न विचारला तर त्याचंही उत्तर त्यानं तेच दिलं 'चार मैल'. प्रश्न विचारणाऱ्या माणसाला असं विचित्र उत्तर ऐकून आश्चर्य वाटलं. नंतर त्याने मेंढपाळाला दुसरा प्रश्न विचारला, 'मेंढ्या किती गवत खातात?' तेव्हासुद्धा त्याने तोच प्रतिप्रश्न केला, 'कोणत्या? काळ्या की पांढऱ्या?' त्याचं हे उत्तर ऐकून परत त्याला विचारलं, 'दोन्ही रंगांच्या मेंढ्या?' त्या मेंढपाळानं उत्तर दिलं 'दोन्ही रंगाच्या मेंढ्या चार किलो गवत खातात.' आता त्या प्रश्नकर्त्या माणसाला आश्चर्य वाटलं, या मेंढपाळाला दरवेळी काळ्या की पांढऱ्या विचारण्याची आवश्यकता का वाटते? चौकशीअंती त्या माणसाला समजतं, की त्या मेंढपाळाला प्रत्येक बाबतीत काळ्या आणि पांढऱ्या मेंढ्या वेगवेगळ्या सांगण्याची सवयच होती.

माणसाच्या तुलनात्मक मनालासुद्धा अशीच काळं आणि पांढरं पाहण्याची सवय आहे. त्याला नेहमीच वाटतं की असं झालं... तसं झालं... हे चांगलं झालं... ते वाईट घडलं... असं व्हायला नको होतं... अशा निरर्थक गोष्टींमध्ये तुलनात्मक मन अधिक रमतं. त्याचा हा सर्वांत आवडता उद्योग. या व्यतिरिक्त त्याला अन्य काही सुचतही नाही.

जोपर्यंत आपली तुलनात्मक मनाच्या तावडीतून सुटका होत नाही, तोपर्यंत आपण सुख-दु:खाच्या चक्रात अडकून राहतो, आयुष्यभर दलदलीत रुतून बसतो. तोलू मनाचे तुलनात्मक विचार माणसाला त्रस्त करतात. त्यामुळेच तर त्याला झोपेच्या गोळ्या घ्याव्या लागतात.

गर्भावस्थेत असलेलं मूल हे समाधी अवस्थेत असतं. तिथे तुलनात्मक मन नसतं. प्रत्येक मनुष्यात एक तुलनात्मक मन असतं. या मनाला रावणाची उपमा दिली आहे आणि मोक्ष या मनाच्या पल्याड असतो. रावणाच्या नाभीत छेद घेतला तरच त्याला ठार करता येतं. याचाच अर्थ, समज प्राप्त झाल्यानंतर तुलनात्मक मनाचा विनाश होतो. रावणाच्या माना कापल्याने मोक्षप्राप्ती होत नाही; त्याच्या नाभीत बाण लागला तरच राम (स्वानुभव) प्रकट होईल. तेव्हा योग्य ठिकाणी प्रहार करायला हवा. मर्मावर प्रहार व्हायला हवा. म्हणजे योग्य ती जाण, उचित समज प्राप्त व्हावी. तुलनात्मक मनाचा विनाश झाल्यानंतर जे काही प्रकट होतं, त्यात स्थापित होणं यालाच मोक्षप्राप्ती असं म्हटलं जातं. तुलनात्मक मनाचं अस्तित्व संपताच सर्वांच्या अंतरंगात असलेलं उपजत सत्य प्रकट होतं.

४. तुलनात्मक मन आणि सहज मन

एखादं काम करीत असताना त्यात तल्लीन होऊन जातो तेव्हा आपण म्हणतो, 'पाच, सहा तास कसे गेले ते समजलंच नाही.' अशा वेळी आपल्या आत सहज मन काम करत असतं. म्हणूनच आपल्याला वेळेचं भान राहत नाही. एखादी गृहिणी स्वयंपाक बनवत असते आणि मध्येच तिचं तुलनात्मक मन विचारतं, 'आपला हा स्वयंपाक पाहुण्यांना आवडेल का?' अशा प्रकारे सहज मनाचं काम संपताक्षणी तुलनात्मक मन प्रवेश करतं. चित्रकार जेव्हा तल्लीन होऊन चित्र काढत असतो, तेव्हा खरंतर तो सहज मनानं चित्र तयार करीत असतो. परंतु तोलू मन मध्येच येऊन विचारतं, 'हे चित्र विकलं जाईल की नाही?' चित्रकाराच्या मनात हा विचार येताच त्याची एकाग्रता भंग पावते व

चित्र बिघडू लागतं. सुरेख चित्रही विचित्र होऊ लागतं.

आपण जिन्यावरून खाली उतरत असतो, तेव्हा आपलं सहज मन काम करत असतं. त्यामुळे आपण सहजगत्या खाली येतो. परंतु मनात जर 'मी किती छान पायऱ्या उतरत आहे...' असा विचार आला तर मात्र गडबड होते आणि पायरी चुकते. सहज मन नेहमीच उत्तमरीत्या काम करीत असतं. 'मी कोणासाठी काम करीत आहे' याचा विचार ते कधी करत नाही. काम कोणाचंही असो, सहज मन ते उत्तमच करत असतं. आपण कार चालवत असतो तेव्हा सहज मन सांगतं, 'मला सुखरूप घरी पोहोचायचं आहे.' परंतु मध्येच तुलनात्मक मन आगंतुकासारखं आल्यानं गडबड होऊ लागते. आपलं तुलनात्मक मन नेहमीच 'मी, माझं जीवन, माझं यश, माझं अपयश' असेच शब्द बोलत असतं. या मनाला हवा असतो अहंकार. केवळ या मनामुळेच माणसाला दुःख आणि कष्ट भोगावे लागतात.

मोक्षमार्गातील सर्वांत मोठा अडसर तुलनात्मक मनच आहे. बेहोशी वाढवण्याचं, बिरुदं लावण्याचं काम ते करतं. तुलनात्मक मन कुठलंच काम व्यवस्थित करत नाही. काहीही घडलं तरी नावं ठेवणं, बरं-वाईट बोलणं हा त्याचा आवडता छंद. विनाकारण बडबड करणारं हे मन नाहीसं व्हायला हवं. तुलनात्मक मनाचं काम काढून घेतलं की ते नष्ट होतं. जोपर्यंत आपण त्याला साथ देत राहाल, तोपर्यंत ते प्रत्येक घटनेत काळे-पंढरे शेपूट लावतच राहणार.

वास्तविक कोणतीच घटना सुखद वा दुःखद नसते. घटना ही केवळ एक घटनाच असते. परंतु एखादी घटना घडल्यावर ती सुखद वा दुःखद होती असं लेबल तुलनात्मक मनच लावत असतं. जोपर्यंत आपली त्या मनाच्या तावडीतून सुटका होत नाही तोपर्यंत आपण या सुख-दुःखाच्या वावटळीत भिरभिरतच राहणार.

सहज मन तर आहेच पण तुलनात्मक मनाचं चक्र जर उलटं फिरवता आलं, तर सहज मन आणि आनंदाचं चक्र सुरू होतं. सहज मनाचं काम संपताक्षणीच आनंदाला सुरुवात होते. म्हणून सहज मन आणि आनंद यांचं धर्मचक्र सुरू होऊन गुरूंच्या कृपेने तुलनात्मक मनाचा अंत होतो. गुरूंच्या प्रज्ञेने, बुद्धीने, विचारशक्तीने कल्लू मनाचा कोलाहल संपला पाहिजे. कारण भूत आणि भविष्यात गोते खाणारं मन हे सैतान आहे, हेच भूत आहे. वर्तमानापासून दूर घेऊन जाणाऱ्या कल्लू मनाचा अंत प्रज्ञेनं व्हायला हवा. *(प्रज्ञा प्रदान करून गुरू आपल्याला खऱ्या धर्मात स्थापित करतात. कृपया इथं धर्म*

या शब्दाचा अर्थ हिंदू, मुस्लिम, शीख, इसाई, पारशी, जैन, बौद्ध असा घेऊ नये. इथं धर्म या शब्दाचा अर्थ आहे आपला मूळ स्वभाव.)

५. कल्लू मन

आपले शाळेतले दिवस आठवा. आपल्या शाळेला रविवारी सुटी असायची. पण या सुटीचा खरा आनंद तुम्हाला शनिवारी व्हायचा. उद्या सुटी म्हणून आपण शनिवारीच रविवारचे बेत ठरवायचो आणि त्यात रममाण होऊन जायचो. प्रत्यक्षात मात्र रविवार उजाडताच आपला आनंद सकाळपासूनच गायब व्हायचा. आपल्या डोळ्यांसमोर सोमवारची शाळा यायची. कारण आपलं कल्लू मन आपल्याला सतत भविष्यकाळात किंवा भूतकाळात घेऊन जातं. परिणामी आपला वर्तमानातला आनंद नाहीसा होतो. आपलं कल्लू मन आपल्याला वर्तमानात राहूच देत नाही.

वर्षाचा सर्वांत मोठा सण दिवाळी. लोक महिनाभर आधीपासूनच तयारी करत असतात. दिवाळी तोंडावर आली म्हणून आनंदातही असतात पण ऐन दिवाळीत मात्र कुरकुरतात, 'यंदा मागच्या दिवाळीसारखी मजा नाही. मागच्या वर्षाची दिवाळी फारच छान गेली.' असं का वाटतं? कारण आपण वर्तमानात पोहोचतो न पोहोचतो तोच आपलं कल्लू मन आपल्याला भूतकाळात किंवा भविष्यकाळात घेऊन जातं. अशा या कल्लू मनाला वर्त-मन बनवणं अत्यावश्यक आहे.

६. मनाकडून मोक्षाकडे

१.	**तुलनात्मक मन**	तुलनात्मक मन म्हणजे तुलना करणारे – तोलणारे, दोन्हीमध्ये विभाजन करणारे, मन. या मनाबद्दल आपण सविस्तर वाचलं आहे.
२.	**कल्लू मन**	कल्लू मन म्हणजे भूतकाळ आणि भविष्यकाळात जगणारं मन. कल म्हणजे काल (yesterday) आणि कल म्हणजे उद्या (tomorrow) म्हणजे 'कलकल' करणारं मन.
३.	**वर्त-मन**	वर्त-मन म्हणजे वर्तमानात राहणारं मन. जे आपल्या चहूबाजूला चालत असतं त्यालाच आपण 'वर्त-मन' (Present Mind) असं म्हणतो. वर्त-मन म्हणजे वर्तमानात जे काही चाललं आहे, त्याचं अवलोकन करणारं मन. या

क्षणी जे काही चालतं ते साक्षीभावानं पाहणारं मन.

४. **प्लस मन** सकारात्मक विचार करणारं मन म्हणजे प्लस मन. जे मन नकारात्मक विचार करतं त्यालाच निमित्त बनवायचं आहे. त्यासाठी त्या मनाला प्रथम सकारात्मक बनवावं लागेल. म्हणजेच माणसानं स्वत:ला सकारात्मक विचारक (Positive thinker) बनवायला हवं. सकारात्मक विचार मनाला 'नमन' करण्यासाठी मार्गदर्शक बनतील.

५. **सुपर मन** सुपर मन म्हणजे जे मन अतिवेगानं भूतकाळात व भविष्यकाळात जाऊन झटकन परत वर्तमानात येतं. मनानं भूतकाळात जाऊन येणं म्हणजे झालेल्या चुकांपासून काही शिकणं पण तिथंच रेंगाळणं नव्हे. असं सुपर मन भविष्यात काही आराखडा बनवून पुन्हा वर्तमानात येतं व सहजमनानं काम करतं. आपल्या मनाला जर सुपर मनासारखी भूतकाळात व भविष्यकाळात झटकन चक्कर मारून येण्याची कला साध्य झाली, आपलं मन वर्तमन होऊ शकलं, प्लस मन झालं तर आपल्या जीवनात मोक्षयात्रा यशस्वी होईल. कारण त्यानंतरच ते मन हनु-मन बनेल.

६. **हनु-मन** हनु-मन म्हणजे जिथं सेवा आहे, भक्ती आहे, जिथं मोक्ष (रामासाठी समर्पण) आहे ते हनु-मन होय. शब्द कुठलेही वापरा, त्यानं काही फरक पडत नाही. मोक्षप्राप्तीनंतर जो आनंद मिळतो त्यातच सर्व कामं पार पडतात. आपलं मन जर वर्तमानात स्थित झालं तर आपल्या जीवनात जी काही कामं चालली आहेत ती सर्व आनंदानं पार पडतील. याच अवस्थेत आपलं हे मन अमन, सुमन, नमन होईल.

७. **सुमन** ज्या मनातून तिरस्कार, द्वेष, ईर्षा, हद्दपार झाली आहेत अशा मनाला सुमन म्हटलं जातं. सुमन म्हणजे विशुद्ध मन, जे नमन होण्याआधी सुमन झालेलं असतं. अशा मनाकडून कधीच कोणाचं नुकसान होत नाही, कोणाला त्रास होत नाही.

८.	अमन	अमन म्हणजे शांती. सुमन झालेलं मन आपोआप अमन होतं. तिथं फक्त शांतीच नांदत असते.
९.	नमन	मन जेव्हा समर्पित होतं, तेव्हाच ते न-मन होतं. मनाला 'न-मन' (No Mind) होण्यासाठी आधी मनातील विचारांचा गदारोळ संपुष्टात यायला हवा. अनावश्यक विचार नाहीसे व्हायला हवेत. जिथं मन एका मिनिटाला आठशे शब्द पकडू शकतं, तिथं त्याने एक किंवा दोन शब्दांवर संतुष्ट व्हायला हवं. मन नमन झाल्यानंतर हे शक्य होतं. त्यानंतरच त्याच्यामागं जे काही असतं, ते प्रकट होतं. अहंकारामुळे मन कधीच लीन होत नाही.

आपण आपल्या मनाला असं प्रशिक्षित करा, जेणेकरून ते केवळ प्रेम, सेवा, भक्ती, निष्ठा, श्रद्धा आणि समर्पणाच्या मार्गावर राहावं. हा मार्ग त्याने अंगीकारला तर ते आपल्याला आपल्या अंतिम ध्येयापर्यंत घेऊन जाईल, मोक्षप्राप्ती करून देईल आणि स्वत:ही भक्तिरसाचा आनंद लुटत राहील. माणसाला जेव्हा त्याच्या अंतरंगातील तेजआनंदाची जाणीव होऊ लागते, चित्शक्तीविषयी आत्मीयता वाटू लागते, तेव्हाच तो मायेच्या आकर्षणातून मुक्त होतो. सत्याविषयी तेजप्रेम जागृत झाल्यामुळे मन आज्ञाधारक बनतं. परिणामी ते अभिव्यक्तीसाठी साहाय्यक बनतं. स्वानुभव घेतेवेळी मन समर्पित (नमन) होतं. यासाठी मोक्षरूपी हिरा कसा प्राप्त करावा, याचं प्रशिक्षण मनाला देणं अत्यावश्यक आहे.

मन खरोखरच एक माकड आहे. ते सतत मायेच्या जंगलात भटकत असतं. दोरीला बांधून ठेवलं तरी ती तोडून उलट्या सुलट्या उड्या मारत राहतं; विसंगत आणि निरर्थक हालचाली करत राहतं. त्यालाच आपण माकडचेष्टा म्हणतो. त्याच्या या माकडचेष्टा क्लेषकारक, दु:खदायक असतात. अशा मनाला पारखीचे, गुरूंचे मार्गदर्शन मिळायला हवे. त्याला प्रेम, भक्तिभाव मिळायला हवा. आज्ञापालनातील आनंद मिळायला हवा. एवढंच नाही तर सुसंग, तेजसंग, तेजसंगत मिळायला हवी. दुसऱ्यांचे दोष दाखवणं त्यानं बंद करायला हवं. मोक्ष साधना केल्यानं मन आपला मित्र बनू शकतं. भवसागर पार करण्यासाठी नौका (साधन) बनू शकतं.

मन वेगवेगळ्या कल्पनांच्या, अनुमानांच्या, धारणा-प्रणालींच्या दोरखंडांनी

जखडलेलं असल्यामुळे ते कधी घाबरलेलं असतं, तर कधी चिंताग्रस्त असतं. कधी क्रोधित असतं तर कधी नैराश्यानं ग्रासलेलं असतं. म्हणून भय, क्रोध, चिंता, नैराश्य अशा गोष्टींना मनातून काढून टाकायला हवं. त्यासाठी मनाला जिंकणं आवश्यक आहे. तुलनात्मक मनच सर्व दु:खांचं मूळ आहे. तुलनात्मक मनाला जिंकायचं असेल, तर त्यासाठी आनंद प्राप्त करण्याची कला अवगत करायला हवी. प्रथम 'मी कोण आहे?' हे समजून घ्यायला हवं. तेजप्रेम, मोक्ष हे आपल्या अंतरंगातच, हृदयातच आहेत. या गोष्टीचा शोध तिथेच घेऊन ते ज्ञान प्राप्त केलं पाहिजे.

एका गावात एक पाथरवट राहत होता. तो डोंगरात जाऊन दिवसभर दगड फोडायचा. एके दिवशी दगड घडवत असताना त्याच्या मनात विचार आला 'मी इथं दिवसभर दगड घडवायचं कष्टाचं काम करतो, घाम गाळतो आणि लोक मात्र याच दगडांपासून छान छान बंगले बांधतात. माझासुद्धा असाच एखादा छानसा टुमदार बंगला असता तर...' तोच आकाशवाणी झाली 'तुझ्या सर्व इच्छा, मनोकामना पुऱ्या होतील.' लगेचच त्याचा स्वत:चा बंगला झाला. त्यानंतर काही दिवस अगदी मजेत गेले.

एके दिवशी त्याच्या बंगल्यासमोरून राजाची स्वारी चालली होती. पालखीत ऐषआरामात बसलेल्या राजाला त्यानं पाहिलं आणि त्याक्षणी त्याच्या मनात विचार आला, 'वा! किती छान! राजा बनून पालखीतून फेरफटका मारणं किती सुखद आहे. मीसुद्धा राजा असतो तर...' मनात असा विचार येताक्षणी त्याची तीही मनोकामना फळाला आली.

राजा बनून तो आता पालखीतून रुबाबात फिरू लागला. काही दिवस छान आनंदात गेले. त्यानंतर मात्र पालखीत गरमीने तो बेजार झाला. कारण उन्हाळा सुरू झाला होता. सूर्य आग ओकत होता, अंगाची लाहीलाही होऊ लागली. उकाडा असह्य वाटू लागला. अशातच त्याच्या मनात विचार आला 'राजापेक्षा सूर्य बलवान वाटतो. मला जर सूर्य होता आलं तर...'

त्यानंतर तो सूर्य बनला पण त्याचा आनंद उन्हाळ्यापुरताच टिकून राहिला. पावसाळा येताच आकाशात ढगांचं राज्य आलं. सूर्य ढगाआड गेल्यामुळे दिसेनासा झाला. आता त्याला वाटू लागलं, 'सूर्याला झाकाळून टाकणारे मेघ तर सूर्यापेक्षाही श्रेष्ठ आहेत. मला जर मेघ होता आलं असतं तर किती बरं झालं असतं...' हा विचार येताक्षणीच तो मेघ झाला. मेघाच्या रूपात अवकाशभ्रमण करू लागला. तो आनंदित

झाला. काही कालावधीनंतर त्याच्या लक्षात आलं की हवा, मेघांना इकडून तिकडं कुठंही सहज फिरवू शकते. तेव्हा त्याच्या मनात आलं 'मेघापेक्षाही हवा शक्तिमान आहे. मला जर हवा होता आलं तर...' या विचारासरशी त्याचं रूपांतर हवेत झालं.

आता तर तो हवा झाला होता. स्वैरपणे कुठेही फिरू शकत होता. भले मोठे वृक्ष भुईसपाट करत होता. त्याच्या या मनसोक्त दंगामस्तीचा पर्वतावर मात्र तसूभरही परिणाम होत नव्हता. एवढंच नव्हे तर पर्वताने आपली वाट अडवली आहे, आपल्याला थोपवून धरलं आहे असं त्याच्या लक्षात आलं. याचाच अर्थ पर्वत निश्चितपणे हवेपेक्षा शक्तिमान आहे. तेव्हा त्याला असं वाटू लागलं 'हवा बनण्यापेक्षा जर पर्वत होता आलं तर...'

असा विचार मनात येताच, क्षणार्धात तो पर्वत बनला. पण त्याचा आनंद दीर्घकाळ टिकला नाही. एके दिवशी एक माणूस आला. बहुतेक तो पाथरवट असावा. आल्याबरोबर तो माणूस त्या पर्वताचे लचके तोडू लागला. पर्वताचे दगड तोडून फोडून काढू लागला. तेव्हा त्याच्या लक्षात आलं, की या पर्वतापेक्षा हा माणूसच अधिक बलशाली दिसतो. मनात असा विचार येताक्षणी त्याचे रूपांतर पाथरवटात झाले.

अशाप्रकारे त्या माणसाचा, पाथरवटाचा प्रवास दगड फोडणाऱ्यापासून ते पुन्हा दगड फोडणाऱ्या माणसापर्यंत जागृतावस्थेत झाला. त्यामुळे पाथरवटाचं काम सोडून इतर काम करण्याची त्याची इच्छा नाहीशी झाली. त्यानंतरही तो तहहयात पाथरवटाचंच काम करीत राहिला पण जागृत अवस्थेत! त्यामुळे तो सदैव आनंदी राहिला.*

सकाळी उठल्यापासून ते रात्री झोपेपर्यंत आपल्या मनात कोणकोणते विचार येतात आणि दिवसभर आपण काय काम करतो, हे जर सजगपणे न्याहाळलं, त्याचं अवलोकन केलं, तर आपल्या दैनंदिन जीवनातील अनेक अनावश्यक गोष्टी नाहीशा होतील. आपल्या आजूबाजूला लक्षपूर्वक पाहिलं तर आपल्याला आश्चर्य वाटेल. दिवसभरात सर्वसामान्य माणसं त्यांच्या अज्ञानामुळे कितीतरी अनावश्यक गोष्टीत आपला वेळ नष्ट करतात. या अनावश्यक गोष्टीत वेळेचा इतका अपव्यय होतो, की त्यांच्याकडे सत्याचा शोध घेण्यासाठी वेळच शिल्लक राहत नाही. केवळ अज्ञानामुळे माणूस काही चुका वारंवार करत राहतो. त्यामुळे पश्चात्तापाखेरीज त्याच्या हातात काहीच राहत नाही. मग तो तक्रार करत राहतो, औषधासाठी पैसे नाहीत... हे नाही... ते नाही...

---

*हे चिन्ह असलेल्या ओळीवर मनन करा.

इत्यादी. अज्ञानामुळे जीवनाच्या चक्रव्यूहात अडकत जातो. त्या चक्रव्यूहातून बाहेर पडण्याचा मार्गच त्याला गवसत नाही. खरंतर चक्रव्यूहात घुसण्याआधी कोणत्या मार्गानं बाहेर पडता येईल, याचं भान त्यानं आधी ठेवायला हवं. बाहेर पडण्याचा मार्ग नेहमीच खुला ठेवला पाहिजे, तरच जेव्हा बाहेर पडण्याची इच्छा होईल, तेव्हा सहीसलामत त्वरित बाहेर पडता येईल. परतीचा मार्गच दिसला नाही, तर लोक या संसाराच्या चक्रव्यूहात अधिकाधिक अडकत जातात. परिणामी मोक्षप्राप्तीचा विचारसुद्धा त्यांच्या मनाला शिवत नाही.

अज्ञानाचा अंधकार मिटविण्यासाठी मनापलीकडे जाऊन कार्य केलं पाहिजे. आतापर्यंत सांगितलेल्या सर्व गोष्टींवर मनन करा. मनाला नमन करा, अमन करा, सुमन करा आणि मगच अंतर्यामीचा प्रवास, मोक्षयात्रा सुरू करा.

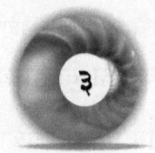

३

मोक्षयात्रेस प्रारंभ

मोक्षानंतर

मोक्ष आपल्या अंतरंगात आहे, आपल्या आत आहे.
मन अनुभवाला लपवतं, झाकून ठेवतं.
योग्य आणि भक्तियुक्त प्रतिसादानेच मोक्षयात्रेचा प्रारंभ होतो.

एका माणसानं एकदा स्वप्न पाहिलं. त्या स्वप्नात त्याला एक चेहरा दिसला. त्याला तो चेहरा खूप आवडला आणि तो त्या चेहऱ्याच्या प्रेमातच पडला. सकाळी उठल्यानंतर त्यानं विचार केला, 'मी असा चेहरा असलेल्या माणसाला नक्की भेटणार. त्याला भेटल्याशिवाय मी जगूच शकणार नाही.' त्यामुळे तो त्याच्या शोधार्थ बाहेर पडला. कुठे ना कुठे तो चेहरा आपल्याला नक्की दिसेल असं त्याला वाटत होतं. चेहऱ्याच्या शोधात तो गावोगावी हिंडला. कित्येक शहरं त्याने पालथी घातली. पण त्याला हवा असलेला चेहरा कुठेच दिसला नाही. त्याने त्या चेहऱ्याचं वर्णन करून कित्येक लोकांना विचारलं, 'अशा चेहऱ्याच्या माणसाला तुम्ही ओळखता का? असा चेहरा तुमच्या पाहण्यात आला आहे का? मी या चेहऱ्याच्या शोधार्थ फिरत आहे. तुम्हाला जर ठाऊक असेल, तर मला मदत करू शकाल का?' खरंतर त्याला त्या चेहऱ्याचं नीट वर्णन करता आलं नव्हतं. त्या चेहऱ्याचं नेमकं चित्र तो शब्दातून व्यक्त करू शकला नाही. तो चेहरा दिसतो कसा, नाकाची ठेवण कशी आहे, डोळे कसे आहेत, ओठांची रचना कशी आहे हे तो नीटपणे सांगू शकला नाही. त्यामुळे त्याला

कोणी फारशी काही मदत करू शकलं नाही. शिवाय त्याकाळी आरशाचा शोधही लागलेला नव्हता, त्यामुळे त्याने स्वत:चा चेहरासुद्धा कधी पाहिला नव्हता.

शेवटी तो त्या चेहऱ्याचा शोध घेत घेत एका डोंगरपायथ्याशी वसलेल्या गावात गेला. तिथल्या गावकऱ्यांकडेसुद्धा विचारपूस केली. गावकरी म्हणाले, 'आजवर आम्ही अशा चेहऱ्याचा माणूस पाहिला नाही. पण एक काम करू शकता. या डोंगरमाथ्यावर एक गुरुजी राहतात. त्यांना तुम्ही भेटा. तुम्ही तिथं टिकू शकलात तर हमखास तुम्हाला हवा असलेला चेहरा गवसेल. त्या गुरुजींकडे आजपर्यंत अनेक लोक गेले पण कोणीच तिथं फार काळ राहू शकलं नाही मात्र जे कोणी राहिले ते मोठ्या समाधानानं परत आले' असंही गावकऱ्यांनी त्याला बजावलं. गावकऱ्यांचं हे बोलणं ऐकून तो त्यांना म्हणाला, 'त्या चेहऱ्याचा शोध घेण्यासाठी वाट्टेल ते करायला मी तयार आहे. येणाऱ्या संकटाशी सामना करायला तयार आहे. मी गुरुजींकडे अवश्य जाणार.'

अशा प्रकारे तो माणूस त्या डोंगरावर गेला आणि गुरुजींना भेटला. त्याने गुरुजींना सारा किस्सा सविस्तरपणे सांगितला. त्याचं सर्व बोलणं ऐकल्यानंतर गुरुजी त्याला म्हणाले, 'त्यासाठी तुला इथं राहावं लागेल. अशी अशी कामं करावी लागतील. तुला माझी सेवा करावी लागेल. अमुक अमुक प्रकारे दगड उचलून आणावे लागतील व त्यापासून काही वस्तू बनवाव्या लागतील. काही दगड तुला घासावे लागतील.' त्या माणसानं उत्तर दिलं, 'मी सर्व काही करायला तयार आहे. इतकंच काय आपली सेवाही करायला तयार आहे.'

गुरुजींनी त्याला एक दगड घासायला दिला. तो त्या दगडाला घासून चकाकी आणण्याचं काम करू लागला. त्याने गुरुजींना चकाकणारा दगड दाखवला. गुरुजी म्हणाले, 'दगड अजून घासायला हवा.' दुसऱ्या दिवशी सकाळचे सगळे विधी उरकून पुन्हा दगड घासण्याचं काम त्याने सुरू केलं. अशा प्रकारे दगड घासता घासता काही दिवस निघून गेले. अजूनही तो दगड घासतच होता. त्याच्या मनात वारंवार विचार यायचा 'हे मी काय करीत आहे? मी इथं कशासाठी आलो होतो. मी इथं दगड घासण्यासाठी आलो आहे का?' त्याचं मन त्याला सांगायचं, 'बस झालं, आपल्या घरी जा आता.' परंतु त्याला तर तो स्वप्नातील चेहरा बघण्याची तीव्र इच्छा होती. तो अधून मधून गुरुजींना विचारायचा, 'हा दगड घासून मला काय मिळणार? या दगड घासण्याचा आणि त्या स्वप्नात पाहिलेल्या चेहऱ्याचा (सत्याचा) काय संबंध?' गुरुजींनी त्याला बजावलं, 'पुन्हा जर का तू हा प्रश्न विचारलास तर तुला येथून परत पाठवण्यात येईल.'

परत तो हताश होऊन दगड घासत राहायचा.

एके दिवशी तो दगड घासून घासून त्याचा चकचकीत आरसा बनला. परंतु ही गोष्ट त्याच्या लक्षातच आली नाही. अचानक त्याला स्वत:चा चेहरा त्या आरशात दिसला. तो चेहरा पाहून त्याच्या मुखातून आपोआप आश्चर्याचे उद्गार बाहेर पडले, 'अरे, हाच तर तो चेहरा, ज्याचा मी शोध घेतोय.' तो अगदी आनंदानं नाचतच गुरुजींकडे गेला आणि म्हणाला, 'ज्या चेहऱ्याच्या शोधात मी वर्षानुवर्षे भटकत होतो तोच चेहरा मला या दगडात सापडला.' गुरुजींनी अगदी शांतपणे त्याला सांगितलं, 'तुला अन्य काही नाही तर तुझाच चेहरा गवसला आहे.'

ही गोष्ट एक प्रतीक आहे. बाहेरचा चेहरा शरीराला मिळालेला आहे पण आतल्या चेहऱ्याचं काय? इथं जी गोष्ट सांगितली गेली ती आतील चेहऱ्याची आहे. आपल्या अंतरंगात जो चेहरा आहे तोच आपला खरा चेहरा, तेच आपलं सत्य स्वरूप आहे. हे स्वरूप जाणून घेण्यासाठी लोकांना सत्य जाणून घेण्याची ओढ असते. आतील चेहऱ्याची परिभाषा, त्याचं वर्णन आपण कोणत्या शब्दात कराल? अंतर्यामी असलेल्या चेहऱ्याची परिभाषा समजावून सांगण्यासाठी बाह्य चेहरा प्रतीक म्हणून वापरला आहे. तो माणूस ज्या चेहऱ्याच्या शोधात भटकत होता, तो चेहरा त्याला सापडला, तेव्हा त्याला 'स्व'ची जाणीव झाली. तो आपल्या अनुभवावर स्थापित झाला म्हणजेच त्याला सत्य गवसलं, सत्याचा बोध झाला. या गोष्टीवरून आपल्या हे लक्षात आलं असेल, की सत्य, मोक्षावस्था आपल्या अंतरंगातच आहे.

मोक्षासंबंधी आपण जेव्हा काही ऐकतो, तेव्हा त्याविषयी सखोल जाणून घेण्याची इच्छा, जिज्ञासा आपल्यात निर्माण होते व त्यामुळे आपण अधिक सखोल विचार करू लागतो. त्यानंतर जेव्हा जेव्हा आपली अनिष्ट विचारातून, विकारातून सुटका होते, मुक्ती मिळते, तेव्हा आपल्याला प्रचंड आनंद होतो व मोक्षाविषयी आपलं आकर्षण अधिकाधिक वाढतं. आता आपली जीवनयात्रा मोक्षप्राप्ती केल्याविना संपणार नाही असं आपल्याला वाटू लागतं. जोवर हा मोक्षप्राप्तीचा प्रवास यशस्वी होत नाही, तोवर आपले प्रयत्न चालूच ठेवणार असा आपण निश्चय करतो. इथं आपल्याला एका गोष्टीचा विचार करायला हवा, की ज्या मोक्षासंबंधी आपण चर्चा करीत आहोत, अखेर तो मोक्ष आहे कुठे? बहुधा तो अनुभव आपल्या आतच असावा आणि आपण मात्र त्याचा शोध बाहेर घेत आहोत. त्या माणसाचा स्वत:चा चेहरा त्याच्या सोबत असूनही तो मात्र जगभर शोधत होता. याचं खरं कारण असं, की आपल्याला आपल्या वस्तू बाहेर

शोधण्याची सवय लागली आहे. 'काखेत कळसा, गावाला वळसा.' म्हणून हे पक्कं लक्षात ठेवा, की मोक्षावस्था बाहेर कुठेही नसून ती आपल्या अंतर्यामीच आहे.

मोक्षाविषयी आपण जेव्हा काही गोष्टी ऐकतो, तेव्हा त्याविषयी मनात आणखी जिज्ञासा जागृत होते. त्यानंतर आपण अधिक सखोलतेनं विचार करू लागतो. मग पुढे जाऊन नकारात्मक विचार आणि विकारांतून आपण मुक्त होतो, तेव्हा आनंदी झाल्याने मोक्षाप्रति आपलं आकर्षण अधिकच वाढतं. आता मोक्षप्राप्तीशिवाय आपला जीवनरूपी प्रवास पूर्ण होणारच नाही असं आपल्याला वाटू लागतं. परंतु ज्याची चर्चा आपण करत आहोत, तो मोक्ष नेमका आहे कुठे? ही बाब येथे विचार करण्यायोग्य आहे. कदाचित तो आपल्या अंतर्यामीच तर नाही? पण आपण मात्र त्याला बाहेर शोधत आहोत. कारण आपल्याला प्रत्येक गोष्ट बाहेरच शोधण्याची सवय आहे. म्हणून एक गोष्ट आपण नेहमी लक्षात ठेवायला हवी, की मोक्ष आपल्याच अंतरंगात आहे!

१. मोक्ष आपल्या अंतरंगात आहे

एका चर्चचा पहारेकरी दररोज घंटा वाजवत असे. ते चर्च फार मोठं होतं. त्यामुळे घंटा वेळेवर वाजवणं अत्यावश्यक होतं. वेळ चुकू नये म्हणून तो अतिशय दक्ष राहायचा. त्यासाठी तो शहरात जिथं जिथं मोठी घड्याळं टांगलेली होती तिथं तिथं तो फोन करून वेळ विचारायचा. वेळ चुकेल या भीतीपोटी तो पाच मिनिटं आधीच फोन करायचा आणि वेळेवर घंटा वाजवायचा.

एके दिवशी तो काही कामानिमित्त शहरात गेला. परत येत असताना तो सिटी टॉवरच्या रस्त्यानं निघाला होता. तिथल्या लोकांना भेटण्यासाठी तो आत गेला, त्याने सर्वप्रथम स्वत:चा परिचय करून दिला. लोकांनी त्याचं उत्तम स्वागत केलं. छानशा गप्पा मारल्या. पहारेकरी म्हणाला, ''मी तुम्हाला टेलिफोन करताच तुम्ही मला नेमकी वेळ सांगत असल्यानं आमच्या चर्चचे सर्व कार्यक्रम अगदी वेळेवर होतात. त्याबद्दल मी आपला फार आभारी आहे.'' वेळ सांगणारे लोक त्याला म्हणाले, ''अहो आम्ही तर चर्चची घंटा ऐकूनच घड्याळ लावत असतो. घड्याळातील वेळ अगदी अचूक असावी म्हणून आम्ही घंटा ऐकून त्यानुसार वेळ ठीक करतो.''

पहारेकऱ्याला प्रथमच समजलं, हे लोक आपली घड्याळं चर्चच्या घंटेचा आवाज ऐकून लावतात. आतापर्यंत तो हे समजत होता, की त्याला बाहेरून वेळ कळत होती. परंतु आपण अगदी योग्य वेळी घंटा वाजवत असतो, याची त्याला खात्री झाली. या

गोष्टीवरून असा बोध होतो, की मोक्ष तर आपल्या आतच आहे पण आपण मात्र त्या पहारेकऱ्यासारखं बाहेर शोधत असतो.

बऱ्याचदा आपल्याला असं वाटतं, की बाह्य वस्तूच आपल्याला आनंद देतील, खुशी देतील. एखाद्यानं आपलं काम केलं तर आपल्याला आनंद होतो. दूरदर्शनवरचे कार्यक्रम पाहताना किंवा मनोरंजनाचे कुठलेही कार्यक्रम पाहताना वा ऐकताना आपण आनंदात असतो. आपल्याला असे कार्यक्रम बघायला, ऐकायला आवडतं. तात्पर्य, आपण नेहमी बाह्य साधनांमध्ये आनंद शोधत असतो. प्रत्येक वेळी खुश राहण्यासाठी आपल्याला बाह्य कारण लागतं. पण जर का आपल्याला आपल्या आतच आनंदाचा झरा सापडला, तर आपण बाह्य साधनांवर अवलंबून राहणार नाही. कधी कधी आपण परिचित लोकांना विचारतो, 'कसं काय चाललं आहे? मजेत आहात ना?' तेव्हा उत्तर मिळतं, 'नोकरी मिळाली... मुलीचं लग्नही अगदी थाटामाटात पार पडलं... नातू झाले... एकदम मजेत आहोत.' पण जर का त्यांना असं विचारलं, 'आपण जिवंत आहात याचा आपल्याला खरोखरच आनंद आहे का?' तेव्हा मात्र त्यांना आश्चर्य वाटेल, की हा असं का विचारतो आहे? केवळ जिवंत आहे म्हणून कोणी आनंदी असतो का? हे कसं शक्य आहे.*

एखाद्याने आपल्याला असा प्रश्न विचारला तर विचित्र वाटतं. एखादा म्हणाला, 'मी जिवंत आहे म्हणून तर खूश आहे' तर हे ऐकून आपल्याला नवल वाटेल. हे कसं शक्य आहे? परंतु स्वतःबद्दल खोलवर विचार केला, तर आपल्याला ही गोष्ट समजू शकते.

२. मन, अनुभवाला झाकोळून टाकतं

आपण एक दृश्य नेहमीच पाहत आलो आहोत. जिथं पाणी साचतं तिथं डबकं किंवा तळं बनतं आणि त्या साचलेल्या पाण्यावर शेवाळ दिसतं. त्या पाण्याचा वापर करायचा असेल, तर आधी त्या पाण्यावरील शेवाळ काढून टाकावं लागतं. किमान बाजूला तरी हटवावं लागतं. तळ्यातील पाण्याचा वापर केल्यानंतर पुन्हा काही दिवसांनी शेवाळ साचतं. आपलं मनसुद्धा त्या शेवाळासारखंच आहे. आपल्या अंतरंगातील झऱ्यावर इच्छा, आकांक्षा, विचारांचं शेवाळ साचत राहतं. अगदी सकाळी उठल्यापासून

---

*हे चिन्ह असलेल्या ओळीवर मनन करा.

ते रात्री झोपेपर्यंत मनात कितीतरी इच्छा-आकांक्षा पल्लवित होत असतात. सकाळी घरातून बाहेर पडायला उशीर झाला, की गाडी मिळावी ही इच्छा निर्माण होते. गाडी मिळाली तर आनंद होतो. पण हा आनंद फार काळ टिकत नाही. कारण लगेच मनात दुसरी इच्छा निर्माण होते, 'ऑफिसमध्ये वेळेवर पोहोचलं पाहिजे.' असं इच्छाचक्र सतत भिरभिरत असतं.

एक इच्छा पूर्ण झाली, की आपण आनंदित होतो, तोच दुसरी इच्छा निर्माण होते. याचाच अर्थ असा, की इच्छापूर्तीच्या आनंदानं मनावर साचलेलं शेवाळ अल्पकाळ दूर होतं परंतु नवी इच्छा निर्माण होताच परत शेवाळ जमा होतं. अशा प्रकारे हे मनावर साचलेलं शेवाळ कायमस्वरूपी दूर करण्याचा, एखादा उपाय आहे का? आपल्याजवळ जर अस्सल जाण, समज असेल, तर निश्चितच हे इच्छा-आकांक्षांचं शेवाळ क्षणार्धात विलीन होऊ शकेल.

मोक्षप्राप्ती हवी असेल, तर चुकीच्या इच्छा-आकांक्षा आणि यांत्रिकी जीवनापासून सुटका व्हायला हवी. त्यासाठी आपण आपल्या कोणत्या सवयी सोडल्या पाहिजेत, कोणत्या सवयी आपल्यासाठी उपयुक्त आहेत, हे जाणून घेणं अत्यावश्यक आहे. यांत्रिकी जीवन म्हणजे काय आणि मोक्षप्राप्तीसाठी यांत्रिकी जीवनचक्रातून मुक्त होणं का आवश्यक आहे... त्या सात मुक्ती कोणत्या आहेत... या सर्व गोष्टींचा अभ्यास आपण पहिल्या खंडात करणार आहोत.

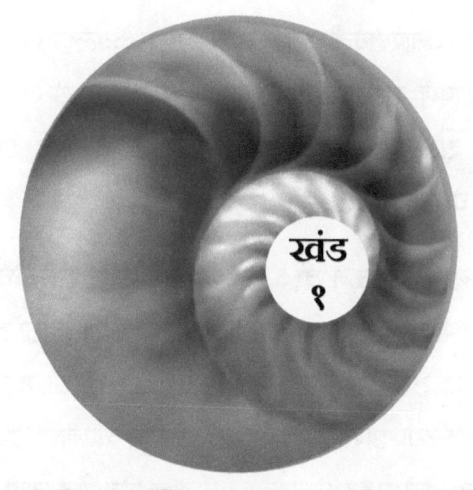

अमोक्षाचे सात सोबती

सत्याचा उचित आणि परिपूर्ण अर्थ

सत्याचा उचित आणि परिपूर्ण अर्थ

सत्य हा शब्द दोन अक्षरांपासून बनला आहे, 'स' आणि 'त'. बाह्य जगातील सत्य (स) म्हणजे नाकासवे सुगंध, डोळ्यांसवे दृश्य, कानांसवे संगीत, जिव्हेसवे स्वाद, त्वचेसवे स्पर्श आणि मनासोबत विचारशक्ती. आजपर्यंत आपण केवळ 'स'लाच जाणलं. म्हणून आपण सत्याचा उचित आणि परिपूर्ण अर्थ समजू शकलो नाही. तो समजून घ्यायचा असेल, तर 'त'चा गहन, अगम्य अर्थ समजून घेतला पाहिजे.

दोन 'त' मिळून तत्त्व बनतं. ज्याप्रमाणे साखरेचा गुणधर्म, मूळ तत्त्व गोडी, पाण्याचं मूळ तत्त्व ओलावा, शीतलता त्याचप्रमाणे आपलं मूळ तत्त्व आहे 'सेल्फ' (साक्षी, तेज). आपण खरोखरच कधी स्वत:च्या असण्याचा आनंद जाणून घेण्याचा प्रयत्न केला आहे का? असे प्रश्न आपल्या मनात कधीच येत नाहीत. आपला मूळ उद्देश आहे 'मोक्षप्राप्ती.' स्वत:च्या अर्कामध्ये स्वत:ला स्थापित करणं म्हणजे स्वर्गात (स्व अर्क) मोक्षात प्रवेश करणं. 'नरक'चा अर्थ आहे 'न अर्क' म्हणजे जो स्वत:हून वेगळा आहे, भिन्न आहे. मानवजन्म मिळूनसुद्धा आपण आपल्या मूळ तत्त्वाला ओळखू शकत नाही. परिणामी नरकातच राहतो. ज्यांनी या शब्दांची निर्मिती केली असेल, ते निश्चितच या शब्दांशी परिचित असतील. स्वआनंदाचा स्वाद त्यांनी चाखला असेल.

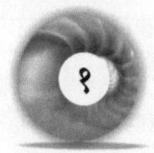

१

अहंकारातून मुक्ती

बुद्ध, बुद्धी आणि अहंकार

अहंकाराच्या जन्म-मृत्यूपासून मुक्ती मोक्ष आहे - मोक्षमार्गातील सर्वांत मोठा अडसर अहंकार -सत्त्वगुणाचा अहंकार - बुध्द, बुध्दी आणि अहंकार - अहंकाराची सेवा बंद करा.

१. अहंकाराच्या जन्म-मृत्यूपासून मुक्ती म्हणजे मोक्ष

एका वैज्ञानिकाने समुद्राच्या लाटांवर एक प्रयोग केला. प्रत्येक लाटेत एक लुकलुकणारा बल्ब बसवला. जेव्हा समुद्रामध्ये लाट उठायची तेव्हा तो लहान बल्ब पेटायचा आणि जेव्हा ती लाट ओसरायची तेव्हा तो बल्ब विझायचा. त्या वैज्ञानिकांचा प्रयोग असा होता, की समुद्रात लाट उठताच तो बल्ब कधी लागतो आणि कधी विझतो, ते पाहणे. त्याने निरीक्षण केले की जेव्हा कोणी त्या लाटेची प्रशंसा करतं किंवा निंदा करतं, फक्त तेव्हाच तो बल्ब पेटतो.

तो प्रयोग पाहण्यासाठी वेगवेगळ्या स्तरातील लोक यायचे आणि पाहायचे, की लाटा कशा उठतात आणि कसे आपण त्या लाटांशी संभाषण साधतो. एखाद्या लाटेला वाईट साईट बोलताच बल्ब नाराज होऊन विझायचा व थोडं कौतुक करताच खुश होऊन पुन्हा पेटायचा. लोकांना आश्चर्य वाटायचे. जर त्या लाटांशी सर्वसाधारण गोष्टी केल्या म्हणजेच सहजपणे आपण जसे बोलतो, की आज किती तारीख आहे... आज वार कोणता, तेव्हा तो बल्ब अजिबात प्रज्वलित होत नव्हता.

असं का होतं? मनुष्याचं वास्तव समजण्यासाठी हे उदाहरण दिलंय. माणूस म्हणजे एक लाट आणि वैज्ञानिक म्हणजे ईश्वर आहे. माणसात असलेल्या अहंकारामुळे बल्ब प्रज्वलित होतो आणि विझतोही. आपण सहजपणे, स्वाभाविकपणे काम करीत असतो, तेव्हा अहंकार लुप्त झालेला असतो. आपण जाणताच की एखादी दुःखद घटना घडते किंवा कोणी आपल्याविषयी अपशब्द वापरतं, शिवीगाळ करतं, तेव्हा आपला अहंकार दुखावला जातो आणि बल्ब पेटतो. जेव्हा सर्वसाधारण गोष्टी चाललेल्या असतात किंवा स्वाभाविक कामकाज चालू असतं, म्हणजेच सहज मनाचं कार्य चालू असतं, तेव्हा अहंकार विलीन झालेला असतो व त्यामुळे बल्ब विझतो.

'बल्बचं प्रज्वलित होणं - विझणं' हा प्रयोग पाहण्यासाठी कितीतरी लोक येत असत. एकदा एक माणूस येतो आणि वैज्ञानिकाला म्हणतो, 'मला या लाटांशी काही काळ एकांतात बोलायचं आहे.' त्या माणसाने लाटांशी एकांतात बोलल्यानंतर वैज्ञानिकाच्या लक्षात आलं, की तो माणूस लाटांशी बोलल्यानंतर त्या पूर्वीसारख्या राहिल्या नाहीत. त्यांच्यातील बल्ब आता काहीही बोललं तरी प्रज्वलित होत नाहीत. आता त्यांना शिव्या घाला किंवा कौतुक करा, बल्ब बंदच असतो, विझलेलाच असतो. लोकांना आश्चर्य वाटलं. त्या माणसाने त्या लाटांना असं काय सांगितलं, की आता तो दिवा बंदच झाला? अखेर त्या माणसालाच विचारलं तेव्हा तो म्हणाला, 'मी त्यांना 'संपूर्ण मोक्षा'चं रहस्य सांगितलं. परिणामी त्यांच्यात जो अहंकार निर्माण होत होता, तो आता बंद झाला. अशा प्रकारे अहंकाराच्या जन्म-मृत्यूचा खेळ संपुष्टात आला.

बहुतांश लोकांची अशी धारणा आहे, की जीवन-मृत्यूच्या फेऱ्यातून जो मुक्त होतो, त्याला मोक्षप्राप्ती होते. यामुळे अशी कल्पना झाली, की शरीराचा जन्म आणि मरणाचा फेरा बंद व्हावा म्हणजेच समुद्रामध्ये लाटांचं उठणं बंद व्हावं. परंतु ही धारणा चुकीची आहे. लाटा तर उठणारच आहेत परंतु त्यांच्यातील जळणारा-विझणारा बल्ब (जो जन्मतो आणि मरतो) म्हणजेच अहंकाराच्या जन्म-मृत्यूचा खेळ बंद होईल व त्यानंतर जी अवस्था निर्माण होईल, तीच 'मोक्ष' असेल!

लोकांच्या मनात किती मोठी चुकीची धारणा घर करून बसते. लोक शरीराच्या जन्माला आणि मृत्यूलाच मोक्ष समजून बसतात. तसं पाहिलं तर शरीर पहिल्यापासूनच मृत आहे. जेव्हा ते जिवंत वस्तूशी संलग्न होतं तेव्हाच ते चालतं, बोलतं. ही जिवंत वस्तू म्हणजेच चैतन्य. चैतन्यच 'स्व'अनुभव आहे. परंतु माणूस शरीरालाच 'मी' समजून बसला आहे. अहंकाराला नेहमीच असं वाटतं 'मी इतरांहून वेगळा आहे.' परंतु आता

आपल्याला माहिती आहे, की समुद्रात कितीही लाटा उठल्या तरी त्या वेगळ्या नसतात. कारण त्या समुद्रातूनच उठत असतात. लाटा जर आपापसात बोलू लागल्या, 'मी सर्वांत उंच आहे, तू लहान आहेस, क्षुद्र आहेस' तर आपल्याला नक्कीच हसू येईल. आपण त्यांना म्हणाल, 'तू त्याच पाण्यातून जन्मली आहेस, उठली आहेस, तू तेच पाणी (समुद्र) आहेस. वेगळी नाहीस.'

या गोष्टीप्रमाणे माणसाच्या आतसुद्धा एकच चैतन्य आहे. परंतु हे ठाऊक नसल्याने, अज्ञानामुळे हा वादविवाद चालत असतो, 'यानं मला वाईट म्हटलं, त्यानं माझं कौतुक केलं.' अहंकार याच विचाराने पेटून उठतो, 'मी श्रेष्ठ आहे आणि हा समोरचा कनिष्ठ आहे' हेच अज्ञानाचं मूळ कारण. अज्ञानाची सुरुवात इथूनच होते.

माणसाचं मन कित्येक विकारांनी ग्रस्त आहे. पण त्याचा खराखुरा आजार, त्याची मूळ व्याधी 'अहंकार' आहे. 'मी, माझे लोक, माझ्या वस्तू' अशा प्रकारचे विचार करणाऱ्या मनात सामावलेला सूक्ष्म विकार म्हणजे अहंकार. अहंकार जेव्हा जागृत होतो, तेव्हा माया (मी) निर्माण होते. यातील 'मी' जितका मोठा, तितका अहंकार मोठा असतो. माणसाच्या दुःखाचं आणि क्रोधाचं मूळ कारणसुद्धा अहंकारच आहे. नेहमी माझं धन... माझं पद... माझा हुद्दा... माझा मित्रपरिवार... माझे नातेवाईक... अशा प्रकारची कधीही न संपणारी यादी तयार होते. म्हणूनच आपण पाहतो की खास करून श्रीमंत लोकांमध्ये अहंकार ओतप्रोत भरलेला असतो. गरिबातही अहंकार असतो पण तो वेगळ्या प्रकारचा. माणसाला जेव्हा आपल्या शरीराची ओळख होते आणि 'मी कोण आहे', या प्रश्नाच्या उत्तराचा विसर पडतो, तेव्हा त्याच्यातील अहंकार डोकं वर काढू लागतो. मोक्षमार्गात अहंकार हा सर्वांत मोठा शत्रू आहे. म्हणून अहंकारापासून मुक्त होणं अत्यावश्यक आहे. जोपर्यंत अहंकार आपल्या मनात घर करून आहे, तोपर्यंत कुठल्याच प्रश्नाचं उत्तर आपण समजू शकत नाही. तात्पर्य, जोपर्यंत आपल्यातील अहंकाराचं विसर्जन होत नाही, तोपर्यंत मोक्षमार्गातील अडसर दूर होत नाही, मोक्षाचा मार्ग सुलभ होत नाही.

२. मोक्षाच्या मार्गातील अडसर - अहंकार

जीवन म्हणजे झुळझुळ वाहणारा निर्झर. झऱ्याचं झुळझुळ वाहणं हे त्याचं सौंदर्य आहे. त्याच्या प्रवाहात अनेक अडथळे येतात. हा अडसर त्याची कमजोरी आहे, दुबळेपणा आहे. या प्रवाहात एक संवेदनशील बाधा आहे, 'अहंकाराची शिळा'.

अहंकार दोन प्रकारचा असतो :

१. **खोटा अहंकार** – ज्यात माणूस साध्या-साध्या निरर्थक बाबीसुद्धा मनाला लावून घेतो.

२. **अस्सल अहंकार** – यात माणूस इतरांपेक्षा आपण कोणीतरी वेगळे आहोत असं समजत असतो.

पुढील उदाहरणाद्वारे ही गोष्ट आपण व्यवस्थित समजून घेऊया. आपण चित्रपटगृहात चित्रपट पाहण्यासाठी जातो, तेव्हा दारावर उभा असलेला माणूस अर्धे तिकीट फाडून आपल्याला परत करतो. नंतर दुसरा माणूस आपल्याला आपली खुर्ची दाखवतो. पहिला माणूस खोट्या अहंकाराचं प्रतीक आहे. तो कोणतीही गोष्ट काटेकोरपणे तुलनात्मक दृष्टिकोनातून पाहत असतो. दुसरा माणूस अस्सल अहंकाराचं प्रतीक आहे. तो स्वत:ला फार महत्त्वपूर्ण, व्ही.आय.पी. समजत असतो. पण नकळत, अज्ञानवश तो स्वत:ला शरीरच समजत असतो. शरीराला तर एक वेगळी खुर्ची पाहिजे, मान-सन्मान पाहिजे. लोकांचं लक्ष शरीराकडं असावं, असंच त्याला सतत वाटत असतं. परंतु असं झालं नाही तर तो दु:खी होतो, अस्वस्थ होतो, बेचैन होतो. याचाच अर्थ असा, की तो त्याच्यात असलेल्या अहंकारामुळे दु:खी होतो. केवळ अहंकारामुळे तो बेहोशीपूर्ण, यांत्रिक जीवन जगतो. माणसाच्या जीवनप्रवाहात काम, क्रोध, लोभ, मोह, भय, घृणा, तिरस्कार, तुलना, चिंता यांसारख्या कितीतरी बाधा येत असतात. परंतु या सर्व अडथळ्यांपेक्षाही सर्वांत मोठा आणि मुख्य अडसर आहे तो अहंकाराचा. खोट्या अहंकाराबद्दल लोकांना थोडंफार तरी माहिती आहे. परंतु अस्सल अहंकारासंबंधी लोकांनी कधी फारसा विचारच केला नाही. खूप कमी लोकांनी या विषयावर मनन-चिंतन केलं आहे. त्यातीलही फारच थोड्या लोकांनी अहंकाराचं समर्पण केलं आहे. अहंकाराच्या समर्पणानंतरच 'आत्मसाक्षात्कार' होतो. याच अवस्थेला स्वयंबोध, आत्मबोध, मुक्ती अथवा मोक्ष असं म्हटलं जातं.

मूल अडीच-तीन वर्षांचं होताच त्याच्या आत अहंकार अंकुरू लागतो. परिवारातील सर्वांचं लक्ष त्या मुलावर केंद्रित झालेलं असतं. त्याच्यासाठी विविध प्रकारची खेळणी, वेगवेगळी मिठाई, नवे-नवे कपडे आणले जातात. त्यामुळे ते मूल स्वत:ला खूपच महत्त्वपूर्ण असं कोणीतरी समजू लागतं. 'मी अजून लहान आहे, अशक्त आहे म्हणून सगळेजण माझी काळजी घेत असतात, व्यवस्थित पालन-पोषण करीत असतात'

ही गोष्ट तो समजू शकत नाही. मोठा झाल्यानंतर त्याला पहिल्यांदा जेव्हा त्याच्यातील 'अहंकाराची', 'मी'ची जाणीव होते, तेव्हा तो अहंकारापासून मुक्त होण्यासाठी मनन, चिंतन, पठण, सत्संग यांसारख्या गोष्टींचा आधार घेऊ लागतो. त्यामुळे त्याच्यातील खोटा अहंकार संपुष्टात येऊ लागतो. परंतु खरा अहंकार मात्र जसाच्या तसा कायम राहतो. या अहंकाराला 'सूक्ष्म अहंकार' असंही म्हटलं जातं. सत्संगात मिळालेल्या साधनेतून आलेल्या परिपक्वतेनंतरच त्याला 'सूक्ष्म अहंकार' दिसू लागतो. या अवस्थेनंतरच तो पूर्णपणे खोट्या अहंकारातून मुक्त होतो. निरंतर जागृत राहून तो यांत्रिक जीवनापासूनही विमुक्त होऊन स्वाभाविक जीवन जगू लागतो. आता तो स्व-अनुभवावर स्थापित होतो. स्व-अनुभव प्राप्त होणं आणि स्व-परिचय शब्दातून होणं या दोन भिन्न आणि स्वतंत्र गोष्टी आहेत. या अवस्थेची जाण आल्यानंतरच अस्सल अहंकारातून मुक्ती मिळू शकते.

३. सत्त्वगुणीचा अहंकार

स्वानुभव प्राप्त करण्यासाठी सत्त्वगुणी होणं अत्यावश्यक आहे. पण एखादा म्हणत असेल 'मी सत्त्वगुणी झालो आहे' आणि असं म्हणून तो सत्त्वगुणी होण्यालाच महत्त्व देत असेल, तर त्याचा अहंभाव वाढेल. तो म्हणेल, 'मी तर सत्त्वगुणी आहे, कोणालाच त्रास देत नाही, कोणाच्या भानगडीत पडत नाही, उलट सर्वांची सेवाच करत असतो. मी इतरांपेक्षा निश्चितच चांगला आहे.'

या सूक्ष्म अहंकारामुळे त्या माणसाचं नुकसान होतं. तो सत्त्वगुणाला सर्वकाही मानत असल्यामुळे सत्याच्या गोष्टी ऐकू शकणार नाही, समजू शकणार नाही. 'मी सर्वकाही जाणतो', 'मी सर्वज्ञ आहे' हा विचार, ही कल्पना किंवा हा भ्रमच त्याच्या मार्गातील मोठा अडसर बनेल. सांगायचं तात्पर्य असं, की गुणांचा विकास होऊनसुद्धा तो माणूस पथभ्रष्ट होऊ शकतो, त्याची दिशाभूल होऊ शकते. विकास होऊनसुद्धा तो अधोगतीच्या खाईत पडू शकतो. त्याला वाटतं, 'माझी अधोगती होत नसून उन्नतीच होत आहे.' परंतु हे माझं 'पतन' आहे, ही माझी अधोगती आहे, हे तो कधीही समजू शकत नाही. एखादा माणूस रस्त्यात थांबला असेल, तर त्याला आपण इथं अडकून पडलोत असं वाटतच नाही. 'या मार्गावर मी जिथपर्यंत पोहोचलो आहे तिथपर्यंत अन्य कोणी येऊच शकत नाही. म्हणूनच माझी एवढी प्रगती झाली आहे' असं त्या माणसाला वाटत असतं. आपण जे करत आहोत, ते अगदी योग्य करत आहोत, ज्या मार्गानं

चाललो आहोत तोच मार्ग उचित, हा त्याचा गैरसमज असतो. त्यामुळे अशा माणसाची त्याच्या धारणांच्या विपरीत कुणी काही सांगत असेल, तर ते ऐकून घेण्याची तयारी नसते.

भगवान श्रीरामचंद्रांचे गुरू वसिष्ठ ऋषी एकदा जंगलातून चालले होते. वाटेत त्यांनी एक माणूस पाहिला. तो माणूस मंत्रोच्चाराने आंब्याची फांदी वाकवून सहजपणे आंबे तोडत होता. हवे तेवढे आंबे तोडून झाल्यानंतर त्याने ती वाकवलेली फांदी मंत्राने पुन्हा सरळ केली. हे सर्व करत असताना गुरू वसिष्ठ त्या माणसाजवळ गेले आणि त्याच्याकडून तो मंत्र शिकायची इच्छा त्यांनी व्यक्त केली. तो माणूस त्यांना म्हणाला, 'ठीक आहे, हा मंत्र आपल्याला इथं तर शिकवू शकत नाही. त्यासाठी आपल्याला माझ्या घरी यावं लागेल.'

गुरू वसिष्ठ दररोज मंत्र शिकण्यासाठी त्या माणसाच्या घरी जायचे. परंतु जेव्हा ते घरी जायचे, तेव्हा तो माणूस घरातच कुठेतरी लपून बसायचा. एके दिवशी त्या माणसाच्या मुलाने वसिष्ठ ऋषींना विचारलं, 'आपण दररोज इथं का येत असता?' वसिष्ठ ऋषी म्हणाले, 'तुझ्या वडिलांकडून मला एक मंत्र शिकायचा आहे.' त्या माणसाच्या मुलाने विचार केला. हा माणूस रोजच आपल्या घरी चकरा मारत आहे. तेव्हा तो मंत्र आपण स्वत:च त्यांना शिकवूया. अशा प्रकारे त्या मुलाने तो मंत्र शिकवला. वसिष्ठ ऋषी परत आपल्या आश्रमात निघून गेले.

त्या मुलाने आपल्या वडिलांना सांगितलं, 'ते महर्षी जेव्हा मंत्र शिकण्यासाठी इकडे येत तेव्हा तुम्ही लपून बसत होता. म्हणून मीच त्यांना तो मंत्र शिकवला. आता ते परत इकडे येणार नाहीत.' मुलाचं हे बोलणं ऐकून तो माणूस म्हणाला, 'तू त्यांना तो मंत्र शिकवलास पण त्या मंत्राचा त्यांना काहीच लाभ होणार नाही.' मुलानं विचारलं, 'का लाभ होणार नाही?' तेव्हा वडिलांनी त्याला समजावून सांगितलं, 'एखादा माणूस अहंकारापोटी मंत्र वा विद्या शिकत असेल, तर त्याला त्या मंत्राचा वा विद्येचा फायदा होऊ शकत नाही; असा नियमच आहे. जो शिष्य बनून येतो आणि विनम्र होऊन शिकतो, तोच त्याचा फायदा घेऊ शकतो. असा मंत्र इतक्या सहजासहजी थोडाच शिकता येतो! ते तर तसे थोर ऋषी आहेत. म्हणून मी त्यांना पाहून लपून बसत होतो. मी अशा अहंकारी माणसाला कसा काय मंत्र शिकवू शकतो? कारण त्यांना त्या मंत्राचा लाभ होणारच नाही. ते महान ऋषी असल्यामुळे त्यांच्यात विनम्रता कोठून येणार आणि त्यांना मी हे कसं सांगणार, की तुमच्यात विनम्रता यायला हवी. एवढ्या मोठ्या ऋषींना असं सांगणं

मला कसं शक्य होतं? शिवाय त्यांची मला भीतीही वाटायची. जर त्यांना मंत्र शिकवूनसुद्धा फायदा होणार नसेल, तर त्यांच्यासमोर जाण्यात काय स्वारस्य? एकंदर मी असा विचार केला होता!'

काही दिवसांनी, हे दोघे पिता-पुत्र जंगलातून चालले होते. वाटेत त्यांना वसिष्ठ ऋषींचा आश्रम दिसला. आश्रमाच्या बाहेर वसिष्ठ ऋषी आपल्या शिष्यांना शिकवत असताना दिसले. त्याच वेळी वसिष्ठ ऋषींची नजर या दोघांवर गेली आणि ते पटकन आपल्या जागेवरून उठले. झपझप चालत त्या दोघांजवळ गेले. वाकून त्यांनी त्या मुलाचा विनम्रपणे चरणस्पर्श केला. वसिष्ठ ऋषी म्हणाले, 'आपण मला फारच उत्तम आणि उपयुक्त असा मंत्र शिकवलात. त्यामुळे माझी कितीतरी कामं सुकर आणि सुलभ झाली.' हे ऐकून त्या मुलाचे वडील आश्चर्यचकित झाले. ते आपल्या मुलाला म्हणाले, 'अरे यांचा मंत्र तर सफल झाला आहे.' तेव्हा मुलगा म्हणाला, 'पिताश्री, जे स्वत: गुरू आहेत त्यांना शिष्य कसा असावा हे निश्चितच ठाऊक असणार. खरे गुरूच खरा शिष्य कसा असावा, हे सांगू शकतात.'

अहंकार नष्ट झाल्याशिवाय सत्य प्रकट होऊ शकत नाही. याच अहंकाराला नमवण्यासाठी ईश्वराच्या मूर्तिची निर्मिती केली गेली आहे. अहंकार नष्ट करण्यासाठी अस्सल गुरूंची आवश्यकता असते.

४. बुद्ध, बुद्धी आणि अहंकार

गौतम बुद्धाला जेव्हा ज्ञानप्राप्ती झाली, तेव्हा त्यांच्या मुखातून काही विशेष, अनमोल शब्द बाहेर पडले. ते शब्द नेमके काय होते, हे सांगणं तसं महाकठीण आहे. एक तर ही घटना घडल्यावर काही शतकांनंतर त्या शब्दांची नोंद केली गेली. शिवाय ते शब्द जेव्हा मुखातून बाहेर पडले, तेव्हा ते ऐकणारं तिथं कोणी होतं का, हाही प्रश्न आहे. येशू ख्रिस्तानं जो संदेश दिला, जो उपदेश केला, तोसुद्धा काही शतकांनंतर लिहिला गेला. कारण त्या काळी ना रेकॉर्डिंगची सोय होती ना आजसारखी इंटरनेटची. गौतम बुद्ध असो किंवा अन्य थोर विभूती, मोक्षप्राप्तीनंतर त्यांच्या मुखातून जे शब्द बाहेर पडले, ते लिहिण्याचीसुद्धा सोय त्या काळी नव्हती. तेव्हा त्यांच्या वाणीतून व्यक्त झालेले वास्तव, ते शब्द आपल्याला समजणं तसं अशक्यच. बुद्ध असो किंवा ख्रिस्त, त्यांची तेव्हाची वाणी नंतर लोकांनी आपापल्या परीनं स्वत:च्या शैलीत लिहिलेली आहे. परंतु यावरून एक गोष्ट लक्षात येते, की मोक्षप्राप्तीनंतर बुद्धाने असे उद्‌गार का काढले, 'मी

घर (अहंकार) तयार होत असताना पाहिलं आहे.' हे वाक्य प्रत्यक्षात असं नव्हतं, परंतु गौतम बुद्धांचं तेव्हाचं वक्तव्य आजच्या भाषेच्या अनुषंगाने इथं सांगितलं गेलं आहे.

गौतम बुद्धानं म्हटलं, 'मी घर (अहंकार) तयार होत असताना पाहिलं. मात्र यानंतर कोणतंही घर बनणार नाही.'* याचा अर्थ असा, की ज्या कारणामुळे माणूस स्वत:ला आपण कोणीतरी वेगळे आहोत असं समजत असतो, एक स्वतंत्र व्यक्ती समजत असतो, तेव्हा त्याच्यात हा अहंकार कसा निर्माण होतो, ही गोष्ट गौतम बुद्धानं जाणली.

माणसातील जागृतीचे विस्मरण होऊन त्याच्यामध्ये अहंकाराची लागण कशी होते, ही गोष्ट भगवान बुद्धाने स्व-अनुभवातून जाणून घेतली. कल्पना करा, आपल्या अंतरंगात एक चोर लपलेला आहे. आपण जेव्हा बेहोशीत डोळे बंद करतो, तेव्हा तो त्वरित कामाला लागतो. याचा अर्थ चोर नेमका कधी जागृत होतो आणि कधी कामाला सुरुवात करतो ही गोष्ट समजून येते. त्यामुळेच बुद्ध म्हणाले, 'अहंकार कसा निर्माण होतो, हे निश्चितपणे समजल्याने आता यापुढे पुन्हा अहंकार निर्माण होणार नाही.'

अहंकाराचीच सेवा म्हणजे काय? तर माणसाचं मन त्याला नेहमी त्रास देत असतं, दु:ख देत असतं. मग या मनाला शांत करण्यासाठी एखादा मद्यपान करतो तर एखादा जुगार-मटका खेळतो. काही लोक तर इतरांमध्ये भांडणं लावण्याची कामं करत असतात. मनाला जे हवं असेल, ते त्याला पुरवतात. त्याचे लाड केले जातात. यालाच अहंकाराची सेवा असं म्हटलं गेलंय.

कोणी म्हणतो, त्याने मला शिवी दिली. त्यामुळे मी फार अस्वस्थ आहे. मला ही गोष्ट सहनच होत नाही. आता काय करू?' मन सांगतं, 'तू गप्प बसू नकोस, चल, तू पण त्याला एक शिवी दे.' मनाचा सल्ला ऐकून आपणही त्याला टोल्यास प्रतिटोला देतो, शिवी हासडतो. तेव्हा कुठं मन शांत होतं. यालाच 'अहंकाराची गुलामी' म्हणतात.

'तात्पुरतं' या शब्दानं तर चांगलाच गोंधळ माजवला आहे. लोकांना कामचलाऊ, तात्पुरते उपाय हवे असतात. त्यांना तेव्हाची वेळ मारून न्यायची असते. समजा एखाद्याच्या घरी पाहुणे आले आहेत आणि घरात मुलगा धिंगाणा घालत आहे, 'मला हे पाहिजे, ते पाहिजे' असं म्हणत तो बिस्किटांच्या डब्यात हात घालत असतो, तर कधी सरबताची

**हे चिन्ह असलेल्या ओळीवर मनन करा.*

बाटली फ्रीजमधून काढतो. त्याचे असे काही ना काही उद्योग चालू असतात. अशा वेळी मुलाचे आईवडील म्हणतात, 'जाऊ दे, मुलगा हट्ट करतो आहे तर आता त्याला देऊन टाकू. पाहुणे गेल्यानंतर पाहू. पण आता तरी त्याला हवं ते देऊन गप्प करू या.' नंतर त्याला प्रेमानं समजावून सांगू आणि त्याची ही हट्टीपणाची सवय घालवून टाकू. परंतु 'नंतर' कधी येतच नाही. कारण आईवडील ती गोष्ट, तो प्रसंग विसरून गेलेले असतात. पुन्हा जेव्हा मुलगा तसाच हट्ट करू लागतो, तेव्हासुद्धा 'तात्पुरतं' हा शब्द हजर होतो.

अहंकाराच्या बाबतीतसुद्धा असंच होतं. तोसुद्धा असाच हट्टी मुलाप्रमाणे आदळ-आपट करतो, गोंधळ घालतो, त्रास देतो. तेव्हासुद्धा आपण असाच विचार करतो, 'जाऊ दे, सध्या तो काय मागतो ते देऊ.' अशा प्रकारे अहंकाराचे लाड सतत पुरवले जातात. त्याची सेवा केली जाते. अगदी सकाळी उठल्यापासून ते रात्री झोपेपर्यंत अधून-मधून त्याचे टोमणे चालूच असतात. असा सततचा त्रास, अस्वस्थता कोणाला बरं चांगली वाटेल? लवकरात लवकर यातून सुटका व्हावी असं आपल्याला वाटत असतं. परंतु आपल्याला केवळ एकच उपाय ठाऊक असतो तो म्हणजे 'तात्पुरतं /सध्या' आणि हाच एकमेव उपाय आपण अमलात आणत राहतो. कारण आताची, ही वेळ तर निभावून नेता येईल. तात्पुरतं का असेना मन शांत होईल. 'पुढचं पुढे पाहता येईल' आणि ही वेळ कधीच येत नाही. हळूहळू हट्टी बाळ (मन) मोठं होऊ लागतं आणि वयोमानाप्रमाणे त्याचा हट्टीपणाही वाढतच जातो. तेव्हा मात्र त्याचे पालक हताशपणे म्हणतात, 'आता याच्यापुढे आपण हात टेकले. सारे उपाय खुंटले. हा तर आता आपल्या हाताबाहेर गेला.'

५. अहंकाराची सेवा बंद करा

सर्वसामान्य माणसाला बेलगाम मन ताब्यात ठेवणं फारच कठीण जातं. जोपर्यंत बारा राशींच्या अंतर्गत न येणाऱ्या माणसाला आपण भेटत नाही, तेजराशीचा माणूस (गुरू) आपल्या जीवनात येत नाही, त्याच्या सान्निध्यात आपण जात नाही, तोपर्यंत मनावर ताबा ठेवणं अशक्यप्रायच. पण एकदा का आपण तेजराशीच्या सान्निध्यात गेलो, तर मात्र नव्या शक्यता निर्माण होऊ शकतात. अशक्य वाटणाऱ्या गोष्टी शक्य होऊ लागतात.

अहंकाराची हीच अपेक्षा असते, की माझी सेवा सतत केली जावी. माझे लाड

सतत पुरवले जावेत. अन्यथा मी फार त्रास देईन, त्राही भगवान करून सोडेन. लाख अडचणी निर्माण करेन, आत्महत्या करेन, इत्यादी. अहंकाराला तात्पुरतं शांत करण्यासाठी मनाला आदेश दिला जातो, 'बाबा रे, आत्महत्या करू नकोस. वाटल्यास भरपूर दारू पी, सट्टा खेळ पण काही झालं तरी आत्महत्या करू नकोस.' अशा प्रकारे मनाला वेगवेगळी वाईट व्यसनं लावून त्याला तात्पुरतं गप्प केलं जातं. परंतु आपल्याला या तात्पुरत्या, क्षणभंगुर उपायांपासून, व्यसनांपासून मुक्त व्हायचं आहे.

आपण अहंकाराची सेवा करतो म्हणजे नेमकं काय करतो, हे जाणून घेण्यासाठी आपल्या दिवसभराच्या छोट्या-मोठ्या घटनांचा आढावा घेऊन पाहा. उदाहरणार्थ, मुलगा शाळेतून किंवा बाहेरून घरात आल्याबरोबर आई त्याला विचारते, 'बाळा, जेवायला वाढू का?' तो 'नको' म्हणतो. थोड्या वेळानंतर परत आई त्याला विचारते, 'आता तरी जेवणार का?' मुलगा रागातच ओरडून म्हणतो, 'एकदा सांगितलं ना तुला, मी जेवणार नाही म्हणून.' शेवटी आई बिचारी पुन्हा त्याला विनवते, 'बाळा आधी जेवून घे, सकाळपासून तू काहीच खाल्लं नाहीस.' या वेळी तर मुलाला फारच राग येतो आणि तो फणफणतच म्हणतो, 'आज मी अजिबात जेवणार नाही.' बिचाऱ्या आईला वाटतं बाहेर कोणाबरोबर तरी त्याचं भांडण झालं असेल म्हणून तो इतका रागात आहे. मुलाचं उत्तर ऐकून ती गप्प बसते. थोड्या वेळानंतर मुलाला खरोखरच खूप भूक लागते. आता मात्र मुलाची पंचाईत होते. एवढं रागावून, ओरडून तिला सांगितलं, 'मी आज अजिबात जेवणार नाही. मग आता कसं विचारू, आई खूप भूक लागली आहे. आधी जेवायला वाढ.' त्यामुळे भूक लागली असतानासुद्धा तो बराच वेळ काही बोलतच नाही. भूक लागली असं सांगतच नाही. कारण विचारलं तर आई म्हणणार, 'आता कशी तुला भूक लागली? थोड्या वेळापूर्वी तर तू ठणकावून सांगितलंस मला भूक नाही, मी जेवणार नाही.' हा विचार करून तो आपल्या अहंकारालाच गोंजारत बसतो आणि जेवायला दे असं न सांगता अहंकाराची सेवा करतो.

अहंकार दुखावला गेल्यानं काय होऊ शकतं? अहंकाराला कशासाठी जिवंत ठेवायचं? अहंकारातून मुक्त होणं म्हणजे मोक्ष नाही का? थोडा जरी विचार केला तरी या प्रश्नांची उत्तरं आपल्याला मिळू शकतात. एक माणूस कपडे खरेदी करण्यासाठी एका दुकानात गेला. 'मला काही कपडे घ्यायचे आहेत' असं सांगताच दुकानदारानं त्याच्या खरेदी क्षमतेचा अंदाज घेत काही कपडे दाखवले. त्याला ते पसंत पडले नाहीत. तेव्हा दुकानदार म्हणाला, 'आपल्याकडे कपड्यांचे भरपूर प्रकार आहेत. जरा महागातले

दाखवले तर चालतील?' दुकानदाराच्या या वाक्याने त्या माणसाचा अहंकार दुखावला. तो एकदम त्या दुकानदारावर कडाडला, 'अहो चालतील का काय विचारता? दाखवा की. भारीतला भारी कपडा दाखवा. तुम्ही समजलात काय मला?' दुकानदारालाही हेच हवं होतं. त्याने भारीतले भारी कपडे त्याच्यासमोर ठेवले. मग त्यानंही मागचा पुढचा विचार न करता एकदम महागडे कपडे खरेदी केले. माणसाचा अहंकार डिवचला गेला, की साधी सरळ बाबदेखील त्याच्यासाठी इज्जतीची, स्वाभिमानाची बनते. त्यात तो आपलं सारं काही पणाला लावून बसतो. चाणाक्ष विक्रेता याच गोष्टीचा फायदा घेत आपला माल खपवतो आणि अहंकारी गिऱ्हाईक विक्रेत्याच्या अशा चालीला बळी पडतं.

घरोघरी फिरून वस्तू विकणारे अनेक फेरीवाले असतात. ते आपल्या घरी येऊन वस्तू दाखवतात व त्याच वेळी अंदाजही घेत असतात. गिऱ्हाईक वस्तू घेणार नाही असं दिसताच ते पटकन बोलतात, 'जाऊ द्या भाऊसाहेब! सोडा. ही वस्तू आपल्या बजेटमध्ये बसणारी नाही.' असं ऐकताच गिऱ्हाइकाचा अहंकार दुखावला जातो आणि इच्छा व गरज नसतानासुद्धा केवळ चिथावणी मिळाल्यामुळे ती वस्तू सांगितलेल्या किमतीत घासाघीस न करता तो विकत घेतो. केवळ अहंकारापोटी अनेक लोक अशा फालतू वस्तू गरज नसताना विकत घेत असतात.

कधी-कधी एखादा स्वतःसाठी कपडे खरेदी करायला जातो. स्वस्त कपडे खरेदी केल्यास दुकानदाराला काय वाटेल या भीतीपोटी तो दुकानदाराशी खोटंच बोलतो, 'खरंतर हे कपडे मी स्वतःसाठी घेत नाही. मला भेट म्हणून द्यायचे आहेत किंवा मी माझ्या नोकरासाठी विकत घेत आहे.' कोणते कपडे परिधान करावेत हे खरंतर आपल्या आवडीनिवडीवर निर्भर असतं. मग ते स्वस्त असोत किंवा महाग. तरीपण आपण स्वस्तातले कपडे दाखवा असं स्पष्ट बोलत नाही. कारण मनावर अहंकाराचा पगडा असतो. अहंकार म्हणजे खोटा 'मी'. अशा प्रकारच्या अहंकारापासून मुक्ती म्हणजेच मोक्ष.

अशा अहंकाररूपी मनाचं मुख्य कार्य असतं इच्छा-अपेक्षा जागृत करणं. मन सतत इच्छा जागृत करतं. इच्छा जर अपूर्ण राहिली तर राग येतो आणि इच्छापूर्तीनंतर लोभ निर्माण होतो. लोभाची तृप्ती होताच वस्तूविषयी आसक्ती निर्माण होते. ती वस्तू जर अन्य कुणी घेतली तर पुन्हा अहंकार जागा होतो. अशा प्रकारे एक यांत्रिक जीवन बेहोशीत व्यतीत होत राहतं. या यांत्रिक जीवनापासून मुक्तीचं महत्त्व पुढील अध्यायात सांगितलं आहे.

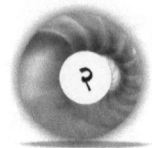

२

यांत्रिक जीवनापासून मुक्ती

सर्वोत्तम पर्याय

यांत्रिकी जीवन आणि राशीचक्र - यंत्रांची कुंडली - जागृतीत श्रेष्ठ निवड - यांत्रिकी जीवनातून मुक्ती - तेराव्या राशीवाले बना - यांत्रिकता संपताच भविष्यातील सोनेरी किरणे दिसू लागतात.

मनुष्याचं शरीर यंत्रासारखं काम करत असतं. जगात अनेक प्रकारची यंत्रं (शरीरं) वावरत असतात. पण जेव्हा ही यंत्रं मोजली, तेव्हा असं लक्षात आलं, की ती १४४ प्रकारची आहेत. म्हणजे बारा राशींची बारा यंत्रे. नंतर त्या राशींबरोबर विवाहसमयी कुंडली जमवली जाते. कुंडली जमताच दोघांचं लग्न लावलं जातं. दोघांचा एकमेकांवर प्रभाव पडतो, त्यातूनच तिसऱ्या कुंडलीचा जन्म होतो. माणसाचं अर्धं जगणं स्वत:च्या कुंडलीवर, तर अर्धं सहचराच्या कुंडलीवर अवलंबून असतं. म्हणून १२x१२ = १४४ राशी बनतात. याचाच अर्थ, १४४ प्रकारची यंत्र उपलब्ध आहेत.

ज्योतिषी माणसाचा स्वभाव कसा आहे, हे जाणून घेऊन लोकांच्या पत्रिका जुळवतात. माणसाची वृत्ती कशी आहे, कोणत्या प्रकारची आहे, अशा स्वभावाच्या माणसाचा येणारा काळ कसा असेल, हे त्याच्या हाताच्या रेषा सांगतात. याचं कारण त्या माणसाचे पुढील निर्णयसुद्धा त्याच्या त्याच वृत्तीवर अवलंबून असतात. एक रागीट माणूस नेहमी क्रोधच करत राहतो. त्याच्या भावी जीवनातसुद्धा तशाच शक्यता दिसून येतात. कारण तो यंत्रवत जीवन जगत असतो. त्या माणसामध्ये जिवंतपणा वा जागरूकता नसतेच मुळी.

१. यांत्रिकी जीवन आणि राशीचक्र

ज्योतिषशास्त्रानुसार बारा राशी आहेत. भारतात जवळ-जवळ १०८ कोटी लोक राहतात. या १०८ कोटी लोकांची विभागणी बारा राशीत केली, तर प्रत्येक राशी अंतर्गत ९ कोटी लोक असणार. याचाच अर्थ भारतात राहणाऱ्या ९ कोटी लोकांचं भविष्य एकसारखंच असणार. परंतु जगभरातील लोकांचा विचार केला, तर किती लोकांचं भविष्य एकसारखं असेल? वास्तव हे आहे, की जगाच्या पाठीवरचा एकही माणूस दुसऱ्या माणसासारखा नाही. प्रत्येक व्यक्ती इतरांहून वेगळी आहे.

लोक भविष्य वाचून किंवा पाहून त्यावर विश्वास ठेवतात. त्यांचे विचारसुद्धा त्याच अनुषंगाने बनतात आणि परिणामसुद्धा तसेच दिसून येतात. भले मग त्यांचे विचार सकारात्मक असोत अथवा नकारात्मक. ज्योतिषी विद्येचा (ग्रहांचा) प्रभाव १० ते १५ टक्के असतो. ९० टक्के परिणाम तर आपल्याच विचारांचा असतो. या गोष्टीचा पडताळा पाहण्यासाठी आपण पुढील प्रयोग करून पाहा.

बारा राशींचे एका दिवसाचे भविष्य वाचा. नंतर त्यातून ज्या राशीचं भविष्य चांगलं असेल, ती रास आपली आहे असं समजा. दिवसभर घडणाऱ्या घटनांवर लक्ष ठेवा. यावरून आपल्या विचारांचा परिणाम आपल्यावर कसा होतो, हे दिसून येईल. त्यानंतर आपण आपल्या विचारांवर ताबा ठेवायला शिकाल, विचार भरकटू देणार नाहीत. दररोज एक नवी रास निवडा व बारा राशीवाले बना किंवा सर्व राशींतून मुक्त व्हा. यावर चिंतन करा. कारण चिंतनशील माणूस दुर्भाग्याची चिंता करत नसतो, तर तेजभाग्य निर्माण करणाऱ्या उपायांवर चिंतन करत असतो.*

आपली चेतना जर उच्च पातळीची, उच्च दर्जाची असेल, तर भविष्याची चिंता संपुष्टात येईल. म्हणूनच आध्यात्मिक ज्ञान प्राप्त करणाऱ्यांना भाग्याचं भय अथवा भविष्याविषयीची चिंता सतावत नाही. म्हणून भूतकाळाच्या ओझ्यातून आणि भविष्याच्या चिंतेतून मुक्त व्हा.

आपल्याला तेराव्या राशीचं बनायचं आहे. याचा अर्थ, असा की या बाराच्या बारा राशी आपल्या आहेत किंवा यातील एकही रास आपली नाही. ती आहे तेरावी रास 'तेजरास'. ही तेरावी रास, सुख-दुःख, जीवन-मृत्यू, मान-अपमान आणि पारंपरिक बारा राशींपासून अलिप्त असते.

**हे चिन्ह असलेल्या ओळीवर मनन करा.*

यांत्रिकी जीवन जगणाऱ्या माणसाचं भाकीत दोन रुपये किमतीचं वर्तमानपत्रसुद्धा सांगू शकतं. कारण असं भविष्य वाचणारा माणूस त्याच प्रकारचं जीवन जगत असतो. त्याच्या जीवनात जागृती नसतेच मुळी. एखाद्यानं वाईट म्हटलं तर तोही वाईटच म्हणतो. कुणी काही बोललं तर त्याप्रमाणेच त्याची प्रतिक्रिया असेल. थोडक्यात तो 'होयबा म्हणणारा असतो.' दुसऱ्यांच्या ओंजळीनं पाणी पिण्याची सवय त्याला लागलेली असते. माकडाच्या गोष्टीप्रमाणे समोरच्यानं टोपी घातली, की आपण टोपी घालायची, त्यानं टोपी काढून फेकली की स्वत:ही लगेच काढून फेकायची. केवळ अनुकरण करण्यात तो समाधान मानतो. प्रेम आणि भक्तीनं कसा प्रतिसाद द्यावा, हे त्याला ठाऊकच नसतं. या जगात काही वेगळं घडू शकतं याचीही त्याला जाणीव नसते. तो पहिल्यासारखाच वागत राहील व त्याचे परिणामही त्याला तसेच मिळतील. लोक विचारतात, 'असं का होतं? तसं का होतं? वृत्ती पुन:पुन्हा का तयार होतात?' खरं पाहिलं तर माणसामध्ये जी यांत्रिकता आहे ती पुन:पुन्हा डोकं वर काढते, जागी होते. माणसात जशी माणुसकी असते तशी यांत्रिकताही असते. जेव्हा जागृती आणि आपल्या असण्याची जाणीव (चैतन्य) कमी होते, तेव्हा मनुष्य यांत्रिक जीवन जगू लागतो.

उदाहरणार्थ, एखाद्या गोष्टीचा विचार करत करत आपण आपल्या घरी निघालात, तर निश्चितपणे आपण नेहमी ज्या रस्त्यानं घरी जात असता त्याच रस्त्यानं अगदी सहजपणे घरी पोहोचाल. कारण बेहोशीत सरावाच्या रस्त्यानं जाणं सोपं असतं. आपण जर दक्ष असाल, जागृत असाल तर घरी जाताना असाही विचार येऊ शकतो की चला, आज जरा वेगळ्या वाटेनं जाऊ. बेहोशीत नव्या मार्गानं घरी पोहोचण्याची आपली किती टक्के शक्यता आहे? शून्य टक्के. अगदी अशक्यप्राय गोष्ट आहे. आपण तर नेहमीच्याच रस्त्यानं व बेहोशीत जिथं पोहोचायचं तिथंच पोहोचलात, याचाच अर्थ आपण एखाद्या यंत्रासारखं वागत आहात.

एकदा एका साधकाने प्रश्न विचारला, 'जन्मपत्रिकेवर आपण विश्वास ठेवता का? जन्मपत्रिका जुळतात की नाही हे पाहता का? आणि असं पाहणं, विश्वास ठेवणं योग्य आहे का?' त्यावर उत्तर होतं, 'एका यंत्राचे दुसऱ्या यंत्राशी नातेसंबंध जोडायचे असतील आणि दोन्हीही यंत्रे कोपिष्ट स्वभावाची असतील, अहंकारी असतील तर त्यांचं वैवाहिक जीवन सुरळीत चालणार नाही. काही दिवसातच वादविवादाचे प्रसंग उद्भवतील आणि घटस्फोटाची वेळ येईल. दोघेही उधळपट्टी करणारे असतील, सारासार विचार करण्याची क्षमता दोघांमध्ये नसेल, तर त्या लग्नाला वा वैवाहिक जीवनालाही

फारसा अर्थ राहणार नाही. दोघेही कंजूस असतील तर ते त्यांच्या मुलांसाठी फारच जाचक ठरेल ठरेल. त्यांचं पारिवारिक जीवन सुखा-समाधानाचं व्यतीत होणार नाही. अशा वातावरणात वाढलेली मुलं मोठेपणी आईवडिलांचं ऐकत तर नाहीतच उलट बंडखोर वृत्तीची बनतात. म्हणून दोघांपैकी एक रागीट स्वभावाचा असेल, तर दुसरा सबुरीने घेणारा असावा, तो शांत व समजुतदार असला पाहिजे. एक उधळ्या असेल, तर दुसरा कंजूस असायला हवा. एक अंतर्मुखी असेल, तर दुसरा बहिर्मुखी असावा. म्हणजेच दोघांच्या स्वभावाचा ताळमेळ बसायला हवा.

२. यंत्राच्या कुंडल्या

एखाद्या माणसात कोणत्या वृत्ती आहेत... त्याचा स्वभाव कसा आहे... आजपर्यंत तो जीवन कसं जगला... आजतागायत त्यानं काय काय केलं... आज त्याची परिस्थिती कशी आहे... या गोष्टींचा मागोवा घेऊन तो माणूस पुढे जाऊन काय करू शकेल, त्याचं भावी आयुष्य कसं असेल, हे सांगता येतं. 'आजवर मला जे मिळालं, ते का मिळालं?' हा प्रश्न स्वत:लाच विचारायला हवा. कारण आजवर जे मिळालं आहे ते आपल्या निवडीमुळे मिळालं आहे. जे काही आपण आतापर्यंत करत आलात तेच भविष्यातही कराल म्हणून आजसारखंच उद्याही मिळत राहील. ही जाणीव होताच आपल्या अंतर्यामी काही परिवर्तन घडून आलं, तर आजपासून काही कामं हेतुपुरस्सर करू लागाल. त्यानंतर आपण काही वेगळे निर्णय घेऊ शकाल. आपल्याला ही जाणीव होईल, की अहंकाराला अजिबात थारा नाही. ईश्वर जळी-स्थळी-काष्ठी-पाषाणी, सर्वत्र आहे. ईश्वर कोणकोणते निर्णय घेऊ शकतो? त्याच्यात कोणकोणत्या शक्यता असू शकतात? चेतनेची पातळी कितपत वाढू शकते? हे जाणताच आपल्यात एक नवी शक्यता निर्माण होऊ शकते, तेव्हाच आपण यांत्रिकी जीवनातून मुक्त होऊ शकाल.

हा विषय जटिल आहे. म्हणून हा सविस्तर समजून घेणं खूपच महत्त्वाचं आहे. 'आपल्याला तर असं सांगितलं आहे, की हे सर्व विधिलिखित आहे, तेव्हा हे असंच होणार आहे...' याच भ्रमात लोक अडकून राहिलेले असतात. भाग्य, दैव आणि कर्म या गोष्टींबद्दल जे काही सांगितलं गेलं आहे, ते अद्याप खऱ्या अर्थानं लोकांना कळलेलं नाही. त्यांना ते नीट न समजल्यामुळे ते त्यातच गुंतून राहिलेले असतात. या संदर्भात अनेक प्रश्न, अनेक शंका उपस्थित केल्या गेल्या आहेत. परंतु त्यापलीकडे जाऊन याबाबत कोणी फारसं संशोधन केलं नाही व कोणी करतही नाही. कोणीच योग्यप्रकारे

मनन-चिंतन करत नाही. लोक थोडंसंच मनन करतात आणि कंटाळतात, थकून जातात आणि 'जे घडायचं ते घडेल' म्हणून सोडूनही देतात.

प्रत्येक माणसाच्या बाबतीत अनेक शक्यता असतात. गौतम बुद्धाचा जन्म झाला, तेव्हा अनेक राजज्योतिषांनी हा मुलगा 'राजा' बनेल असं भाकीत केलं होतं. काहींनी तो संबुद्ध होईल असं वक्तव्य केलं. म्हणजेच दोन्ही शक्यता टोकाच्या होत्या. शक्यता अगणित असतात. परंतु आपलं लक्ष नेमकं कोणत्या शक्यतांवर केंद्रित होतं, आकर्षित होतं, हा खरा महत्त्वाचा प्रश्न आहे. एकदा का आपली वृत्ती, आपला स्वभाव निश्चित झाला, की मग त्याच प्रकारच्या, त्याला अनुकूल अशा शक्यतांना आपण आकर्षित करतो आणि त्यानुसार आपलं भविष्यसुद्धा घडत जातं.

वर्तवलेलं भविष्य खरं असल्याचं कसं सिद्ध होतं? कधी कधी काही लोकांचं भविष्य खरं ठरतं. अशावेळी त्यांचा ज्योतिष विद्येवरचा विश्वास अधिकच द्विगुणित होतो. यांत्रिक जीवन जगणाऱ्यांचं भविष्य खरं ठरतं. या यांत्रिक जीवनातून बाहेर पडणाऱ्यांचं निश्चित असं भविष्य कोणी सांगू शकत नाही. कारण आता आपण यांत्रिकी जीवनातून मुक्त झाल्यामुळे आपल्या अंतरंगात एक नवा अंकुर फुटलेला असतो, एक नवं बीज निर्माण होतं, नवी निवड होत असते.

हा माणूस आज कसा आहे, आजपर्यंतची त्याची वर्तणूक कशी होती, त्याची आवड-निवड काय आहे, या सर्व गोष्टी ज्योतिषी पाहत असतो. भविष्यातसुद्धा तो हेच सर्व करत राहील. त्यामुळे त्याच समस्या, त्याच अडचणी त्याच्या जीवनात येत राहतील. ज्योतिषी केवळ शक्यता सांगत असतो. माणूस मात्र त्यानंतर त्याच पद्धतीनं, त्याच भविष्यानुसार विचार करतो. तशी वृत्ती बनवतो आणि त्याच्याकडून कर्मंही तशीच घडतात.

हीच गोष्ट आपण जरा वेगळ्या प्रकारे समजून घेऊ. आपण एखादं काम केलं आणि त्यात काही समस्या निर्माण झाली. अशा परिस्थितीमध्ये आपल्याला जो निर्णय घ्यायचा आहे, त्यासाठी आपल्यापुढे चार पर्याय आहेत. अशावेळी आपण कोणता पर्याय निवडाल? इथं आपल्या नेहमीच्या वृत्तीप्रमाणे किंवा स्वभावानुसार 'अ'ची निवड करण्याची शक्यता आहे. आपण ही समस्या निपटवून पुढे जाल, तर पुन्हा चार पर्याय येतील. पुन्हा एकदा आपण 'अ'चीच निवड कराल. आपली वृत्ती जर 'अ'ची निवड करायची बनली असेल, तर आपण नेहमी 'अ'लाच प्राधान्य देऊन यांत्रिक जीवन जगाल.

अद्याप ज्ञान प्राप्त केलं नाही अशा माणसाला तुम्ही 'तू यंत्र आहेस' असं

म्हणालात, तर त्याला अतोनात दुःख होईल, वाईट वाटेल. त्याला वाईट वाटतं याचाच अर्थ तो यंत्र आहे. अशा वेळी यांत्रिकतेतून बाहेर येण्याचा विचारदेखील त्याच्या मनाला शिवणार नाही. जेव्हा त्याला जाण येऊ लागेल, ज्ञानप्राप्ती होऊ लागेल, तेव्हा त्याला 'तू यंत्र आहेस' असं म्हटलं तर तो विचारात पडेल. परंतु आता त्याला वाईट वाटणार नाही, तो खजिल होईल. 'माझ्यात अजूनही यांत्रिकपणा आहे, मी अजून यंत्रासारखाच काम करत आहे' असा विचार त्याच्या मनात येईल. तो 'लज्जित' होईल. याचाच अर्थ तो आता यांत्रिकतेतून बाहेर पडत आहे. यंत्राला लाज वाटत नाही. ते निर्लज्ज असतं. 'मी यांत्रिकतेतून कसा मुक्त होऊ' असा विचार यंत्र करू शकत नाही. 'आजवर यंत्रवत् जगत होतो, आता या अवस्थेतून बाहेर पडायला हवं' असा विचार मनात येऊ लागला, तर यांत्रिकता संपुष्टात येत आहे असा अर्थ होतो. अजूनही तुम्हाला 'यंत्र' म्हटल्याने वाईट वाटत असेल, दुःख होत असेल तर मग यांत्रिकतेतून बाहेर पडण्याचा विचार अद्याप तुमच्या मनाला शिवलाही नाही, आपण अजूनही यंत्रच आहात.

'अ' पर्याय निवडल्यानंतर आपल्या वृत्तीनुसार त्याचे परिणाम येतील. एखाद्या घटनेमध्ये जेव्हा तुम्ही नेहमीपेक्षा वेगळा प्रतिसाद देता, काही वेगळं करण्याचं ठरवता, तेव्हा 'हा अहंकार (वेडेपणा) तर नव्हे ना? मी इतर यंत्रांच्या इशाऱ्यावर नाचत नाही ना? मी माझ्या मनाला तर गुरू बनवलं नाही ना?' असे विचार क्षणभर मनात येऊन जातात. परंतु अशा वेळी तुम्ही वेगळा प्रतिसाद देणं अपेक्षित असतं. आता यावेळी तुम्ही 'अ' ऐवजी 'ब' किंवा 'क' पर्याय निवडाल. हा नेहमीपेक्षा वेगळा पर्याय तुम्हाला मोक्षाकडे घेऊन जाईल.

जसजशी तुमच्यातील जागृती वाढत जाईल, तसतशी तुमची निवड बदलत जाईल. तुम्ही उत्तमोत्तम पर्याय निवडू लागाल. आता तुमचे विचार सकारात्मक होऊ लागतील. आजवर तुम्ही नकारात्मक विचारांच्या दलदलीत रुतून यंत्रवत जीवन जगत होता. आता मात्र तुमच्या मनात हॅपी थॉट्स, शुभ विचार येण्यास प्रारंभ होईल. याचाच अर्थ, उत्तम पर्याय निवडण्याची प्रक्रिया सुरू झाली आहे. सकारात्मक विचार येऊ लागला आहे. आता ही निवड तुमच्या जीवनात चांगल्या शक्यता निर्माण करेल. असं सारं सकारात्मक घडत असताना एखाद्या वेळेस परिस्थितीवश, अगतिकपणे तुम्हाला पुन्हा जुना पर्याय निवडावा लागेल. अथवा एखाद्या घटनेमुळे तुमच्या मनात भय निर्माण होईल. 'आता माझं कसं होणार?' असा प्रश्न पडेल. अशा वेळी तुमचा विश्वास डळमळू लागेल. 'या सर्व बोलण्याच्या गोष्टी आहेत, असं होऊच शकत नाही.' अशा प्रकारचे नकारात्मक

विचार तुमच्या मनात थैमान घालू लागतील. परंतु मनात जर दृढ विश्वास असेल, निष्ठा असेल, श्रद्धा असेल, तेजप्रेम असेल, तर 'आम्हाला जे सांगितलं गेलं आहे, त्यावर आमचा दृढ विश्वास आहे आणि हे सर्व होईलच होईल, आता आम्ही आशावादी बनू. आमचे विचार सकारात्मक असतील,' असं जेव्हा तुम्ही ठामपणे म्हणाल, तेव्हाच पुन्हा सकारात्मक पर्यायांची निवड करू शकाल.

अशा प्रकारे उत्तम पर्यायांची निवड माणसाच्या जीवनाला साफल्यही देत असते. अशा माणसाचं जीवन निश्चितपणे सफल होतं, यशस्वी होतं. परंतु याला सर्वोत्तम पर्याय म्हणता येणार नाही. जेव्हा सर्वोत्तम पर्याय, सर्वश्रेष्ठ पर्याय निवडला जातो तेव्हा मोक्षप्राप्ती होते. मोक्ष म्हणजे जिवंत असतानाच सर्व वृत्ती-प्रवृत्तींपासून मुक्त होणं. त्यानंतर तुम्ही यंत्रवत वागणार नाही. कारण आता तुम्ही मुक्त आहात, आता यापुढे तुम्ही प्रत्येक वेळी विचारपूर्वक, आपल्या अनुभवाच्या आधारे 'जो मी आहे' त्याची अभिव्यक्ती होऊ शकते असाच पर्याय निवडाल.

सर्वोत्तम पर्याय तर मोक्ष मिळाल्यानंतर निवडला जाऊ शकतो. मोक्षप्राप्तीच्या आधी कोणीच अशा प्रकारची सर्वोत्कृष्ट निवड करू शकत नाही. कारण मोक्षप्राप्तीनंतरच जीवनाचं खरं रूप प्रकट होतं. या स्थितीमध्ये स्थिरतासुद्धा असते. अशा अवस्थेमध्येच संपूर्ण जीवनाचं, ब्रह्मांडाचं रहस्य प्रकाशात येतं, उलगडलं जातं. म्हणून अशा वेळी केलेली निवड सर्वोत्कृष्ट असते; तिलाच अभिव्यक्ती (प्रकटीकरण) म्हटलं गेलं आहे. अशा अवस्थेला पोहोचल्यानंतर 'कर्म' आणि 'नियती' यांसारख्या शब्दांचा वापर केला जात नाही. 'अभिव्यक्ती' हाच शब्द वापरला जातो. मोक्षप्राप्तीपूर्वी कामांचं ओझं वाटेल, परंतु सर्वोत्कृष्ट निवड केल्यानंतर कुठल्याही कार्याचं ओझं वाटत नाही.

प्रत्येक माणसाच्या जीवनात अनेक शक्यता असतात. कॉम्प्युटरवर एकदा क्लिक केल्यावर समोर एक पान येतं. या पानावर असे काही बिंदू असतात, ज्यावर क्लिक करता येऊ शकतं. चार पर्यायांपैकी कोणत्याही एका पर्यायावर क्लिक करताच अन्य तीन पर्याय नष्ट होतात. त्यानंतर आपण दुसऱ्या दिशेकडे वळता. तिथं परत एखाद्या विकल्पाची निवड करता. पुन्हा अन्यत्र जाऊन आणखी एखाद्या विकल्पाचा शोध घेता. अशा प्रकारे आपल्या जुन्या सवयीनुसार आपल्याला जे आवडतं, त्यावर क्लिक करत राहता. आपल्या वृत्तीशी मेळ खाणाऱ्या गोष्टी आपल्याला आकर्षित करतात. आपल्याला अशा प्रकारची जागरूकता आणि जाणीव असेल, की 'मला भक्तिपूर्ण, श्रेष्ठ मार्ग निवडायचा आहे' तरच आपण थोडं थांबून विचार कराल, की 'माझा स्वभाव

माझ्याकडून भलतंच काहीतरी करून घेत आहे. परंतु माझा विवेक मात्र मला अन्य काहीतरी निवडायला सांगत आहे आणि हाच तो योग्य मार्ग आहे. यामुळे प्रथम थोडा त्रास होईल. परंतु त्या त्रासाचासुद्धा स्वीकार आपण कराल. असा विचार करून एखादा नवा पर्याय क्लिक कराल. म्हणजेच नव्या पर्यायाची निवड कराल.

असं केल्यानं आपल्यासमोर नव्या शक्यता उलगडतील आणि पहिल्यांदाच आपल्या यांत्रिकी वृत्तीला ठेच पोहोचेल. आपली जुनी वृत्ती डळमळू लागेल. प्रत्येकाची एक स्वतंत्र शैली असते, त्यानुसारच माणूस प्रतिसाद देत असतो. प्रत्येक कृतीनंतर त्याची शैली, त्याचा ढंग अधिकच मजबूत होत जातो. परंतु माणूस जेव्हा प्रथमच आपली जुनी शैली सोडून नव्या गोष्टीचा, नव्या शैलीचा अंगीकार करतो, तेव्हा त्याला त्याच्या अंतर्यामी असलेल्या क्षमतांची जाणीव होते. एका रागीट माणसानं कोणाला तरी शिवी हासडली. उत्तरादाखल त्या व्यक्तीने अगदी शांतपणे त्या माणसाला 'धन्यवाद' दिले आणि मोठ्या प्रेमानं त्याचा हात आपल्या हातात घेतला. असं केलं तर त्या कोपिष्ट माणसाची द्विधा मन:स्थिती होईल. शिवाय तो नखशिखांत हादरून जाईल. त्यातून प्रथमच एक नवी शक्यता त्याच्यासमोर येईल. अशानं त्याच्यातील यांत्रिकता संपुष्टात येऊन एक नवा पैलू त्याच्यासमोर येईल.

'आता यंत्रवत मृत्यू होणार नाही व जीवनही यंत्रवत असणार नाही,' असं बुद्ध म्हणाले. याचा अर्थ असा, की जुन्या पद्धतीनं विचार करणाऱ्यांचा मृत्यू यंत्रवत होणार होता. त्यांना तसेच विचार सुचत होते. तरीसुद्धा असे विचार का येतात? इतकी साधना करूनसुद्धा पुन्हा नकारात्मक विचार का येत असतात? जीवनशैली तशीच का चालली आहे? कुठेतरी काहीतरी चुकत आहे, गडबड होत आहे. अन्यथा असं होऊच शकत नाही. जेव्हा माणसाला हे स्पष्टपणे कळून चुकतं, तेव्हा 'आता जुन्या गोष्टी जीवनात परत येणार नाहीत' असा दृढ विश्वास मनात निर्माण होतो. तसा तो झाला तर त्याला पूर्ण गोष्ट समजली आहे असं मानायला काहीच हरकत नाही. आपणसुद्धा ही गोष्ट समजू शकता. 'स्व'ची जाणीव होणं, सत्य समजून घेणं हे खरोखरच महान कर्म आहे. प्रत्यक्षात लोक या गोष्टीला कर्म समजत नाहीत पण वास्तविक हेच खरं कर्म आहे.* जर हे कर्म होऊ लागलं तर सर्व काही बदलतं; जुनी जीवनशैली संपुष्टात येते. या पृथ्वीतलावर कोट्यवधी लोक आहेत परंतु प्रत्येकाची जीवन जगण्याची पद्धत वेगळी आहे, स्वतंत्र आहे. प्रत्येक जण आपापल्या पद्धतीनं, आपल्या दृष्टिकोनातून या गोष्टीकडे पाहत

**हे चिन्ह असलेल्या ओळीवर मनन करा.*

असतो. त्याला जे दिसतं, तेच खरं वाटतं. त्याला वाटतं, 'मी बरोबर आहे, माझा निर्णय योग्य आहे.' कारण प्रत्येकजण आपापल्या चष्म्यातून जगाकडे बघत असतो.

माणसाला जेव्हा मोक्षप्राप्ती होते, त्यावेळी तो आपली जुनी जीवनशैली सोडतो. कारण त्याला केवळ एकच गोष्ट दिसू लागते आणि ती म्हणजे सत्य. जर दोन माणसं असतील तर त्या दोघांनासुद्धा एकच सत्य दिसेल. कारण दोघांची जुनी जीवनशैली समाप्त झाली आहे आणि नव्या जाणिवांची, आत्मबोधाची शैली निर्माण होत आहे. अनुभवाच्या दृष्टिकोनातून पाहिल्यास दोघे एकच आहेत म्हणून दोघांना एकच दृश्य दिसण्याची शक्यता आहे.

सत्याच्या दृष्टीनं पाहिल्यास सत्य एकच असल्याचं समजेल. असत्य मात्र अनेक आहेत. त्यामुळेच अनेक सृष्टी, अनेक विश्व निर्माण होत राहिले आहेत. प्रत्येकाचं विश्व वेगळं आहे. म्हणून जितके लोक बघत आहेत त्या सर्वांना वेगवेगळं विश्व दिसेल. प्रत्येकजण आपल्या विश्वात जगत आहे, रममाण होत आहे. परंतु सर्वांचं जग एकच आहे. जग एकच पण प्रत्येकाची त्याकडे बघण्याची दृष्टी वेगवेगळी असते. म्हणून प्रत्येकाचं विश्व वेगळं ठरतं. जर प्रत्येक जण स्वत:मध्ये असलेल्या सत्याच्या दृष्टिकोनातून बघू लागला, तर जग एकच असल्याची जाणीव होईल. जेव्हा उत्तम पर्याय निवडले जातील, तेव्हा त्याचं फळही उत्तमच मिळतं. समजा तुम्ही काही खेळ खेळत आहात. खेळाच्या आयोजकाला असं वाटतं, की जो हा खेळ उत्तम खेळेल, एकसुद्धा चूक करणार नाही त्याला मोठं बक्षीस द्यावं. परंतु जे छोट्या-मोठ्या चुका करीत खेळ चालू ठेवत असतील त्यांच्यासाठी छोटी छोटी बक्षिसं ठेवली जातात. 'याला हे मिळालं... तो जिंकला... अमक्याचं नाव गाजलं... त्याला हे पद मिळालं...' अशा प्रकारे छोटे मोठे अनेक पुरस्कार मिळतच राहतात. पण छोट्या छोट्या चुकांमुळे छोटे पुरस्कार मिळतात, तर सर्वोत्तम खेळामुळे सर्वांत मोठा पुरस्कार मिळतो. जीवनाच्या खेळातला मोठा पुरस्कार म्हणजे मोक्ष! मोक्षापेक्षा मोठा पुरस्कार दुसरा असूच शकत नाही. तो मिळवायचा असेल, तर उत्तम खेळलं पाहिजे. योग्य पर्यायांची निवड करता आली पाहिजे, यंत्रवत जीवनातून मुक्ती मिळवली पाहिजे. त्यासाठी जुनं सोडून सतत नव्याचा ध्यास बाळगून मनाला सतत जागृत ठेवावं लागेल.

३. जागृत अवस्थेत श्रेष्ठ निवड होते, यांत्रिकता संपुष्टात येते

आपल्या अंतर्यामी जागृती आली नाही, तर आपलं दैनंदिन जीवन यंत्रवत बनेल.

चेतना जागृत होऊ लागताच यांत्रिकता नष्ट होऊ लागते. 'कोऽहम, मी कोण आहे?' ही शोधभावना अंतरंगात जागृत होऊ लागते. हा शोध लवकरात लवकर पूर्ण कसा होईल, योग्य विकल्पाची निवड कशाप्रकारे होईल, या अनुषंगानं विचारचक्र सुरू होतं.

ज्याच्या प्राक्तनात मोक्ष नाही असा एकही माणूस या पृथ्वीतलावर नाही. ज्याच्या अंतरंगात हा अनुभव नाही असा कोणी मनुष्य अस्तित्वात नाही. परंतु माणूस नेहमी नशिबाच्या आणि नियतीच्या गोष्टी करत असतो. नशिबात आहे म्हणजे नेमकं काय? अनेक शक्यता आहेत पण माणूस आपल्याच पद्धतीनं पर्याय निवडत असतो. त्याला जीवन मिळेल, मृत्यू मात्र यंत्रवत असेल. म्हणूनच समज आणि जागृती असणं अत्यावश्यक आहे.

खरा प्रश्न आहे तो जागृतीचा! पर्याय निवडण्याआधी जागृती असली पाहिजे. तरच आपण उत्तम पर्याय निवडू शकता आणि मौनाच्या दिशेनं वाटचाल करू शकता. सुख-दुःखाकडून तेज आनंदाकडे जाऊ शकता. आता अशा प्रकारची निवड होऊ लागेल म्हणून जिवंतपणीच तेज जीवन बनवण्यासाठी उत्तम निवड करता आली पाहिजे. सर्वश्रेष्ठ अशी निवड करण्याचा प्रारंभ व्हायला हवा.

यांत्रिकता संपताच सर्व प्रश्नांची उत्तरेही गळून पडतात. यांत्रिकता संपताच नवी निवड सुरू होते आणि लवकरच भविष्याची सोनेरी किरणं दिसू लागतात. जीवनात आपले इतरांशी भांडण तंटे होत होते, अनेक त्रासदायक गोष्टी होत्या, कष्टदायक कारणं होती, अडथळे होते. परंतु आता ते पर्व संपलं आहे. सर्व काही संथ, शांत, आनंददायी असल्याचा अनुभव आपणास येईल. आता आपल्या जीवनात चांगले लोक येऊ लागतील. हा चमत्कार कसा झाला? एका नव्या पर्यायाचा उदय झाला. यापूर्वी असा पर्याय निवडलाच गेला नव्हता. या आधी जुना पर्याय असल्यामुळे भक्तियुक्त प्रतिसाद कधी दिला गेला नाही. मात्र आता एक नवी शक्यता निर्माण झाली. दहा घटना घडल्या असतील, तर त्यातील किमान पाच घटनांमध्ये नवी प्रतिक्रिया दिली जाऊ शकते. याचाच अर्थ जुनी चाकोरी डळमळू लागते. तिचा तर पायाच खचू लागतो आणि असं जर घडू लागलं तर अहंकारसुद्धा मुळासकट उखडला जातो. अहंकाराची संपूर्ण इमारत जमीनदोस्त झाल्यावर बंधनाच्या दोऱ्या तटातट तुटू लागतात. तीन प्रकारच्या बंधनातून मुक्त झाल्यानंतर आपण मोक्षाचा दरवाजा उघडू शकता. ही तीन बंधनं कोणती आणि त्यातून मुक्ती कशी मिळेल, याविषयी आपण पुढे जाणणार आहोत.

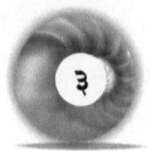

३

बंधनातून मुक्ती

तीन बंधनं, तीन कारणं

पहिलं बंधन - शरीरावर कर्मांचं बंधन - दुसरं बंधन - शरीरावर बाह्य वस्तूंचं बंधन. तिसरं बंधन - मनातील विचारांचं बंधन - मायेचं बंधन - बंधनातून मुक्ती न मिळण्याची तीन कारणं- पहिलं कारण - सर्वजणच बंधनात असल्यामुळे बंधन दिसत नाही, जाणवत नाही.
दुसरं कारण - बंधन आवडतं (जसं सोन्याची हातकडी)
तिसरं कारण - बंधनाचं कारण बाहेर शोधलं जातं, परंतु ते आत आहे.

१. पहिलं बंधन - शरीरावर कर्मांचं बंधन

(भूतकाळात घडलेल्या कर्मांचं आणि भविष्याच्या ओझ्याचं बंधन)

साधारणपणे शरीराकडून होणारं जे कर्म असतं, तेच आपण आहोत असं समजतो. एखाद्यानं कोणाची हत्या केली, तर तो स्वत:ला हत्यारा समजतो. एखाद्यानं चोरी केली असेल, तर त्याला चोर म्हटलं जातं. कोणी साधना करीत असेल, तर त्याला साधक म्हणतो. अभ्यास करणाऱ्याला विद्यार्थी आणि शिक्षण देणाऱ्याला शिक्षक संबोधतो. 'जे आपण करतो तेच आपण आहोत' असं समजून आपण जगत असतो. कारण आपण कोण आहोत हेच आपल्याला माहीत नसतं. जे कर्म आपण करतो त्याच्याशी बांधले जातो. तेच आपलं बंधन बनतं. एखाद्यानं कोणाची तरी हत्या केली. त्यामुळे त्याला वीस वर्षांची शिक्षा झाली. अर्थातच डोळ्यांनी वाईट पाहिलं, मनानं दुष्कृत्यं करण्याची फूस दिली, जिभेनं वाईट-साईट, कटू भाषा वापरली, या सर्वांचा परिणाम म्हणून तो कारावासाची शिक्षा भोगत आहे. ही सर्व शरीराच्या कर्मांची फळं आहेत.

या व्यतिरिक्त माणूस आपल्या शरीरावर अनेक प्रकारची ओझी वागवत असतो. भूतकाळाचं ओझं, भविष्याचं ओझं आणि वर्तमानाचं ओझं. सतत तो कोणत्या ना कोणत्या विचारात अडकलेलाच असतो, 'काल ही चूक झाली... कशी झाली...? का झाली...? व्हायला नको होती...? आता कसं होणार...? इत्यादी. वर्तमानात राहूनसुद्धा माणूस भूत आणि भविष्याच्या विचारातच हरवलेला असतो; त्याचीच चिंता करत असतो. त्यामुळे त्याला वर्तमानात जगताच येत नाही. खरं तर तो वर्तमानातील जीवनाबद्दल अनभिज्ञच असतो त्यामुळे आनंदाला मुकतो.

सम्राट अशोकाच्या जीवनात घडलेला हा एक प्रसंग आहे. एकदा त्याच्या राज्यात दुष्काळ पडला होता. म्हणून सम्राट अशोकानं आपल्या रयतेसाठी धान्याची गोदामं खुली केली. राज्यात सर्वत्र दवंडी पिटवली, 'लोकहो, सूर्यास्तापर्यंत ज्याला हवं असेल तेवढं धान्य राजमहालातून घेऊन जा.' लोक येऊ लागले आणि सूर्य मावळण्याआधी गरजेपुरते धान्य घेऊन जाऊ लागले. एके दिवशी एक म्हातारे गृहस्थ सूर्यास्तानंतर धान्य न्यायला आले. तोपर्यंत धान्याचं गोदाम बंद झालं होतं. त्या वयोवृद्ध गृहस्थाने पहारेकऱ्याला धान्य देण्याबद्दल खूप विनवणी केली, त्याच्या घरात धान्याचा एक दाणाही नव्हता. त्याची मुलं उपाशी होती. सम्राट अशोक वेषांतर करून तिथंच बाजूला उभा होता. त्याला त्या वृद्ध गृहस्थाची दया आली. सम्राट अशोकानं त्याच्यासाठी नियम तोडला आणि गोदाम उघडायला सांगितलं. त्या वयोवृद्ध गृहस्थाला हवं तेवढं धान्य घेऊन जाण्याची परवानगी दिली. त्यामुळे त्या म्हाताऱ्या माणसाच्या मनात लोभ निर्माण झाला व त्यानं एक भलं मोठं पोतं भरून धान्य घेतलं. परंतु पोत्यात धान्य भरून घेणं जितकं सोपं वाटलं तितकं ते उचलून घेऊन जाणं कठीण होतं. सम्राट अशोकाला पुन्हा दया आली आणि तो स्वत: ते धान्याचं पोतं खांद्यावर घेऊन त्या म्हाताऱ्यासोबत निघाला.

रस्त्यातून जात असताना काही शिपायांनी राजाला ओळखलं. ते राजाचा रथ घेऊन आले. राजाने त्या म्हाताऱ्या माणसालाही आपल्यासोबत रथात बसवलं. तो म्हातारा माणूस डोक्यावर धान्याचं पोतं घेऊन रथात बसला. राजानं त्याला ते पोतं खाली रथात ठेवायला सांगितलं पण तो काही ऐकायला तयार नव्हता. तो राजाला म्हणाला, 'आधीच आपण माझ्यावर इतके उपकार केलेत. एक तर नियम तोडून माझ्यासाठी गोदाम उघडायला सांगितलंत. हा बोजा उचलून इथवर माझ्यासाठी वाहून आणला आणि आता मला रथात बसवलंत. केवढी दया दाखवलीत तुम्ही माझ्यावर! आपल्या उपकाराच्या ओझ्यानं मी पार दबून गेलो आहे. आता कृपया अजून माझ्यावर उपकार करू नका.'

पाहा, असा मूर्खपणा आपल्याकडून तर होत नाही ना? वास्तविक त्या म्हाताऱ्याचं ते कृत्य, त्याचा भाबडेपणा नसून मूर्खपणा होता. अजाणतेपणी आपणसुद्धा असंच वागत असतो. प्रत्येकजण आपल्या डोक्यावर कर्माचं ओझं घेऊन भटकत असतो. कर्तेपणाचा आव आणून (कर्माचे क्रेडिट घेऊन) कर्मांच्या ओझ्याने दबला जातो. गतजन्माच्या व या जन्माच्या कर्मांचा कर्ता बनून आपल्या शरीराला धारणांच्या बंधनात जखडत चालतो.

एका माणसानं आठ मुलांना जन्म दिला तर हे त्याच्या कर्माचं बंधन झालं. ज्यातून सुटका करून घेणं केवळ कठीण नसून अशक्यप्राय आहे. त्या आठ मुलांचं योग्य प्रकारे पालन पोषण करणं, त्यांना वाढवणं, त्यांचं जीवन मार्गी लावणं, त्यांचे विवाह करून देणं, शिवाय त्यांच्या मुलांचा सांभाळ करणं अशा कितीतरी गोष्टी, कितीतरी बंधनं हे सर्व करण्यातच त्याचा वेळ निघून जातो. तो या व्यतिरिक्त अन्य काही करूच शकत नाही. तसा त्याला वेळच मिळणार नाही. त्याला सत्संगासाठी चल म्हणून सांगितलं, तर तो लगेच हताशपणे म्हणेल, 'माझा हा मुलगा आजारी आहे. त्याला अशा अवस्थेत सोडून येऊ शकत नाही.' हे बेहोशीत बनलेलं कर्माचं बंधन, ज्याबद्दल एक क्षणभरसुद्धा विचार केला जात नाही.

२. दुसरं बंधन - बाह्य वस्तूंचं बंधन

(नातेसंबंध, नोकरी-व्यवसाय वगैरे)

आज माणूस नात्यागोत्याच्या बंधनात इतका गुंतला आहे, की तो नाती टिकवू शकत नाही, त्यातून सुटका करून घेऊ शकत नाही किंवा ती तोडूही शकत नाही. काही लोक केवळ त्यांच्या अज्ञानामुळे नात्याच्या बंधनात गुंतले आहेत. तेव्हा नातं जोडताना नेहमी जागरूक राहा. राखी बांधण्यापूर्वी क्षणभर विचार करा 'राखी तर बांधत आहोत परंतु मी या नात्याची जबाबदारी निभावू शकेन का?' मनानं कौल दिला तरच राखी बांधा. कितीतरी लोक विनाकारण अशा तकलादू नात्यांच्या जंजाळात अडकून पडले आहेत. त्यामुळे स्वत: तर दुःखी आहेतच पण कुटुंबातील सदस्यांना देखील त्यांनी दुःखी केलं आहे.

काही लोक नोकरीच्या बंधनात तर काही लोक व्यवसायाच्या बंधनात अडकले आहेत. माणसाच्या मनात सतत विचारचक्र चालू असतं, 'खरंतर ही नोकरी माझ्यासाठी योग्य नाही, कारपेंटर (सुतार), चित्रकार किंवा कवी झालो असतो तर बरं झालं असतं.

परंतु आवडत नसतानासुद्धा अगदी मनाविरुद्ध जाऊन ही नोकरी करावी लागत आहे. या नोकरीत अडकून पडावं लागलं आहे. दिवसभर मरणाचं काम करावं लागत आहे, नाइलाज आहे. त्याशिवाय कुटुंबाचा गाडा चालणार कसा? कुटुंबासाठी चार पैसे कमावले पाहिजेत. शिवाय पेन्शनवाली नोकरी आहे. म्हातारपणी आधाराची काठी आहे', इत्यादी. ही नोकरी म्हणजे माणसासाठी सोन्याची साखळीच आहे. या नोकरीच्या बंधनात तो एकदा अडकला, की कायमचा जखडला जातो. या सोन्याच्या बेड्या जर तोडता आल्या नाहीत तर त्या लोभस असं कायमस्वरूपी बंधनच बनतं. म्हणून नोकरी फास होता कामा नये. शेवटी बंधन हे बंधनच आहे. मग ते कितीही देखणं असलं तरी!

हे बंधन बाह्यबंधन आहे जे शरीराशी निगडित आहे. यात नात्यागोत्यांची सग्यासोयऱ्यांची कैद आहे. माणूस इच्छा नसताना या बंधनात जखडला गेला आहे. कारण त्याला जी सामाजिक बंधनं आहेत ती सांभाळावीच लागतात. ज्या नात्यांमध्ये सेवाभाव आहे, ती नाती आनंददायी असतात. केवळ एक रीत म्हणून, परंपरा म्हणून जर ही नाती सांभाळावी लागत असतील, तर ती नाती केवळ जखडून टाकणाऱ्या बेड्या आहेत, लोढणी आहेत. माणूस आयुष्यभर या अनिच्छेनं सांभाळाव्या लागणाऱ्या नात्यांच्या बंधनातून सुटका करून घेण्यासाठी धडपडत असतो. परंतु त्याची यातून सुटका होत नाही. मन अहर्निशपणे या कैदेतून सुटका करून घेण्याची धडपड करत असतं.

काही बंधनं अशी आहेत, की त्यातून माणूस तहहयात सुटूच शकत नाही. या नात्यांच्या बेड्या कधी निखळून पडतील, याचा विचार तो आयुष्यभर करत असतो. परंतु काही नातीच अशी आहेत, की ती तोडणं कठीणच नसून अशक्य आहेत. या पारंपरिक चालीरीती त्याच्यासाठी कायद्यानुसार बंधन बनल्या आहेत. त्यातून सुटका होणं दुरापास्तच. मग अनिच्छेनं त्याला या बंधनातच जगावं लागतं. जे काम आवडत नाही पण नाइलाजास्तव तेच करावं लागतं. तेसुद्धा एक प्रकारचं बाह्य बंधनच आहे.

केवळ पोटाची खळगी भरावी लागते म्हणून अशी न आवडणारी कामं माणसाला करावी लागतात. नोकरी करायला आवडत नाही तरी करावीच लागते. कारण एकच भय त्याला रात्रंदिवस सतावत असतं, नोकरी गेली तर तो काय खाणार, कुटुंबाचा उदरनिर्वाह कसा करणार? मुलांचं संगोपन कसं करणार? स्वत: तर उपाशी मरेलच पण सारं घरदार उपाशी मरेल. केवळ या भयापोटीच तो एखाद्या घाण्याच्या बैलासारखा काम करत राहतो.

एखाद्याच्या मनात असा विचार येत राहतो, की आपण नोकरी करतो, म्हणून आपली मिळकत, आपली कमाई अगदीच तोकडी आहे. त्यामुळे सतत पैशाची चणचण जाणवत असते. जे व्यापार करतात, ज्यांना स्वत:चा उद्योगधंदा आहे, ते अधिक सुखी आहेत. कारण त्यांच्याकडे सतत पैसा खेळत असतो.

याच्या अगदीच उलट विचार उद्योगधंदा करणाऱ्यांच्या मनात येत असतात. 'आम्ही तर घाण्याच्या बैलासारखं जीवन जगत आहोत. नोकरी करणाऱ्यांचं अगदी बरं आहे. ठरावीक वेळी जाऊन ठरावीक पाट्या टाकल्या, की जबाबदारी संपली. त्यामुळे नोकरवर्ग अधिक सुखी आहे. डोक्याला कसली कटकट नाही.' अशा कारणांमुळे माणूस आपल्या नित्याच्या कामावर कधीच खुश नसतो.

काही लोक असेही असतात ज्यांना त्यांचा व्यवसाय आवडत नाही. तरीपण अनिच्छेने का असेना, ते करत राहतात. नाइलाज म्हणून नवीन व्यवसाय सुरू केला आणि तोंडघशी पडलो तर? धंद्यात नुकसान झालं, तर जे दोन घास मिळतात तेही बंद व्हायचे. याचं एकमेव कारण भय. ते भीतीचे गुलाम असतात.

सर्वेक्षण करून पाहिलं तर असं दिसून येईल, की ९० टक्के लोकांचा असाच सूर आहे, 'आम्हाला जी पसंत नाहीत अशी कामं करावी लागतात पण पोटासाठी नाइलाजास्तव करावी लागतात.' अशा प्रकारे माणूस शरीराचा गुलाम बनला आहे. जे काम करू नये असं वाटतं, ते शरीराचे चोचले पुरविण्याच्या नादात करत राहतात. त्यांना वाटतं, की काम केल्यानं चार पैसे मिळतात व सुखासमाधानात राहता येतं. ऐशआरामात शरीराला तर खुश करतो, परंतु मनाला मात्र दु:खी करून सुखापासून वंचित राहतो.

३. तिसरं बंधन - आतील विचारांचं बंधन

धारणा आणि मायेच्या विचारांचं बंधन

आज माणूस नकारात्मक विचारांच्या आहारी जाऊन आपलं जीवन कंठत आहे. कारण विचारांचा प्रभाव माणसावर खोलवर होत असतो. त्यामुळे तो स्वत:चा आत्मविश्वास गमावून बसला आहे. जसे आपले विचार असतील, तसंच आपण जगाल. विचारांचं बंधन हे अतिसूक्ष्म असं बंधन आहे. ते दिसून येत नाही पण त्याची मुळं खूप खोलवर रुजलेली असतात.

आपल्याला जर सांगितलं, जमिनीवर ठेवलेल्या या अरुंद फळीवरून चालून

दाखवा तर ते कोणालाच फारसं कठीण वाटणार नाही. सर्वजण अगदी सहज तयार होतील. परंतु तीच फळी दोन घरांच्या छतावर आडवी ठेवली आणि आता यावरून चालून दाखवा म्हटल्यावर मात्र लोक विचारात पडतील. कोणीच तयार होणार नाही. पडण्याच्या भीतीनं ते राजी होणार नाहीत. फार तर त्यांच्यातील जे कोणी धाडसी, साहसी असतील ते तयार होतील. पण असे फारच मोजके लोक असतील. ती जर पैजच असेल आणि जिंकल्यावर चार पैसे मिळतील या आशेनं, मजबुरीनं, नाइलाजानं तयार होतील किंवा पूर्वी ज्यांनी सर्कशीत काम केलं आहे, ज्यांना असा सराव आहे असेच लोक तयार होतील.

विचार करण्याची बाब ही आहे, की जर चार लोक फळीवरून चालायला तयार आहेत तर मग बाकीचे का नाहीत? याचं कारण भय हेच आहे. त्यांना उंच फळीवरून खाली पडण्याची भीती वाटते. 'चालला नाहीत तर गोळी घालून ठार करण्यात येईल' अशी भीती दाखवली, तर त्यातील आणखी काही लोक तयार होतील. ते असा विचार करतील की दोन्हीकडे मरणच आहे तर मग चालून बघितलं तर काय वाईट? काही लोक मृत्यूच्या भयानं तयार होणारच नाहीत. एकंदरीत असे दोन प्रकारचे लोक आहेत. एक धोका पत्करणं पसंत करतील, पण मरणं पसंत करणार नाहीत आणि दुसऱ्या प्रकारचे लोक मरण स्वीकारतील पण पडणं नाही.

उद्देश एकच आहे, की सर्वांनीच चालायला तयार व्हावं. त्यासाठी त्यांची भीती नष्ट करण्याची एक युक्ती आहे, 'तुमच्या मुलांचं अपहरण केलं आहे. तुम्ही जर या फळीवरून चालला नाहीत तर मुलांना ठार केलं जाईल' असे शब्द कानावर पडताच मात्र चमत्कार होऊ शकतो. मुलांच्या प्रेमापोटी अगतिक होऊन आश्चर्य घडू शकतं. ते प्रचंड घाबरलेले असताना देखील त्या फळीवरून चालायला तयार होतील व यशस्वीही होतील. यावरून असं सिद्ध होतं, की या जगात अशक्य असं काहीच नाही. आपल्याला अशक्य वाटतं ते केवळ आपल्या विचारांमुळेच. विचारांच्या कैदेनेच हा 'अशक्य' शब्द जन्माला घातला आहे आणि तोच विचारांचं बंधन बनलेला आहे. 'भय', 'हे अशक्य आहे', 'माझ्याजवळ वेळ नाही' अशा प्रकारचे विचार माणसाच्या प्रगतीत, विकासात अडसर बनू शकतात.

उदाहरणार्थ, एका माणसाला संमोहित करून त्याच्याकडून काही काम करवून घेतलं. त्याला विचारलं गेलं, 'तू किती किलो वजन उचलू शकतोस?' त्यावर तो उत्तरला, 'मी दहा किलो वजन उचलू शकतो.' त्यानंतर असं दिसून आलं, की त्यानं

चक्क वीस किलो वजन उचललं. त्याचं व्हिडिओ शूटिंग केलं व ते त्याला दाखवलं. 'पाहा, तू वीस किलो वजन उचललं आहेस,' तेव्हा त्याच्या विचारांचे बंध तुटू लागले.

विचारांचं बंधन म्हणजे आपण काही ठाम समजुती करून घेणं. 'मी इतके तास काम करू शकतो... हे मी ऐकू शकतो... हे मी ऐकू शकत नाही... माझी ताकद एवढीच आहे... माझी मर्यादा एवढीच आहे... याहून अधिक नाही...' अशा काही समजुती आपणच करून घेतो. वास्तविक असं काही नसतंच. आपण खूप काही करू शकतो. केवळ आपल्या धारणांमुळे आपण लोकांच्या पुढे जाऊ शकत नाही. आपली कला दाखवू शकत नाही. केवळ याच विचारानं, की माझा चेहरा इतरांसारखा सुंदर नाही.

वरील उदाहरणांवरून आपल्या लक्षात आलं असेल, की जी कामं आपल्या आवाक्यात नाहीत, जी अशक्य वाटतात, त्या सर्व गोष्टी आपण करू शकतो. योग्य ती प्रेरणा जागृत केली, विचारांचं बंधन तोडलं तरच हे शक्य आहे.

४. मायेचं बंधन

मायेचा अर्थ म्हणजे आपल्याला जे दिसतं ते प्रत्यक्षात नसतं. परंतु आपण ते गृहीत धरलेलं असतं. म्हणजे तो केवळ एक भ्रम आहे. रात्रीच्या वेळेस चालताना चंद्राकडे पाहिल्यास तोही आपल्यासोबत चालत आहे, असं वाटतं. शिवाय पाण्यातील काठी वाकडी दिसते, पण प्रत्यक्षात तशी नसते. आपल्याला सूर्य उगवताना दिसतो आणि मावळतानाही. परंतु वास्तव हे आहे, की आजपर्यंत सूर्य कधीच उगवला नाही किंवा अस्तासही गेला नाही. पृथ्वी सूर्याभोवती फिरत आहे. जसं, आकाशात इंद्रधनुष्य दिसत असतं परंतु जवळून पाहिलं तर ते नसतंच. ही भ्रमाची काही उदाहरणं आहेत. अशा प्रकारे माया प्रकट होते. आपण एखादं दृश्य पाहतो तेव्हा त्यावर विचार करतो. विचार केल्याने त्या विषयी आपल्या काही धारणा बनतात आणि त्या धारणांच्या अनुषंगाने आपण कृती करू लागतो. कृतीमुळे चालना मिळते, व्यवहार होतो आणि व्यवहाराची परिणती परिणामात होते. अशा प्रकारे प्रत्येकजण मायापाशात, बंधनात कैद होतो, जखडला जातो.

एखादा जादूगार जेव्हा त्याच्या हातात नसलेली वस्तू हातातून काढून दाखवतो त्यावेळी आपल्याला आश्चर्य वाटतं. ती वस्तू त्याच्या हातात नसताना आपोआप आली कशी? आपल्याला वाटतं, जणू ती वस्तू जादूने प्रकट झाली असावी. परंतु वस्तुस्थिती अशी आहे, की कोणतीही गोष्ट आपोआप येत नसते. तिच्या मागे काहीतरी कारण

असतं, जे आपल्याला दिसत नाही. म्हणून जोपर्यंत वास्तवाचं ज्ञान होत नाही, तोपर्यंत प्राथमिक उत्तरं दिली जातात. उदाहरणार्थ, मूल जेव्हा आपल्या आईला विचारतं, 'मी कोठून आलो?' तेव्हा त्या अजाण बालकास आईसुद्धा तशाच प्रकारचं उत्तर देते, 'तुला दवाखान्यातून घेऊन आले, मंदिरातून आणलं किंवा तुला परमेश्वरानं पाठवलं.' कारण जे वास्तव आहे ते मूल समजू शकत नाही. म्हणून त्याला अशी के.जी.तील उत्तरं दिली जातात. त्याचप्रमाणे जोपर्यंत सत्य उमगत नाही तोपर्यंत ती जादू वाटते, माया वाटते.

एखादा पक्षी जेव्हा पिंजऱ्याच्या बाहेर असूनही जणू तो पिंजऱ्यात आहे असं समजून आकाशात विहार करायचं सोडून देतो, तेव्हा तेच मायेचं बंधन असतं.

समजा, एखादी वस्तू कुठल्या विशिष्ट स्थानी तुम्ही शोधत असाल आणि ती जर तिथे नसेल तर आपण त्या बंधनात जखडले जातो. जसं, आपण सत्याचा शोध मंदिरात, मशिदीत घेतो. त्यासाठी तीर्थस्थानावर जातो. मंत्राचा जप करतो, ध्यानधारणा करतो, उपास-तापास करतो, पूजापाठ करतो, शास्त्रपठण करतो. कारण हे सर्व केल्यानं सत्य प्राप्त होईल, असं आपल्याला वाटत असतं. परंतु ज्याचा शोध घेत आपण फिरत असतो, ते अन्यत्र कुठे नसून आपल्या अंतर्यामीच आहे, हे मात्र आपल्याला ठाऊक नसतं. शिवाय आपण सत्याचा शोध आपल्या आत कधी घेतच नाही. सत्याचा शोध बाह्य जगात घेऊनच आपलं जीवन वाया घालवतो, वेळेचा अपव्यय करतो. पण आपल्याला जेव्हा समजेल, की सत्य बाहेर नसून ते आपल्या अंतरंगातच आहे, तेव्हाच मायापाशातून मुक्त होण्यास प्रारंभ होतो. बंधन म्हणजे नेमकं काय आणि ते कशामुळे निर्माण होतं, हे समजल्यानंतरच मोक्ष, निर्वाण, मुक्ती सहज शक्य आहे.

५. बंधनातून मुक्ती न मिळण्याची तीन कारणं

प्रत्येक माणूस बंधनातून मुक्त होण्यासाठी सतत धडपडत असतो. परंतु काही केल्या त्याची सुटका होत नाही, त्याला मुक्ती मिळत नाही. या आधी आपण तीन बंधनांविषयी माहिती घेतली. आता बंधनांची तीन कारणं समजून घेऊ या. जोपर्यंत आपल्याला या बंधनांची कारणं कळत नाहीत, तोपर्यंत मुक्ती मिळणं अशक्य आहे.

६. पहिलं कारण

सर्वजण बंधनात असल्याने बंधन दिसत नाही.

मग जर सर्वच बंधनात असतील... सर्वच अंध असतील... अज्ञानात असतील...

सत्याशी कोणीच परिचित नसेल... अज्ञानामुळे कुणाला बंधन दिसतच नसेल... सर्वच निद्रिस्त असतील तर अशा स्थितीत कोण कुणाला जागरूक करणार? एखादा जागरूक असेल तरच तो इतरांना जागरूक करू शकेल. वास्तविक सर्वच रुग्ण आहेत. परंतु ते आजारी आहेत हेच त्यांना माहीत नसतं. जर आजारपणाची जाणीवच नसेल तर त्यावर उपाय अथवा इलाज करण्याचा विचार त्यांच्या मनात येईलच कसा? अशा वेळी उपचार करण्याचा प्रश्नच उद्भवत नाही.

एखादा माणूस चंद्रावर गेला आणि तिथं त्यानं स्वत:चं वजन केलं तर ते फक्त दहा किलोच भरेल. मग तो घाबरून जाईल. पृथ्वीवर आपलं वजन तर साठ किलो होतं आणि इथे मात्र दहा किलो असल्याचं पाहून त्याला जबरदस्त धक्काच बसेल. याचं कारण पृथ्वीची गुरुत्वाकर्षणशक्ती. चंद्राच्या गुरुत्वाकर्षणापेक्षा पृथ्वीचं गुरुत्वाकर्षण सहा पटीनं जास्त आहे. त्यामुळे चंद्रावर आपलं वजन साठ किलोऐवजी दहा किलोच भरतं. ही गोष्ट जेव्हा वैज्ञानिकांकडून समजते तेव्हा कुठं आपली भीती नाहीशी होते. शिवाय ही गोष्ट आपल्याला प्रथमच समजते, की आपल्या शरीराचं वजन तेवढं नाही जेवढं पृथ्वीवर जाणवतं. गुरुत्वाकर्षणामुळे पृथ्वीवर आपल्याला आपलं वजन जाणवतं. म्हणून आपण हे कधी समजू शकत नाही. त्याच प्रकारे सर्वांवर बंधनं असल्याने ती बंधनं, बंधनं वाटतच नाहीत आणि त्यातून कधी मुक्तीही मिळत नाही. मुक्ती न मिळण्याचं पहिलं कारण हेच आहे.

एका गावातील सर्वच गावकऱ्यांना कमी ऐकू यायचं. हा आजार सर्वांनाच होता. त्यामुळे ते एकमेकांशी बोलताना ओरडून, मोठ्यानं बोलत असत. परंतु आपण जोराने बोलतो याचा कोणालाच थांगपत्ता नव्हता. सर्वांना वाटायचं, की आपण सहजपणे संभाषण करतो आहोत, निकोप, निरोगी आहोत.

एके दिवशी त्या गावातील मुलगा जंगलात गेला. तो विश्रांतीसाठी एका झाडाखाली झोपला होता. तेव्हा अचानक त्या झाडातून दोन थेंब थेट त्याच्या कानात पडले. तो वृक्ष नक्कीच औषधी, गुणकारी असला पाहिजे असं त्याला वाटलं. कारण त्यानंतर त्या मुलाला व्यवस्थित ऐकू येऊ लागलं. जेव्हा तो मुलगा जंगलातून गावात परतला तेव्हा त्यानं पाहिलं, की सर्व लोक विनाकारण किंचाळल्यासारखे एकमेकांशी बोलतायंत. त्याला आश्चर्य वाटलं. त्यानं लोकांना विचारलं, 'असं किंचाळायला काय झालं? थोडं हळू बोला.' मुलाचं हे बोलणं ऐकून गावकऱ्यांना नवल वाटलं. आम्ही कुठं किंचाळतो? आता ते सर्व गावकरी त्या मुलालाच वेड्यात काढू लागले. गावकऱ्यांनी

एक सभा बोलावली आणि सर्वानुमते त्यांनी मुलाला भूतबाधा झाल्याचं जाहीर केलं. तो एकटाच जंगलात गेला होता, तेव्हा नक्कीच एखाद्या प्रेतात्म्यानं त्याला झपाटलं असेल, असं त्यांना वाटलं. त्यांचं हे वक्तव्य ऐकून मुलगा वैतागला. कारण सर्वांनीच त्याला ठार वेडा ठरवलं होतं. वैतागून शेवटी तो आपल्या गुरूंकडे गेला. गुरूंनी त्याला सल्ला दिला. 'तू तुझ्या कानात कापसाचे बोळे घाल आणि त्यांच्यासारखाच त्यांच्याशी किंचाळून बोल. तूही बहिरा असल्याचं नाटक कर. वेडा ठरण्यापासून बचाव करून घेण्याचा हा एकमेव उपाय आहे.' पण त्या मुलाला गुरूंचा सल्ला आवडला नाही. तो दुसऱ्या एका गुरूंकडे सल्ला घेण्यासाठी गेला. त्या गुरूंनी त्याला सांगितलं, 'एक छोटंसं ऑपरेशन करावं लागेल. पण तू अजिबात काळजी करू नकोस. तू एकदम ठीक होशील.' मात्र ऑपरेशननंतर त्याला फारच कमी ऐकू येऊ लागलं. आता तो मुलगा गावकऱ्यांबरोबर आरडा-ओरडा केल्यासारखा बोलू लागला. मग गावकरी एकदम खुश झाले. बरं झालं, इडा-पीडा टळली, असं ते समजू लागले.

आपल्या बंधनांचंही हेच कारण आहे. तसं पाहिलं तर आपण सर्वच रुग्ण आहोत, आजारी आहोत. जेव्हा आपल्यातील एखादा व्याधिमुक्त होतो, तेव्हा त्यालाच आपण रुग्ण समजू लागतो. त्याला आपण सुळावर चढवतो, विष देतो. त्याचे हात-पाय तोडून कायमचं जायबंदी करतो, त्याच्यावर दगडांचा वर्षाव करतो. येशू ख्रिस्ताला हीच वर्तणूक दिली गेली. येशूला सुळावर चढवलं, सॉक्रेटिसला (सुकरात) विष दिलं, मन्सूरचे हात-पाय तोडले. बुद्धावर दगड फेकले. या सर्वांचा अपराध काय होता? तर त्यांनी आपल्या सर्वांना जागरूक, व्याधिमुक्त करण्याचा प्रयत्न केला. पण लोकांनी मात्र त्यांनाच व्याधिग्रस्त समजून ठार केलं.

७. दुसरं कारण

बंधन चांगलं वाटतं (सोन्याच्या बेडीचं बंधन)

बंधनात राहायला आवडणं हेच मुक्त न होण्याचं दुसरं कारण आहे. त्यांना वाटतं, या बंधनातच शांती आहे. सत्य जाणून घेण्याचा खटाटोप कोण करणार? कोणात एवढं धाडस आहे? त्यामुळे बंधनात राहता राहता माणसाला त्याची इतकी सवय होते, की ते बंधनच त्याला प्रिय वाटू लागतं. तो त्या बंधनाच्या प्रेमात पडतो आणि त्यावरच प्रेम करू लागतो.

एका कारागृहात दीर्घ मुदतीची सजा भोगणारे कैदी ठेवले होते. रात्रीच्या अंधाराचा

फायदा घेऊन कैदी पळून जाऊ नयेत या दक्षतेपोटी त्यांना रात्री हातकड्या, बेड्या (बंधन) घातल्या जायच्या. दिवसा मात्र त्यांना मोकळं ठेवलं जायचं. बेड्या काढून टाकलेल्या असायच्या. मात्र त्यांच्यावर बारीक लक्ष ठेवलं जायचं. एके दिवशी भूकंप झाला. त्या कारावासाच्या भिंती कोसळल्या. भिंती ढासळलेल्या पाहून सर्व कैदी फरार झाले. दिसेल त्या वाटेनं त्यांनी पोबारा केला. पण दुसऱ्या दिवशी सर्व कैदी परत तिथंच आले. बाहेरच्या जगात त्यांचं मन रमलं नाही. स्वातंत्र्य त्यांना भावलं नाही. म्हणून ते सर्व कैदी परत स्वतःहून त्या कारावासात आले. कारण वर्षानुवर्षे त्यांना बेड्या घालून झोपायची सवय झाली होती. त्या रात्री त्यांना हातात बेड्या नसल्यामुळे झोपच लागली नाही. वैतागलेल्या मनःस्थितीत त्यांनी स्वतःलाच बेड्या अडकवल्या, तेव्हा कुठं त्यांना शांत झोप लागली. अशा प्रकारे माणूस सवयीचा गुलाम होतो.

जे विचार आपल्या बंधनांचं कारण आहेत, ते विचार आपण सोडू शकत नाही, किंबहुना टाळू शकत नाही. कारण त्या विचारांसोबत राहायची आपल्याला इतकी सवय झालेली असते, की नवं जीवन सुरू करायचं आपण धाडसच करू शकत नाही. त्याच त्या जुन्या धारणांमध्ये, बंधनांमध्ये आपलं जीवन व्यतीत होतं आणि याचा आपल्याला थांगपत्ता लागत नाही. बंधन आवडणं हे मुक्ती न मिळण्याचं दुसरं कारण आहे.

८. तिसरं कारण

बंधनाचं कारण बाहेर शोधलं जातं, जे आपल्या आतच आहे.

बंधनाचं कारण बाहेर आहे, असं मनुष्य समजतो. त्याला वाटतं... पैसा नाही म्हणून मी बंधनात आहे... म्हणजे बंधनाचं कारण बाहेर आहे. पैसा नाही म्हणून मी अस्वस्थ आहे... बंगला नाही, हीच माझी डोकेदुखी आहे... माझी मुलं उद्धट आहेत, मुलं माझं ऐकत नाहीत त्यामुळे मी दुःखी आहे... जर मला धन मिळालं तर मी बंधनातून मुक्त होईन... माझी मुलं जर आज्ञाधारक बनली तर कदाचित मी सुखी होईन... स्वतःच्या मालकीचा बंगला, कार असेल, तरच माझ्या जीवनात आनंद येईल.

अशी कितीतरी कारणं आहेत, ज्यामुळे माणूस सतत आतल्या आत झुरत असतो. त्याच्या सर्व इच्छा-आकांक्षा पूर्ण व्हाव्यात असाच तो विचार करत असतो. इच्छापूर्ती करणं हेच त्याचं खरं बंधन आहे. वास्तविक त्याच्या सुख-दुःखाचं कारण बाहेर आहे. त्यामुळे तो आपलं सुख सतत बाहेर शोधत असतो. माणूस जेव्हा दुःखी असतो, तेव्हा त्याच्या दुःखाचं कारणसुद्धा बाहेरच आहे असं त्याला वाटत असतं. परंतु त्याच्या खऱ्या

दु:खाचं कारण त्याचं मनच आहे, हे त्याला ठाऊक नसतं. खरंतर माणसाचं तुलनात्मक मन हेच त्याच्या चिंतांचं, त्रासाचं मूळ कारण आहे आणि हे मूळ कारण तर त्याच्या आतच आहे. जोपर्यंत तो ही गोष्ट स्वत:च्या अनुभवातून जाणत नाही, तोपर्यंत तो अज्ञानाच्या अंधकारात जीवन कंठत राहील.

जेव्हा तेजज्ञानाची प्राप्ती होते आणि समज वाढते, तेव्हा कुठं त्याला या रहस्याचा उलगडा होतो. आनंद तर मनापलीकडची गोष्ट आहे. जोपर्यंत मन न-मन होत नाही तोपर्यंत आनंदाची अभिव्यक्ती होऊ शकत नाही. जणू मनच आनंदाच्या मूर्तीपुढे उभं राहून प्रश्न विचारतंय, 'आनंद कुठे आहे?' तेव्हा या मनाला म्हणावं लागतं, तू नम्र होशील, नतमस्तक होशील, झुकशील, नमन होशील तेव्हाच आनंद प्रकट होईल.' बंधनाचं खरं कारण समजल्यानंतर तेज आनंदाचा शोध बाह्य जगात न घेता आपल्या अंतरंगातच घेतला जाईल.

आपण परमेश्वराचा शोध बाहेर घेत राहतो. परंतु ईश्वरप्राप्तीचे सर्व संकेत आपल्या अंतरंगाकडे असतात. मात्र ही गोष्ट आपण समजू शकत नाही. ईश्वर असतो कुठे आणि आपण शोधतो कुठे? या संदर्भात जर कोणी मार्गदर्शन करीत असेल, तर त्याचं ऐकून घेण्याची आपली तयारी आहे का? परंतु आपण ते मार्गदर्शन स्वीकारत नाही. कारण बाह्य गोष्टींमध्येच आपण इतके गुंतून गेलेलो असतो, की त्यापासून मिळणारे लाभ पाहून तिथेच आकर्षित होतो. आपल्याला मोह सुटत नाही.

तेजज्ञान प्राप्त झाल्यानंतरच मनुष्याला समजतं, की आनंदही मनापलीकडची घटना आहे. जोपर्यंत मनाचा लय होत नाही, तोपर्यंत आनंद प्रकट होणारच कसा? मन म्हणजे आनंदावर पडलेली प्रचंड अशी शिळाच आहे. जोवर ही शिळा बाजूला होत नाही, तोवर आनंदाचा झरा वाहू शकत नाही. आपल्याला जर बंधनाचं कारण उमगलं, तर त्याचा उपाय आपण बाहेर न शोधता आपल्या अंतर्यामी शोधाल. बंधनाची कारणं बाहेर शोधत फिरणं हेच मुक्ती न मिळण्याचं तिसरं कारण आहे. कारण आनंद, मौन या गोष्टी आपल्या अंतरंगात आहेत. कोलाहल, कल्लोळ हे शब्द बाहेर आहेत. आता या शब्दांपासून मौनाकडे जाण्याचा प्रवास सुरू करा. पुढील अध्याय याच मुक्तीसाठी आहे.

४

शब्दांपासून मुक्ती

मौनात मोक्ष

तेज मौन - मौनाशिवाय शब्द निरर्थक - तेजज्ञान म्हणजे केवळ शब्द नसून अनुभव आहे. आटा (ज्ञान) आणि काटा (अज्ञान) यांपासून मुक्ती म्हणजे मोक्षप्राप्ती. जिथं सुखही नाही आणि दुःखही नाही तिथं असतो तेजआनंद. जिथं सुखाचा किंवा दुःखाचा वावर नसतो तिथं वास करतो तेज आनंद. ज्याप्रमाणे नदीचा स्रोत (उगम) समुद्र आहे, तद्वत मौन शब्दांचा स्रोत आहे. ज्याप्रकारे नदी सागराच्या भेटीसाठी प्रवास करते तद्वत माणूस मौनात लीन होण्यासाठी अंतरंगाची यात्रा करतो.

एका मनुष्याकडे अकरा गायी होत्या. या गायी म्हणजेच त्याचं धन, संपत्ती होती. त्याला तीन मुलं होती. मृत्युपश्चात आपली ही गायरूपी संपत्ती तीन मुलांना कशी वाटून द्यावी, याबाबत त्याने मृत्युपत्रात लिहून ठेवलं होतं. 'एकूण सर्व गायींच्या निम्म्या गायी थोरल्या मुलाला देण्यात याव्यात, मधल्या मुलाला एकचतुर्थांश हिस्सा व छोट्या मुलाला एकषष्ठमांश हिस्सा देण्यात यावा.'

मृत्युपत्रानुसार गायींची रीतसर वाटणी करण्यासाठी गावातील काही प्रतिष्ठित पंच लोक एकत्र आले व त्यांनी बैठक घेतली. आता त्यांच्या पुढे एक बिकट प्रश्न उभा राहिला. गायींची एकूण संख्या अकरा होती. तेव्हा मृत्युपत्रात नोंद केल्याप्रमाणे अर्धा हिस्सा, पाव हिस्सा, सहावा हिस्सा (१/६) कसा करायचा? शेवटी सरपंचाला बोलावण्यात आलं आणि त्यांच्यावर ही वाटणी कशी करायची याची जबाबदारी सोपवली. सरपंच हुशार होते. त्यांनी सांगितलं, 'ठीक आहे. ही वाटणी अगदी सोप्या पद्धतीनं

करण्यासाठी या अकरा गायींमध्ये माझी एक गाय सामील करू या.' सरपंचांनी सुचविल्याप्रमाणे त्यांची एक गाय त्यात सहभागी करण्यात आली. त्यानंतर या बारा गायींच्या रीतसर वाटण्या करण्यास सांगण्यात आलं. या उदाहरणामध्ये सरपंचाची गाय बीजगणितातील 'क्ष'प्रमाणे मोजली गेली.

मूळ मालकाच्या अकरा गायी व सरपंचाची एक गाय मिळून बारा गायींचे वाटप करणं आता एकदम सोपं झालं. बारा गायी मधून थोरल्या मुलाला अर्ध्या हिश्श्यानुसार सहा गायी मिळाल्या, दुसऱ्या मुलाला एकचतुर्थांश हिस्सा म्हणजे तीन गायी मिळाल्या तर तिसऱ्या मुलाला एकषष्ठांश हिस्सा म्हणजे दोन गायी मिळाल्या. अशा प्रकारे तिन्ही मुलांमध्ये अकरा गायींचं सुटसुटीत वाटप झालं आणि सरपंच आपली गाय घेऊन परत आपल्या घरी निघून गेले.

या उदाहरणात सरपंचांनी परत नेलेल्या गायीप्रमाणेच गुरूकडून दिले जाणारे ज्ञानाचे शब्द असतात. मोक्षात स्थापित होण्यासाठी जे काही मार्गदर्शन दिलं जातं, ते या बाराव्या गायीसारखं असतं. ही गाय म्हणजेच ज्ञानाचे शब्द. 'तेजज्ञान' म्हणजे केवळ शब्द नसून अनुभव आहे. म्हणूनच आपल्याला अनुभव मिळाल्यानंतर गुरू त्यांचे शब्द परत घेतात. मात्र लोकांपर्यंत ज्ञान पोहचावे यासाठी शब्दांचा आधार घ्यावा लागतो. त्यामुळे शब्द बंधन बनतात. ज्ञान हे शब्दांच्या रूपातच द्यावं लागतं, कारण त्या व्यतिरिक्त दुसरा उपायच नाही. परंतु ज्ञान म्हणजे केवळ शब्द नव्हेत, ही गोष्ट लक्षात घेतली पाहिजे. शब्दांतून मुक्ती म्हणजे मौन.

जीवनयात्रेचा प्रवास करणाऱ्यांनासुद्धा ज्ञानाबद्दल रुची निर्माण व्हायला हवी. जिज्ञासा निर्माण होईल अशा शब्दांत दिल्या जाणाऱ्या ज्ञानाविषयी विशेष गोडी निर्माण होते. आपण पाहतो, की प्रवचनात अनेक कथा सांगितल्या जातात. त्यामुळेच लोक प्रवचन ऐकायला गर्दी करतात. गंभीर विषय असेल, तर लोक तिथं जाण्याचं टाळतात. सत्संगाचा विषयसुद्धा लोकांना भावणारा असेल, तरच लोक सत्संगाला येतात. या शिवाय सत्यशोधकांना शब्दांविषयी अतिशय आकर्षण असल्याचं दिसून येतं. अतिशय कठीण शब्दात केलेलं प्रवचन, अलंकारिक भाषेत केलेलं भाष्य म्हणजे उत्तम प्रवचन असं मानलं जातं. असे सत्यशोधक स्वत:ला फार मोठे विद्वान आणि पंडित समजत असतात.

ज्याला योग्य मूल्यांची पारख आहे तो म्हणतो, 'मला केवळ सत्य ऐकायचं आहे.

शब्द अपरिचित असले तरी चालतील. मला पोकळ शब्दात आणि फोल विचारात अडकून राहायचं नाही. कारण मला सत्याची अनुभूती घ्यायची आहे.' सत्संगामध्ये सर्वप्रथम शब्दांच्या माध्यमातून ज्ञान दिलं जातं. परंतु अनुभव प्राप्त झाल्यानंतर शब्द परत घेतले जातात. तेजज्ञानाच्या शब्दांमुळे जो अनुभव प्राप्त होतो, तेच खरं ज्ञान असतं. शब्दांचा असा उपयोग झाला पाहिजे. शाब्दिक ज्ञानाच्या आट्याबरोबर अज्ञानरूपी काटासुद्धा बोचत असतो, म्हणून पोकळ शब्दांच्या निष्फळ ज्ञानात अडकू नये.

आपण एखाद्या मासेमाराला पाण्यात गळ टाकताना पाहिलं असेल. तो त्या गळाला आटा म्हणजेच पीठ लावतो आणि त्या आट्याच्या आतल्या काट्याला मासा अडकतो. अनेक मासे आट्याच्या आशेनं, लालसेनं गळापाशी येतात आणि काट्यात आपसुकच अडकतात. परंतु हुशार मासे गळापासून नेहमीच चार हात लांब राहतात, ते अडकत नाहीत. वास्तविक आटा (ज्ञान) आणि काटा (अज्ञान) यातून मुक्ती म्हणजेच मोक्षप्राप्ती!

आपल्या जीवनातील उदाहरणाद्वारे हे समजून घेऊ या. आटा म्हणजे शांती आणि काटा म्हणजे अशांती. जेव्हा आपण शांतीच्या आट्याचं (कणिक) सेवन करतो, तेव्हा अशांतीचा काटा सलू लागतो. याचाच अर्थ, सुखाच्या शोधात असताना दुःखसुद्धा येतं. सुख आणि दुःख या एकाच नाण्याच्या दोन बाजू आहेत. आपण त्यांना वेगळं करू शकत नाही. सुख-दुःखापासून मुक्ती म्हणजे मोक्ष.

बाहेरच्या जगामध्ये आपलं मन नेहमी प्रत्येक गोष्टीची चांगल्या आणि वाइटात विभागणी करतं. जसं सुख-दुःख, दिवस-रात्र, वर-खाली, जीवन-मृत्यू, हार-जीत, यश-अपयश, मान-अपमान इत्यादी. अशा दोन्ही अवस्थांपासून मुक्ती मिळू शकेल का? जिथं सुखही नसतं, दुःखही नसतं, तिथं असतो केवळ 'तेज आनंद.' जिथं मन नसतं, अशा न-मन अवस्थेमध्ये सर्व काही एकच असतं. जेव्हा मन बाहेरच्या जगात भटकतं, तेव्हा सतत तुलना करत असतं. मनाला स्वतःच्याच शब्दात ज्ञान हवं असतं, पण खरं ज्ञान तर शब्दातीत असतं.

'सन्माना'चा आटा खाण्याचा प्रयत्न केल्यास अपमानाच्या काट्यात अडकावं लागेल. बऱ्याच वेळा लोक आपल्याला विनम्रपणे नमस्कार करतात, पण एखाद्यानं नमस्कार केला नाही तर आपल्याला राग येतो. वयोवृद्ध लोकांना याच कारणास्तव अनेकदा निराश आणि दुःखी व्हावं लागतं. एखाद्यानं ओळख झाल्यापासूनच कधी नमस्कार केला नसता, तर निराश आणि दुःखी व्हायची वेळच आली नसती. आज

आपला मान राखला जातो, सन्मान केला जातो. उद्या कदाचित अपमानितसुद्धा व्हावं लागेल. म्हणून मान आणि अपमान या दोन्हीपासून मुक्ती मिळणं गरजेचं आहे.

कोलाहलामुळे आपण त्रस्त होतो. अशा वेळी आपल्याला शांतीची आवश्यकता भासते. परंतु शांतीच्या पाठोपाठ कोलाहल असणार हेही आपणास ठाऊक असायला हवं. कारण कोलाहल आणि शांती या एकाच नाण्याच्या दोन बाजू आहेत. आपल्याला ज्ञान-अज्ञान, मान-अपमान, शांती-कोलाहलापासून अलिप्त होऊन तेज मौनाबद्दल केवळ विचार न करता त्यात स्थापित व्हायचं आहे. अशा प्रकारे स्व-अनुभवात स्थापित होणं म्हणजेच 'मोक्ष' होय.

१. तेज मौन - मौनाशिवाय शब्द निरर्थक

एक गाव होतं. त्या गावात एक मंदिर होतं. त्या मंदिराबाहेर एक साधू दररोज काहीच काम न करता फक्त मौनात बसत असे. त्या गावचा सरपंच साधूसाठी दररोज भोजन पाठवत असे. एके दिवशी तो सरपंच स्वर्गवासी झाला. सरपंचाचे देहावसान झाल्यानंतर त्यांचा मुलगा साधूसाठी रोज भोजन पाठवू लागला. एके दिवशी त्या सरपंचाच्या मुलाच्या मनात विचार आला, 'हा साधू तर नुसताच मौन धारण करून बसलेला असतो. काही कामधंदा करत नाही. अशा ऐतखाऊ साधूला भोजन पाठवणं बंद केलं पाहिजे' आणि त्या दिवसापासून सरपंचाच्या मुलानं साधूला भोजन पाठवणं बंद केलं. कारण आता तरी साधू पोटासाठी काहीतरी काम करेल असं त्या मुलाला वाटलं.

दुसऱ्या दिवशी सरपंचाचा मुलगा स्वत: मंदिरात गेला, तेव्हा त्याला दिसलं, कोणीतरी साधूला जेवण आणून दिलं होतं. साधूने जेवण केलं आणि पुन्हा तो ध्यानात मग्न झाला. एके दिवशी साधू भिक्षा मागण्यासाठी त्या गावात गेला असताना गावातील लोक म्हणाले, 'आपण भिक्षा मागण्यासाठी का येता? आम्हीच तुमचं भोजन मंदिरात पाठवू.' गावकऱ्यांचं हे बोलणं त्या सरपंचाच्या मुलाला फारच झोंबलं. तो साधूजवळ गेला आणि म्हणाला, 'आपण कसे साधू आहात? काडीचंही काम करत नाही आणि आयतं खायला पाहिजे. तुम्हाला हे योग्य वाटतं का?' साधूने उत्तर दिलं, 'तू म्हणतोस ते योग्यच आहे. तू थोडा वेळ इथंच बैस! मी तुला तुझ्या प्रश्नाचं उत्तर देतो.' सरपंचाचा मुलगा त्या साधूसमोर बराच वेळ बसून राहिला पण साधू काहीच बोलला नाही. तो शांतपणे मौनात बसून राहिला.

अशा प्रकारे साधूला मौनात बसलेला पाहून तो मुलगा फार अस्वस्थ झाला. तो चुळबुळ करू लागला. बराच वेळ गेल्यानंतर मात्र त्याची सहनशीलता संपली व त्याने पुन्हा तोच प्रश्न साधूला विचारला, 'आता तरी तुम्ही मला सांगाल का, की आपण काम का करत नाही?' साधू उत्तरला, 'तू थोडा वेळ थांब, मी तुला सविस्तर उत्तर देतो.' एवढं सांगून साधूनं पुन्हा मौन धारण केलं. सरपंचाचा मुलगा त्या साधूच्या समोर बराच वेळ बसून राहिला. परंतु साधू चकार शब्द बोलला नाही. तो शांतपणे मौनात बसून राहिला.

साधूला मौनात बसलेलं पाहून सरपंचाचा मुलगा खूपच अस्वस्थ झाला. त्याची सारखी चुळबुळ चालू होती. त्याने खूप वेळ वाट पाहिली पण साधू महाराज ध्यानस्थच. पुन्हा त्याने साधूला विचारलं, 'आता तरी मला सांगाल, की आपण काम का करत नाहीत ते?' 'थोडा वेळ थांब! मी तुझ्या प्रश्नाचं उत्तर नक्की देतो.' एवढं बोलून साधू परत मौनात गेले. थोड्या वेळानंतर सरपंचाच्या मुलाने पुन्हा तोच प्रश्न विचारला आणि 'जरा लवकर उत्तर द्या' असं सांगितलं. साधू म्हणाला 'मी तुला लवकर उत्तर का द्यायचं?' साधू म्हणाला. सरपंचाचा मुलगा म्हणाला, 'कारण मी इतका वेळ एकाच जागेवर मौनात बसू शकत नाही.' 'एका जागेवर मौनात बसू शकत नाही? एका जागेवर बसून राहणं एवढं कठीण असतं काय?' साधूने त्याला विचारलं. त्यावर सरपंचाचा मुलगा म्हणाला, 'अतिशय कठीण काम आहे. इतका वेळ एका जागेवर मी शांत बसूच शकत नाही.' मग साधूने त्या मुलाला समजावून सांगितलं, 'हे पाहा, तू स्वत:च तुझ्या प्रश्नाचं उत्तर दिलं आहेस. मौन धारण करून एका जागेवर बसून राहणं इतकं सोपं काम नसतं.' आता त्या मुलाला आपोआप त्याच्या प्रश्नाचं उत्तर मिळालं.

मौन अवस्था अतिशय महत्त्वपूर्ण बाब आहे. ज्या प्रकारे समुद्र नदीचा प्रवाह आहे तद्वत मौन शब्दांचा स्रोत आहे. जशी नदी समुद्राला भेटण्याच्या हेतूने प्रवास करते, तसं मौनात लीन होण्यासाठी माणूस अंतरंगाची यात्रा करतो. हा प्रवास, म्हणजेच तेजकर्म आहे. आळस आला म्हणून बसून राहणं आणि मौनात बसणं यात जमीन आसमानाचा फरक आहे. आळसात बसून राहिल्यानं नकारात्मक फळ मिळतं. पण थोडा वेळ जरी आपण मौनात बसलो तरी त्याचं सकारात्मक फळ आपल्याला मिळतं.

जसं, कागदावर लिहिलेले शब्द कागदाविना व्यर्थ असतात. तद्वत मौनाशिवाय बोलले गेलेले शब्द व्यर्थ ठरतात. प्रत्येक दोन शब्दांच्यामध्ये मौन असतं. तसंच शब्दांच्या

आधीसुद्धा मौनच असतं. मौन समजून घेणं म्हणजे उत्तम जीवनाचा प्रारंभ करणं होय. या स्थानापासूनच सत्य-अभिव्यक्तीकडे नवीन वाटचाल, नवा मार्ग सुरू होतो.

मौनाशिवाय त्या ठिकाणी पोहोचलेला माणूस फक्त कामच करीत असतो. परंतु मौन जाणल्यानंतर माणूस काम करत नाही तर त्याचं काम सेवा, अभिव्यक्ती आणि भक्ती बनतं.*

आपलं शरीर आणि मन शांत ठेवण्यासाठी आपण मौनासाठी रोज थोडा वेळ काढला पाहिजे. मौनात बसल्यानंतर आपल्याला आश्चर्य वाटेल. कारण मौनामुळे स्वत:विषयीच्या अनेक बाबींचं आकलन आपल्याला होईल. शब्दांमुळे माणूस इतरांशी जोडला जातो परंतु मौनामुळे तो स्वत:शी जोडला जातो. प्रार्थनेद्वारे माणूस परमात्म्याशी संपर्क साधू शकतो तर मौनामुळे तो स्वत:शी संपर्क साधून 'स्व'मध्ये स्थापित होतो, स्वानुभव प्राप्त करतो. मोक्षप्राप्तीसाठी हे पाऊल उचलणं अत्यंत आवश्यक आहे.

ज्याप्रमाणे रेल्वेस्टेशनवरून ट्रेन वेगवेगळ्या ठिकाणी जात असतात. परंतु आपलं लक्ष केवळ त्या रेल्वेच्या डब्यांवरच असतं. हा पहिल्या वर्गाचा डबा... हा दुसऱ्या वर्गाचा डबा... हा वातानुकूलित डबा... इत्यादी. मात्र गाडीचे दोन डबे ज्या ठिकाणी परस्परांशी जोडलेले असतात, त्या दोन्ही डब्यातील अंतरावर आपलं लक्ष जात नाही. तसंच मनात जेव्हा एकाच वेळी दोन विचार येतात, तेव्हा दोन विचारांमध्ये कुठलाच विचार नसतो. याचाच अर्थ, त्यावेळी आपण नसतो असं नाही, तर विचार नसतानासुद्धा आपण असतोच. जसं दोन शब्दांमध्ये आणि शब्दांच्या आधीही कागद असतोच तद्वत दोन विचारांमध्ये आणि विचारांच्या मागेसुद्धा मौनच असतं.

आपण ज्या घरात राहतो त्यालाच आपलं घर म्हणजे चार भिंती असं समजतो. मात्र भिंती काढल्या तरी आपण तिथं राहू शकतो, झोपू शकतो. शिवाय आणखी जागाही शिल्लक राहते. तरी आपण म्हणतो, 'घर कुठं आहे?' याचाच अर्थ विचार नसले तरी आपलं अस्तित्व असतंच. खऱ्या अर्थानं आपण दोन विचारांच्यामध्ये आपल्या घरात म्हणजेच अनुभवात, मोक्षावस्थेतच राहत असतो.

एकदा एक फकीर भिक्षा मागण्यासाठी एका घराजवळ गेला असता, त्या घरातील गृहिणी फकिराला म्हणाली, 'माझ्या घरात अन्नाचा एक कणही शिल्लक नाही, तेव्हा

हे चिन्ह असलेल्या ओळीवर मनन करा.

मी आपल्याला काय देऊ!' त्या गृहिणीचं ते बोलणं ऐकून फकीर म्हणाला, 'आपल्या जवळ जर एखादं भांडं असेल, तर थोड्यावेळासाठी ते मला द्या. माझ्याजवळ एक दगड आहे. त्यापासून अतिशय स्वादिष्ट असं सूप बनवता येतं. मी त्या भांड्यात सूप बनवेन, मग ते सूप पिऊन माझी भूक भागेल आणि त्यानंतर मी आपलं भांडं परत करेन. ते ऐकून त्या स्त्रीला अतिशय नवल वाटलं. ती म्हणाली, 'खरंच! दगडापासून सूप बनू शकतं? पण ते कसं बनतं हे मला पाहायचं आहे.' एवढं बोलून तिनं एक भांडं आणून त्या फकिराला दिलं. फकिराचा आणि त्या बाईचा संवाद ऐकून आजूबाजूच्या स्त्रियासुद्धा ते दृश्य पाहण्यासाठी जमल्या.

फकिराने ज्या भांड्यात दगड ठेवला होता. त्यात पाणी ओतलं आणि ते चुलीवर ठेवलं. पाणी थोडं गरम होताच फकिरानं त्यात आपलं बोट बुडवून चव पाहिली. 'वा! काय छान सूप बनलं आहे.' नंतर त्याने त्या घराच्या मालकिणीला सांगितलं, 'आपल्या घरी जर मुळा, गाजर, काकडी इत्यादी काही असेल, तर मला द्याल का?' लगेच तिने घरात जाऊन मुळा, काकडी, गाजर वगैरे जे काही फकिरानं मागितलं ते तत्परतेनं आणून दिलं. फकिरानं त्या सर्व भाज्या व्यवस्थित चिरून त्या पातेल्यात टाकल्या. वरून थोडं मीठ टाकलं आणि चव पाहिली. सूप आणखीच स्वादिष्ट झालं होतं. तोपर्यंत अजून काही स्त्रिया त्यात सामील झाल्या. त्यांना पाहून फकीर म्हणाला, 'आपापल्या घरात जे काही पदार्थ शिल्लक असतील ते सर्व घेऊन या.' त्या स्त्रियांनी आपापल्या घरी जाऊन झटपट लिंबू, टोमॅटो, मिरची, मसाला वगैरे जे काही घरात उरलं होतं ते फकिराला आणून दिलं. फकिरानं त्या वस्तूसुद्धा त्यात टाकल्या आणि सर्व महिलांना ते सूप प्यायला दिलं. सर्वांनाच ते स्वादिष्ट सूप फार आवडलं. सणवाराच्या निमित्तानं लोक वारंवार एकत्र जमतात, परंतु इथे दगडापासून सूप बनवण्याच्या निमित्तानं महिला एकत्र जमल्या होत्या. सर्वांना सूप खूप आवडलं. ते सूप पिऊन सर्व महिला खूप खुश झाल्या होत्या. आता आपल्याला समजलंच असेल, की त्या फकिरानं महिलांकडूनच साहित्य जमा केलं आणि सूप बनवलं; तेही दगडाचं! वास्तविक त्या दगडात विशेष असं काहीच नव्हतं, तो अगदी साधा दगड होता.

सांगायचं तात्पर्य एवढंच, की आध्यात्मिक प्रवचनांमधून नवं असं काहीच सांगितलं जात नाही. सर्व काही आपल्या जवळ असतं, आपल्याला ठाऊक असतं. पण जसं काही निमित्तानं लोक एकत्र जमतात तसं त्या दगडामुळे गल्लीतल्या स्त्रिया एकत्र जमल्या.

प्रवचनात अनेक शब्द सांगितले जातात, सुभाषितं सांगितली जातात परंतु शब्द म्हणजे ज्ञान नव्हे. शब्दांचा आधार घेऊन अनुभवापर्यंत पोहोचणं हे अतिशय महत्त्वाचं असतं. शब्द ज्या मौनातून बाहेर पडतात, तिथं स्थापित होणं अत्यावश्यक असतं. म्हणून शब्दातून मुक्त व्हायला हवं. अनेक विद्वान मंडळी, पंडित कठीण शब्दांचा वापर करतात आणि 'मी महाज्ञानी आहे' असा आभास निर्माण करतात. परंतु अशा विद्वानांच्या जीवनात मात्र परिवर्तन, बदल घडल्याचं दिसत नाही. म्हणून शब्दात अडकू नका, विचारात गुंतू नका, नकली आनंदाच्या आकर्षणापासून, मोहापासून सदैव दूर राहा. विचारांपासून मुक्ती कशी प्राप्त करावी, हे पुढील अध्यायात आपण सखोलपणे समजून घेऊया.

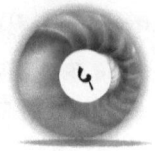

५

विचारांपासून मुक्ती

नकली आनंदातून मुक्ती

नकली आनंद - असली आनंद तेज आनंद - अल्पकालीन उपाय - बाह्य संसाराच्या सुखांपासून तेजआनंद मिळू शकणार नाही - सुख-दुःखाच्या विचारांपासून अलिप्त राहून तेज आनंदात (मौनात) स्थापित व्हायचं आहे.

१. नकली आनंद

आजच्या काळात लोक मोकळेपणाने खळखळून हसणंच विसरून गेले आहेत. खरंतर माणसाला आनंद हवा असतो. त्याला हसायलाही आवडतं. पण तो बिचारा काय करणार! त्याला आनंदच मिळत नाही. मग तो बाह्य गोष्टींमध्ये आनंद शोधत राहतो. केवळ आनंदाच्या कल्पना करून स्वप्नं पाहत राहतो. उदाहरणार्थ, काही कॉलेजेसमधून आपण नेहमीच पाहतो, की वरिष्ठ वर्गातील विद्यार्थी कनिष्ठ वर्गातील विद्यार्थ्यांना त्रास देऊन (रॅगिंग करून), विद्यार्थ्यांना त्रास देऊन नकली आनंद प्राप्त करत असतात. खोट्या, विकृत, नकली आनंदानं माणसाला समाधान मिळाल्याचा आभास होतो. पण तो खरोखरच एक धोका असतो. कारण माणूस खरा आनंद हरवून बसला आहे. तो नकली आनंदाच्या, भ्रामक गोष्टींच्या भोवऱ्यात अडकला आहे.

एका गावात कमल नावाचा एक माणूस राहत होता. एके दिवशी कोणी पांथस्थ विचारपूस करत, त्याच्या घरी पोहोचला. कमल आपल्या घराबाहेर अंगणात बसला

होता. कमलला त्या पांथस्थाची चेष्टा करायची हुक्की आली. त्याने त्या माणसाला, कमलचं घर त्या मंदिराजवळ आहे, असं खोटंच सांगितलं. तो बिचारा मंदिराजवळ गेला आणि तिथं चौकशी केली, तेव्हा त्याला सांगण्यात आलं, की जिथून तो आला होता तिथेच कमलचं घर आहे. मग तो पांथस्थ परत आला. यावेळी कमलने त्याला दुसरी दिशा दाखवली. अशा रीतीने कमलने त्या नवागताला गावाच्या चारही बाजूला फिरवलं. दिवसभर तो चौकशी करून थकला होता. आता संध्याकाळ झाली होती. सरतेशेवटी त्याला समजलं, की आपण ज्याला विश्वासाने विचारत होतो तोच माणूस कमल असून तेच त्याचं घर आहे. तो पांथस्थ परत कमलकडे आला आणि त्याला विचारलं, 'मला असं दिवसभर वेड्यासारखं का फिरवलंस?' तेव्हा कमल म्हणाला, 'माझ्या मनात एक दिव्य विचार आला. पाहू तरी या निमित्ताने माझ्या गावातील किती लोक मला ओळखतात... म्हणून मी तुला इकडं तिकडं फिरवलं. या गावचे किती लोक मला ओळखतात हे कळून चुकलं. आता सांग तू मला भेटण्यास का आला आहेस?'

त्या पांथस्थानं उत्तर दिलं, 'तुमचे नात्यानं लांबचे चुलते एवढ्यातच स्वर्गवासी झाले. त्यांनी आपल्या मृत्युपत्रात नमूद केलं आहे, की जो नातेवाईक सर्वांत आधी अंत्यदर्शनासाठी येईल त्याला माझी सर्व संपत्ती द्यावी. ही वार्ता समजताच मी ताबडतोब इकडे धावत आलो. तुम्ही सर्वांत अगोदर पोहोचला तर तुम्हाला ती संपत्ती लवकर मिळेल आणि मलाही थोडंफार कमिशन मिळेल, असा माझा उद्देश होता. मी जर आपणास लवकरात लवकर घेऊन जाऊ शकलो असतो, तर तुम्ही नक्कीच मला बक्षीस दिलं असतं, असं मला वाटलं. पण आता तुम्हाला शोधता शोधता ही बातमी सर्व लोकांना समजली असेल. शिवाय तुमचा अन्य कोणी नातेवाईक एव्हाना तुमच्या चुलत्याच्या घरी आतापर्यंत पोहोचला असेल.' हे ऐकून बिचारा कमल चिंतित झाला. त्याच्या दिव्य विचारांमुळे आणि नकली आनंद मिळवण्याच्या या सवयीने चुलत्याची सारी संपत्ती आता त्याच्या हातून निघून गेली. त्याच्या आधी दुसरा नातेवाईक योग्यवेळी तिथं पोहोचला आणि कमल मात्र इकडे नकली आनंद मिळवण्यात मग्न होता.

काही रिकामटेकड्या लोकांना बसल्या-बसल्या निरर्थक उद्योग सुचत असतात. उदाहरणार्थ, कधी कधी लोकांना चुकीचे फोन येत असतात. रॉंग नंबर असूनही ते स्वत:चं खोटं नाव सांगून त्यांच्याशी बोलत राहतात. केवळ स्वत:चा 'टाइम पास' करण्यासाठी, नकली मनोरंजन करण्यासाठी आपण समोरच्या माणसाचं किती नुकसान करत आहोत हे त्यांच्या लक्षातच येत नाही. अशा प्रकारे माणूस जेव्हा खऱ्या आनंदाला

मुकतो, तेव्हा खोटा आनंद मिळवण्याचा प्रयत्न करतो.

एका माणसाने उभ्या आयुष्यात कधी लॉटरीचं तिकीट विकत घेतलेलं नसतं. एकदा तो असाच आपल्या नेहमीच्या दुकानात काही वस्तू घ्यायला जातो. तिथं बाजूलाच एक टेबल लावलेलं असतं. तो दुकानदाराला विचारतो, 'हे काय आहे?' दुकानदार त्याला लॉटरीची तिकिटं असल्याचं सांगतो व लॉटरीची माहिती देऊन दहा रुपयांचं लॉटरीचं तिकीट त्याला देतो. त्याचा रिझल्ट लगेच येतो आणि त्या माणसाला लॉटरी लागते. त्याला बरेच पैसे रोख मिळतात. त्या पैशानं तो लॉटरीची आणखी तिकिटं विकत घेतो. यावेळी त्याला पहिल्यापेक्षा जास्त धन मिळतं. तो एकदम खुश होतो आणि घरी येतो. मग दुसऱ्या दिवशी दुकान उघडताच तो तिथं जाऊन दुकानदाराला टेबल लवकर लावण्याची घाई करतो.

एक म्हण आहे, 'सट्टयात हारलेल्या माणसाचा अर्धा चेहरा काळा आणि जिंकणाऱ्याचा पूर्ण चेहरा काळा असतो.' याचाच अर्थ, हारणारा माणूस सट्टा खेळण्याआधी सट्टा खेळावा की नाही यावर विचार करतो. परंतु सट्टयात जो जिंकलेला असतो तो पक्का सट्टेबाज बनतो. प्रत्येक वेळेस पैसे मिळत गेले तर त्याला सट्टा खेळताना भान राहत नाही. अशा प्रकारे माणूस चुकीच्या मार्गाने आनंद प्राप्त करण्याचा प्रयत्न करतो. पैशांची लालसा सुखदायी वाटते. परंतु तीच लालसा नंतर गळफास बनते. जे लोक लॉटरीत पैसे लावतात, ते ही गोष्ट खऱ्या अर्थानं समजू शकतात. लोक या व्यसनाच्या आहारी जाऊन त्यातच बुडतात.

एखादं विशेष कारण असेल तरच मनुष्याला आनंद मिळतो असं नाही. जसं, एखाद्याला मुलगा झाला... एखाद्याचं आजारपण दूर झालं... एखाद्याला चांगली नोकरी मिळाली... प्रमोशन मिळालं, थांबलेली कामं झटपट झाली तरच आनंद मिळेल, असं त्याला वाटतं. परंतु हा भविष्यातील आनंद आहे. पण या सर्व भविष्यातल्या गोष्टी असून आनंद या क्षणी आपल्या अंतरंगात उपलब्ध आहे, हे समजणं अत्यावश्यक आहे.

२. असली आनंद

एका जंगलात काही अदिवासी राहत होते. झाडावर विपुल प्रमाणात मधाची पोळी लागलेली होती. त्या पोळ्यातील मध काढणं हा त्यांचा रोजचा उद्योग आणि उपजीविकेचं साधनही होतं. परंतु व्हायचं असं की मधाच्या पोळ्यातून मध काढताना हजारो मधमाश्या घोंगावत त्यांच्या अंगावर यायच्या, डंख मारायच्या. त्यामुळे त्यांना

फार त्रास व्हायचा, अतिशय वेदना व्हायच्या. तसं पाहिलं तर मधमाश्या दोन प्रकारच्या होत्या. पहिल्या प्रकारच्या मधमाश्यानं डंख मारल्याने अतिशय वेदना व्हायच्या पण काही वेळानं बरं वाटायचं. दुसऱ्या प्रकारच्या मधमाश्या चावल्यानं अतिशय दाह व्हायचा. नंतर डंख केलेल्या जागेवर फोड यायचे. या फोडावर उपाय म्हणून आदिवासी लोक वेगवेगळ्या प्रकारची औषधं, मलम लावत असत पण औषधाचा परिणाम फारच अल्पकाळ टिकत असे. औषध लावल्यावर त्या ठिकाणी थोडा वेळ थंड वाटायचं आणि आराम पडायचा.

एके दिवशी एक नवा व्यापारी पहिल्यांदाच त्या जंगलात आला. त्याच्याजवळ एक वेगळ्याच प्रकारचं रसायन होतं. ते रसायन लावल्याने मधमाश्यांनी डंख केल्यानंतरसुद्धा वेदना होत नसत. आदिवासींना या औषधाचा नक्कीच उपयोग होईल हे लक्षात घेऊन येताना त्या व्यापाऱ्याने सोबत भरपूर बाटल्या आणल्या. त्या आदिवासींना उपयुक्त ठरतील आणि चांगला धंदा होईल असं त्याला वाटलं. तेथील लोकांना एकत्र बोलावून त्याने त्याचं प्रात्यक्षिक करून दाखवलं. ते रसायन त्यानं चक्क अंगाला चोपडलं आणि तो मधाचे पोळे काढण्यासाठी झाडावर चढला. तो व्यापारी पोळ्याजवळ जाताच त्या मधमाश्या अंगावर धावून येण्याऐवजी घाबरून पोळ्यात लपून बसल्या. मग त्या व्यापाऱ्याने अगदी शांतपणे त्या पोळ्यातून मध काढला. स्वत: चाखला आणि लोकांनाही चाखायला दिला. हे पाहून त्या आदिवासी लोकांना कमालीचं आश्चर्य वाटलं.

खुश होऊन आदिवासी लोकांनी उत्सुकतेनं त्या व्यापाऱ्याला विचारलं, 'त्या मधमाश्या मधाच्या पोळ्यात लपून का बसल्या?' व्यापारी म्हणाला, 'माझ्याजवळ एक रसायन आहे. ते रसायन अंगावर लावून पोळ्याजवळ गेल्यानं त्या विषारी मधमाश्या लपून बसल्या. या रसायनाचे केवळ दोन थेंब आपल्या सर्वांच्या कानात टाकतो आणि मग बघा! काय गंमत होते ते?' कानात औषधाचे दोन थेंब पडताच त्या आदिवासींना लांबूनसुद्धा त्या मधमाश्याच्या गुणगुणण्याचा आवाज ऐकू येऊ लागला. त्यामुळे मधमाश्या चावा घेण्याआधीच लोक सचेत होऊ लागले. त्या औषधाच्या दोन थेंबांमुळे लोकांची जागरूकता वाढून मधमाश्यांपासून त्यांचं संरक्षण होऊ लागलं.

नंतर त्या व्यापाऱ्याने आदिवासींना सांगितलं, 'हे औषध अंगाला लावलं तर मधमाश्या घाबरून आत लपून बसतील.' हे ऐकून आदिवासी लोक फार खुश झाले. त्यांनी त्या व्यापाऱ्याला औषधाविषयी आणखी माहिती विचारली व औषध विकत घेण्याची तयारीही दाखवली. व्यापाऱ्याने जेव्हा औषधाच्या बाटल्या आदिवासींना

दाखवल्या तेव्हा ते म्हणाले, 'अशा बाटल्या तर आमच्या प्रत्येकाच्या घरात वर्षानुवर्षे पडून आहेत. आमच्या पूर्वजांनी या बाटल्या का सांभाळून ठेवल्या, हे आम्हाला ठाऊक नव्हतं. मात्र पिढ्यान् पिढ्या ही प्रथा असल्यानं आम्ही त्या सांभाळून ठेवल्या. पुढे आमची मुलंसुद्धा त्या सांभाळून ठेवतील. औषध तर प्रत्येकाजवळ होतं परंतु त्याची माहिती (सत्य) नसल्याने केवळ ते कर्मकांड बनून राहिलं.

व्यापाऱ्याच्या सांगण्यानुसार आदिवासी लोक त्या बाटलीतल्या औषधाचा वापर करू लागले. शरीरावर औषध लावल्यानं मध काढणं आता सोपं आणि बिनधोक झालं. लोक फार खुश झाले. त्यांनी व्यापाऱ्याला 'फी'च्या बाबतीत विचारलं. व्यापारी म्हणाला, 'आपल्याजवळ उपयुक्त असं कुठलंच औषध नाही हे दिसून येताच मी या औषधाच्या बाटल्या घेऊन आलो होतो. परंतु इथं आल्यानंतर लक्षात आलं, की औषध तर आपल्याजवळ पहिल्यापासूनच आहे. जर ते औषध आपल्याजवळ नसतंच तर मी नक्कीच त्याची फी घेतली असती.'

त्याचप्रमाणे आपल्या जवळ आनंदही पहिल्यापासूनच आहे. फक्त मान्यतांचे पडदे, बुरखे बाजूला करणं आवश्यक आहे. सर्वप्रथम सत्याचे दोन थेंब पडताच श्रवण सुरू होतं. या उदाहरणाद्वारे हेच सांगण्याचा प्रयत्न केला आहे. जंगलातील आदिवासी म्हणजे मनुष्यजात, मधमाश्या म्हणजे विचार आणि मध म्हणजे तेज आनंद.

दोन प्रकारच्या मधमाश्या या परस्पर विचारांचं प्रतीक होत. विचाररूपी मधमाश्या जवळ येताच डंख मारतात. काही विचार मनाला उल्हसित करतात, तर काही विचार भय आणि नैराश्यामुळे त्रासदायक ठरतात. सुखदायी विचार चांगले असले तरी त्यांच्यामुळे विकासात बाधा येते. कारण विचारांपलीकडे नेमकं काय आहे हे अदृश्यात असल्याने आपल्याला कधीच दिसत नाही.

३. तेज आनंद

माणूस नेहमीच आनंदाच्या शोधात असतो. बाह्य संसारातील सुखांपासून तेज आनंद मिळेल असं त्याला वाटतं. माणसाला नवीन एखादी वस्तू मिळाली, की त्याला थोडे दिवस आनंद मिळतो. नवं घर, नवी सायकल, गाडी इत्यादी खरेदी करताच लोकांना फार आनंद होतो. पण थोड्या दिवसांनी त्यांना जर कोणी घराविषयी, सायकलविषयी किंवा गाडीविषयी विचारलं तर ते म्हणतात, 'त्यात काय एवढं!' कारण कुठल्याही गोष्टीचा सतत वापर केल्याने त्या विषयीचा आनंद संपुष्टात येतो. कारण ती गोष्ट मिळताच

त्या विषयीची उत्सुकता नाहीशी होते.

यावरून एक गोष्ट स्पष्ट होते, की बाह्य वस्तूंपासून मिळणारा आनंद हा अल्पकालीन असतो. परंतु स्वत:च्या अस्तित्वाचा आनंद हा चिरकाल असतो. मूल्यांची पारख करणारे पारखी स्वत:च्या अनुभवात स्थिर असतात. म्हणूनच असे लोक हवा तितका आनंद उपभोगू शकतात. हे खरोखरच मोठं आश्चर्य आहे. आपण कधी संगीत ऐकतो तेव्हा असं वाटतं, यात अधिक मधुरता असावी, यात अजून काही वाद्यांचा वापर केला असता तर... यापेक्षा सुरेल धून असती तर... अशा आपल्या इच्छा-आकांक्षा वाढतच जातात. आपलं समाधान कधी होतच नाही. परंतु आपल्या अंतर्यामीचा आनंद तर काही औरच असतो. तो आनंद जितका घेतला जातो तितका वृद्धिंगत होतो.

४. अल्पकालीन उपाय

कुठल्याही प्रकारची मधमाशी चावल्यावर मलम लावून तात्पुरता उपाय केला जातो. तसंच सत्यप्राप्तीसाठी लोक वेगवेगळे मार्ग सांगतात परंतु त्यामुळे केवळ तात्पुरता दिलासा मिळतो. अशा प्रकारच्या उपायांमुळे माणूस सत्यापासून दूर राहून त्या उपायातच खोलवर गुंतत जातो. सत्यप्राप्तीसाठी मंत्र-तंत्र, जप-तप यांसारखं कर्मकांड केलं जातं. जोरजोराने भजनं म्हटली जातात. जेणेकरून काही काळासाठी लोक इतर गोष्टी विसरतात. त्यांना अल्पकाळ का होईना समाधान मिळतं. परंतु असं केल्यानं खरोखरच सत्यप्राप्ती होते का? चिरकालीन आनंद मिळतो का? अल्पकालीन उपाय करणं चुकीचं नसलं, तरी त्यात गुंतून राहिल्याने सत्याप्रत पोहोचणं कठीण होऊन बसतं. विचारांचा डंख होऊ नये म्हणून काही पद्धती उपलब्ध आहेत, त्यांचा लाभ जरूर घ्यावा परंतु त्यातच अडकू नये.

उपरोल्लिखित उदाहरणावरून असं आढळतं, की शरीरावर औषध लावल्याने मधमाश्या लपून बसतात. याचाच अर्थ, योग्य समजेसह आपण अंतरंगात प्रवेश केला तर निर्विचार अवस्था प्राप्त होते. इथं आपल्याला विचारांचं मूळ सापडेल. सकाळी झोपेतून उठताच मनात विचारचक्र सुरू होतं. अन्य विचारांबरोबरच 'मी'चे विचारही येऊ लागतात. हे विचार जिथं निर्माण होतात, तिथंच आपल्याला स्थापित व्हायचं आहे. ही गोष्ट जर आपल्या लक्षात आली, तर आपल्याला विचारांचा अजिबात त्रास होणार नाही. योग्य आणि उपयुक्त अशा जाणिवांचं, योग्य समजरूपी रसायन लावून जर आपण बाहेर पडलो तर आपल्याला हवा तितका आनंद मिळू शकेल. म्हणून विचारांपासून मुक्ती मिळविण्यासाठी समज प्राप्त करण्याचा संदेश दिला जात आहे.

आपण जर एखाद्या लहान मुलाला विचारापासून मुक्त होण्यासाठी 'अशी समज प्राप्त कर' असं म्हणालो तर ही गोष्ट त्याच्या बालबुद्धीच्या आवाक्याबाहेरची असेल. त्यासाठी त्याला काही नियम, काही इलाज सुचवले जातात. सुरुवातीला अशा प्रकारची समज देणं आवश्यक आहे. कारण विचारांपासून मुक्ती मिळवण्यासाठी देखील विचार आवश्यक असतात.

एखाद्या मुलाला अंधारात एकटं जायला भीती वाटत असेल आणि त्याला जर आपण 'घाबरू नकोस, आपल्या अंत:प्रेरणेचा वापर करून बिनधास्त जा' असं सांगितलं तर त्याला ती गोष्ट समजणार नाही. आपण त्याला उपदेश केला किंवा भाषण दिलं, 'बाळ, हे पाहा तुझे विचार आणि तुझे भ्रम अगदी निरर्थक आहेत. रहस्यमय चित्रपट पाहताना तुला खूप भीती वाटते. कारण तुझ्या मनातील विचारच भीतीला ९९% कारणीभूत आहेत. पण अंधारातच तुला अंत:प्रेरणेचं महत्त्व लक्षात येईल,' तर तुमचं हे बोलणं तो समजू शकणार नाही. कारण आपलं हे वक्तव्य मुलाच्या आकलनशक्तीच्या पलीकडचं आहे. मात्र आपण जर त्याला म्हणालात, 'हा ताईत गळ्यात घाल म्हणजे भूत पळून जाईल' तर ही गोष्ट त्याला नक्की समजेल.

ताईत देणारा माणूस हे ओळखून असतो, की हा उपाय काही कामाचा नाही, हा अस्थाई उपाय आहे. तरी पण मुलाच्या विचारात परिवर्तन घडवून आणण्यासाठी आवश्यक असतो. त्यानंतर ताईत घालून तो मुलगा बिनधास्त सगळीकडे वावरू शकतो. त्याला कसलीच भीती वाटत नाही आणि तो नेहमी खुश राहतो. शिवाय ताईत किती उपयुक्त आहे हे समजल्यानंतर मुलगा ताईत परत करू इच्छित नाही. भयमुक्त झाल्यामुळे ताईत घालून तो आता कुठेही, केव्हाही फिरू शकतो. खरं पाहता भीतीपासून सुटका करून घेण्याचे असली उपाय वेगळेच आहेत; परंतु ही गोष्ट समजू शकत नसल्याने अन्य उपाय करण्यासाठी तो धजत नाही.

अध्यात्मातही असंच झालं आहे. सामान्य लोकांना मोक्षप्राप्तीसाठी कर्मकांडांची शिडी दिली जाते. परंतु या कर्मकांडातून मुक्त व्हायचं आहे, नेमकी हीच गोष्ट लोक विसरतात. परंतु वास्तव हे आहे, की शिडी सोडल्यानंतरच आपण उंची गाठू शकतो, सत्याच्या मार्गावर पुढे चालू शकतो. परंतु कर्मकांडांचे वरील फायदे पाहून लोक ती शिडी म्हणजे कर्म-भाग्य, स्वर्ग-नरक वगैरे कल्पना सोडू इच्छित नाहीत. जेव्हा ही शिडी सोडून सत्य ऐकण्यासाठी लोक तयार होतील, तेव्हाच मोक्षप्राप्ती होऊ शकेल. कर्मकांडाचे विचार जरी कितीही चांगले असले, तरीही त्यांपासून अलिप्त राहणं श्रेयस्कर.

लाल मुंगी चावते म्हणून आपण तिला लगेच झटकतो पण काळी मुंगी चावत नाही म्हणून तिच्याकडे मात्र दुर्लक्ष करतो. तरीपण तिला आपण खाद्यपदार्थात शिरकाव करू देतो का? पदार्थात मुंगी दिसताच लगेच ती बाहेर काढतो. अशाप्रकारे काही विचार झटकून टाकणंच आवश्यक असतं.

'अशा विचारांपासून मुक्ती मिळाल्यावर कोणतंच काम होणार नाही' अशी चुकीची विचारसरणी, चुकीची भावना लोकांच्या मनात घर करून बसते. परंतु विचारांपासून मुक्ती म्हणजे तरी काय? मंदिरात जाऊन लोक नारळ का फोडतात? ते कशाचं प्रतीक आहे? नारळालासुद्धा माणसाप्रमाणे केस असतात, दाढी असते, डोळे असतात. वास्तव नारळ आणि माणसाच्या मेंदूमध्ये बरंच साम्य असतं. त्यामुळेच कर्मकांड करताना परमेश्वरासमोर नारळ फोडला जातो. श्रीफळ फोडण्यामागं अनेक फायदे आहेत, काही उद्देश आहेत. लोकांना मात्र तो उद्देश, तो हेतू समजू शकत नाही. फक्त विधीनुसार श्रीफळ फोडणं एवढंच त्यांना माहीत असतं.

आपण पाहतो, की मंदिरात दहा नारळ येतात आणि त्यापैकी एक फोडला जातो. अन्य नऊ नारळ पुजारी इतरत्र वापरतात. अशा रीतीने तेच ते नारळ पुन:पुन्हा मंदिरात येतात आणि जातात. कालांतराने काही नारळ नासतात तर काही नष्ट होतात. अशा प्रकारे कर्मकांड चालूच राहतं. परंतु मंदिरात जाणाऱ्याला वाटतं, की नारळ फोडला, ईश्वरासमोर हात जोडले, भक्ती झाली, म्हणजे पूजा पूर्ण झाली. वास्तविक पाहता श्रीफळ फोडण्यामागील हेतू काय, याबद्दल कोणीच विचार करत नाही. श्रीफळ विचारांनी भरलेल्या मेंदूचं प्रतीक आहे. या मेंदूपासून (विचारांपासून) मुक्ती म्हणजे मोक्ष. याचाच अर्थ, मोक्ष अवस्थेत विचारांची आवश्यकता नसते. केवळ अंतरंगातील मौनात उपस्थित असण्याची आवश्यकता असते. जोपर्यंत माणूस मौनाचा स्वाद घेत नाही, तोपर्यंत त्याला मौनाच्या आनंदाची अनुभूती मिळू शकत नाही.

रात्री आपण झोपतो तेव्हा गाढ झोपेत स्वप्नं पडतात. तेव्हा आपण सुरुवातीपासून स्वप्न पाहतो, की नंतर स्वप्नासोबत जोडले जातो?*

असं कधी होतं का, की स्वप्न आधी सुरू होतं आणि तुम्ही नंतर तेथे पोहोचता? जसं थिएटरमध्ये उशिरा पोहोचल्यामुळे चित्रपटाची सुरुवात आपल्याला पाहता येत नाही. तसं स्वप्नांच्या बाबतीत घडतं का? असं मुळीच होत नाही कारण स्वप्न बघणारा

---

*हे चिन्ह असलेल्या ओळीवर मनन करा.

सुरुवातीपासूनच जागृत असतो. स्वप्नात जागणारा हा कोण आहे? आपण त्याचा शोध घेण्याचा कधी प्रयत्न केला आहे का? गाढ झोपेत आपण आहोत, ही गोष्ट नक्की जाणवते परंतु आपण झोपलेले आहोत तर निश्चितपणे ही गोष्ट कोणाला समजते? जो जागृत अवस्थेत राहून जाणिवेच्या पातळीवर जातो तो 'मी आहे', शरीर आहे की विचार आहे?*

आपल्याला चांगल्या आणि वाईट विचारांच्या जंजाळात अडकायचं नाही. कधी-कधी आपल्यात दुःखी किंवा त्रस्त असल्याची भावना जागृत होते, तेव्हा असा विचार करा, 'या वेळी माझ्या मनात दुःखदायी विचार घिरट्या घालत आहेत.' आकाशात कधी पांढरे ढग दिसतात तर कधी काळे. सुख-दुःखाचंसुद्धा असंच आहे. दोन्ही मेघच असतात पण त्यांना पाहणारा कोणी अन्य असतो. चित्रपट पाहताना आपण जर नायक किंवा नायिकेच्या भूमिकेशी समरस झालो तर त्यांचं दुःख पाहून आपणही दुःखी होतो, आपल्याही डोळ्यातून अश्रू ओघळतात. परंतु त्यांच्या दुःखापासून अलिप्त होऊन आजूबाजूचे लोक का रडत आहेत, असा विचार आपण कधी केला आहे का? रडावं, शोक करावा असं काहीच झालेलं नसतं. जे काही चाललेलं असतं ती केवळ एक कल्पना असते. 'विचार कोणताही असो, पण मी त्याहून वेगळा आहे, अलिप्त आहे,' असा विचार जर आपण केला तरच विचारांपासून मुक्ती मिळेल.

अंतर्मनाचा आनंद हाच खरा आनंद आहे. वास्तविक आपलं अस्तित्व हेच मुळी आनंदाचं कारण आहे. तो आनंद आज आहे आणि उद्या नसेल असं मुळीच नाही. म्हणून आनंदासाठी कोणत्याच कारणाची गरज नाही. आज आपल्याला आपल्या एखाद्या मित्रामुळे आनंद मिळतो. उद्या तोच मित्र शत्रू बनू शकतो, तेव्हा हा आनंद टिकेल का? म्हणून आनंदाच्या बाबतीत अशा चुकीच्या समजुतींपासून सुटका करून घेणं गरजेचं आहे. शिवाय दिवसभर येणाऱ्या सुख-दुःखाच्या विचारांपासून आपल्याला अलिप्त राहायचं आहे. आपल्याला तेज आनंदामध्ये, मौनामध्ये स्थापित व्हायचं आहे. दोन्ही प्रकारच्या विचारांपासून मुक्त होणं म्हणजे मोक्ष होय. अंतर्मन जागृत झालं तरच हे शक्य आहे. जसजशी आपली जागृती वाढेल, तसतसे आपण वर्तमानात राहू शकाल. कारण आनंद तर वर्तमानात असतो. मात्र कल्पनांमुळे माणूस वर्तमानापासून दूर होतो. म्हणून कल्पनांपासून मुक्ती मिळवणंसुद्धा अतिशय गरजेचं आहे. कल्पनांपासून मुक्ती कशी मिळवायची, हेच पुढील अध्यायाचं लक्ष्य आहे.

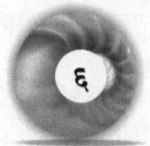

६

कल्पनेतून मुक्ती

परमेश्वराचा खरा चेहरा

ईश्वराविषयीच्या कल्पना - अंतर्मनाकडे संकेत - ईश्वर कोण आहे - ईश्वराचं नाव काय - ईश्वराला रूप म्हणजेच आकार आहे की तो निराकार आहे - ईश्वर पुरुष आहे का - ईश्वराचं चित्र काल्पनिक असतं का - ईश्वराने सृष्टीची निर्मिती का केली - ईश्वर किंवा मोक्षप्राप्ती कशी करावी

एका गावामध्ये कल्पनादास नावाचा एक माणूस राहत होता. तो सदैव उदास असायचा. त्याला नेहमीच वाटायचं, की आपण आनंदात, मजेत राहावं, खुश राहावं. परंतु त्यासाठी नेमकं काय करायला हवं, हेच त्याच्या लक्षात येत नव्हतं. दिवसांमागून दिवस जात होते. त्याचं औदासीन्य वाढतच चाललं होतं. त्यानंतर त्याने एक अनाथ मुलगा दत्तक घेतला. तसा तो मुलगा वयानं मोठाच होता. आता त्या अनाथ मुलाचे दिवस पालटले. कारण कल्पनादासच्या घरात खाण्यापिण्याची काहीच वानवा नव्हती. कपड्यालत्त्याचीसुद्धा कमी नव्हती. कल्पनादासांचं वय झालं होतं. तो थकला होता. म्हणून त्याने आपली सर्व संपत्ती मुलाच्या नावे केली. मरतेवेळी कल्पनादासने आपल्या मुलाला जवळ बोलवून घेतलं आणि सांगितलं, 'आपल्या घरात एक चांदीचं दार आहे. पण ते तू कधीच उघडू नकोस.' एवढं सांगून कल्पनादास स्वर्गवासी झाले. त्या मुलाला भरपूर धनसंपत्ती मिळाल्यामुळे त्याचे दिवस अगदी मजेत व्यतीत होत होते. एके दिवशी त्याच्या मनात विचार आला, 'त्या चांदीच्या दारामागे काय असेल?' माणसाला जेव्हा एखादी गोष्ट करू नको असं सांगितलं जातं, तेव्हा त्याला तीच गोष्ट मुद्दाम करावीशी

वाटते. एखाद्या ठिकाणी 'आत येण्यास मनाई आहे' अशी पाटी पाहून हमखास आत डोकावून बघण्याची जिज्ञासा वाढते.

एके दिवशी त्या मुलाने चांदीचा दरवाजा उघडला आणि तो आत गेला. आत जाताच त्याला एक वेगळंच जग दिसलं. तेथे एक भलं मोठं गिधाड आलं आणि त्याने त्याला एका आलीशान महालात नेलं. तिथं त्याला राजकुमार बनवलं गेलं. त्या महालात त्याला एका वेगळ्याच जगाचा अनुभव आला. तो या जगात फारच खुश होता. वडिलांनी त्याला दरवाजा उघडू नको असं सांगितलं होतं पण इथं तर फारच आनंद होता.

त्याला त्या महालात राजकुमार बनवलं गेलं खरं पण तत्पूर्वी एक अट घातली, की या महालात जो सोन्याचा दरवाजा आहे तो त्याने कधीच उघडायचा नाही. काही दिवस अगदी मजेत गेले. एके दिवशी अचानक त्याला त्या सोन्याच्या दरवाजाची आठवण झाली. मग तो उघडण्याचीही तीव्र इच्छा झाली. त्या सोन्याच्या दारामागं काय असेल, ही जिज्ञासा पराकोटीला जाऊन एके दिवशी त्याने तो सोन्याचा दरवाजा उघडला. इथेसुद्धा दरवाजाच्या आत प्रवेश करताच एका भल्या मोठ्या गिधाडाने त्याचं स्वागत केलं आणि ते त्याला दुसऱ्या एका महालात घेऊन गेलं. त्या महालात त्याला एक सुंदर अशी राजकुमारी भेटली. त्या राजकुमारीबरोबर त्याचं लग्न झालं. अशा प्रकारे त्याच्या जीवनाचं एक नवीनच पर्व सुरू झालं. त्यानंतर त्याला मुलं झाली. तो त्या महालात अगदी सुखाने राहू लागला. इथेसुद्धा एक अट घातलेलीच होती. 'या महालात जे काही आहे ते सर्वकाही तुझंच आहे' परंतु येथे असलेला रत्नजडित दरवाजा मात्र कधीच उघडायचा नाही.

या आधीसुद्धा दोनदा त्याला दरवाजा उघडण्याची मनाई केली होती. परंतु दरवाजे उघडल्यानंतर त्याचा आनंद द्विगुणित होत गेला होता. म्हणून त्याने विचार केला, की हा तिसरा दरवाजा उघडल्यानं काय बिघडणार आहे? असा विचार करून जिज्ञासेपोटी एके दिवशी त्याने तिसरा रत्नजडित दरवाजा उघडलाच. पुन्हा एकदा भलं मोठं गिधाड त्याच्या स्वागताला आलं आणि त्या गिधाडाने त्याला त्याच्या मूळ गावात आणून सोडलं. तेव्हा त्याला कळून चुकलं, की त्याचे वडील या जगात का राहत नव्हते. ते नेहमी कल्पनेच्या विश्वात रममाण असायचे. चांदी आणि सोन्याच्या दरवाजामागे जे सुंदर जग आहे, त्या तुलनेनं या जगात काहीच मजा नाही, या कल्पनेने ते नेहमी उदास असायचे. लोकांना त्यांच्या चेहऱ्यावर नेहमी दु:ख, निराशा दिसायची.

ते कोणत्या काल्पनिक जगात वावरायचे आणि कोणत्या कल्पनांमध्ये गुंतून पडायचे, ही गोष्ट आता तुमच्या लक्षात आली असेलच. ते नेहमी भूतकाळात जगायचे. वर्तमानात, या क्षणी काय होत आहे याकडे त्यांचं अजिबात लक्ष नसायचं. म्हणून ते सदैव दुःखी असायचे आणि केवळ कल्पनेच्या विश्वात विहार करत राहायचे. म्हणून त्यांचं नाव कल्पनादास असं पडलं होतं.

मोक्षाचा शोध घेणारे लोक सुरुवातीस असेच कल्पनादास असतात. मात्र सत्संगात सत्य त्यांच्या कानावर पडू लागताच वास्तविकतेशी त्यांचा परिचय होऊन ते सत्याकडे आकर्षित होतात आणि कल्पनाविश्वापासून त्यांना कायमची मुक्ती मिळते.

कल्पनादासच्या उदाहरणावरून* लोक कल्पनेच्या जगात कसे जगतात ही गोष्ट लक्षात येते. कल्पनेच्या जगातून बाहेर येण्यासाठी सर्वप्रथम सत्य जाणायला हवं. सत्याचं श्रवण केल्यानं माणसाच्या जीवनात आमूलाग्र परिवर्तन घडतं.

एकदा का सत्य समजलं, की त्यानंतर आपल्या जीवनावर त्याचा असा परिणाम होतो की आपण थेट आपल्या मूळ अस्तित्वापर्यंत सहज पोहोचू शकतो. त्यानंतर मग या व्यवहारी जगात आपण कोण आहोत, हे उमगल्यावर आपल्याकडून तेजकर्म म्हणजेच कर्म-अकर्मापलीकडे असणारं कर्म होत राहतं. हे सत्य काल्पनिक नसून आपल्या अंतरंगात असतं. कल्पनेपासून मुक्ती म्हणजेच मोक्षप्राप्ती.

समाजात आज अनेक कल्पना दृढ झाल्या आहेत आणि त्याचा माणसाच्या जीवनावर परिणामही होत आहे. कल्पनेपासून मुक्त होऊन वर्तमानात कसं जगता येईल, हे शिकणं अतिशय गरजेचं आहे. एखादा माणूस जर 'कल्पनादास' बनत असेल तर त्याला ही समज द्यायला हवी, की आता तुला कल्पनाविश्वातून बाहेर निघायला हवं.

१. ईश्वराविषयीच्या कल्पना

माणूस आपल्या कल्पनेतूनच ईश्वराला साकारतो. जगात आपल्यापेक्षा श्रेष्ठ कोणी असूच शकत नाही. याच कल्पनेतून माणसाने ईश्वराचा चेहरा त्याच्यासारखा बनवला. म्हणजे दोन डोळे, नाक, कान वगैरे.

अनेक लोकांना ईश्वराचा साक्षात्कार होतो आणि त्यांच्या कल्पनेनुसार रामाचा

---

*हे चिन्ह असलेल्या ओळीवर मनन करा.

चेहरा 'रामायण' मालिकेमध्ये रामाची भूमिका करणारा अभिनेता अरुण गोविलसारखा दिसतो. मनापुढे नेहमी काही चित्रं उभी असतात. त्यामुळे अंधारात दोरीसुद्धा सापासारखी भासते. भिंतीवर लटकवलेला कोट माणसासारखा वाटतो. परमेश्वराला हे ठाऊक होतं, की माणूस आपले चित्रदेखील त्याच्याप्रमाणेच बनवेल. चीनमध्ये ईश्वराच्या मूर्ती पाहिल्या तर असं दिसून येईल, की त्यांचे डोळे चिनी माणसाप्रमाणेच छोटे-छोटे किंवा बारीक असतात. त्यांच्यासारखाच त्यांचा ईश्वर घडवला जातो. एखाद्या हिंदू माणसाला रामाचं भजन गात असताना येशू ख्रिस्ताचं दर्शन होऊ शकेल का? असं कधीच होऊ शकत नाही. कारण माणसाच्या कल्पनेमध्ये जे असतं तेच त्याच्या डोळ्यांसमोर येतं. हिंदूंचे गणपती, हनुमान वगैरे देव पाहून इतर धर्मीयांना वाटतं की यांचे देव असे कसे असू शकतात? एवढंच नाही तर हे पाहून काहींना हसू पण येतं.

माणसाने देव-देवतांचे वेगवेगळे चेहरे बनवून स्वत:लाच एक संकेत दिला आहे. आपल्या विचारांपासून दूर, अलिप्त जो अनुभव आहे, त्या अनुभवापर्यंत पोहोचण्यासाठी ईश्वराचा चेहरा केवळ प्रतीक आहे. पण एखादा जर केवळ ईश्वराच्या कल्पनेतच अडकून राहिला, तर त्याला मुक्ती कधीच मिळणार नाही. कारण सत्य व कल्पना या दोन्ही भिन्न भिन्न गोष्टी आहेत. ईश्वराचं रूप कशाचा संकेत आहे हे कळणं आवश्यक आहे. हे सांगण्यामागे ईश्वराच्या रंगरूपावर टीका करणं हा उद्देश नाही. या संकेतांमागे कोणतं सत्य दडलेलं आहे हे जाणून घेणं आपलं लक्ष्य आहे. ईश्वराचा चेहरा माणसाच्या चेहऱ्यासारखाच असला पाहिजे या कल्पनेतून बाहेर पडणं नितांत गरजेचं आहे.

ईश्वराला ईश्वरासोबत म्हणजे स्वत:सोबत जोडणारा पूल माणूस आहे. म्हणून त्याने माणसाला सर्वांत सुंदर असा चेहरा दिला आणि आणखी एक बहुमूल्य गोष्ट त्याला प्रदान केली, ती म्हणजे 'हास्य!' हास्यात लपलेला आनंद माणसाच्या शरीरातूनच व्यक्त होतो. इतर प्राणी हसू शकत नाहीत. हा आनंद फक्त माणसालाच मिळाला आहे. केवळ माणूसच खऱ्या आनंदात हसू शकतो. 'हास्य' एक अनमोल धन आहे, परंतु माणसाला हे सांगावं लागतं, की 'कृपया हसा.' हास्यसुद्धा लक्षात ठेवण्याची बाब बनली आहे. काही गाड्यांच्या मागे 'कृपया हसा' असं लिहिलेलं असतं, जेणेकरून ते वाचून तरी माणसाला हास्याचं स्मरण व्हावं. अनेकदा आपण फलकावर लिहिलेलं पाहतो, 'प्रामाणिक बना.' बेइमानी वाढल्यामुळे असं लिहिण्याची वेळ आलेली आहे. अन्यथा असं लिहायची काय आवश्यकता? म्हणून आता तरी चुकीच्या कल्पनांमधून बाहेर पडणं, मुक्त होणं गरजेचं आहे.

कधी एखाद्या चित्रपट अभिनेत्याचा चेहरा किंवा त्याच्या केसांची ठेवण आपला चेहरा किंवा केसासारखी दिसताच तो आपल्याला आवडू लागतो. वास्तविक पाहता सत्य काही वेगळंच असतं. मनुष्याला स्वतःच्या चेहऱ्याप्रमाणेच इतरांचा चेहराही असावा असं वाटत असतं, याच भ्रमात त्याला राहायला आवडतं. एखादा अभिनेता आवडण्यामागं हेच कारण असतं.

एकदा एक विद्यार्थी सत्संगासाठी मुंबईहून पुण्याला रेल्वेनं येत होता. डब्यात एक ओळखीचा माणूस भेटला. मग दोघांच्या गप्पाटप्पा सुरू झाल्या. बोलता-बोलता त्या विद्यार्थ्यांने त्या परिचित माणसाला सांगितलं, की 'मी सत्संगासाठी जात आहे. सत्संगामुळे मला फारच लाभ झाला. कितीतरी प्रथा, प्रणाली आणि धारणांपासून मुक्ती मिळाली. ज्या कल्पनेच्या विश्वात मी आधी वावरायचो, त्यातून पूर्णपणे बाहेर पडलो आहे. त्यामुळे आता मी फार आनंदी आहे. एखादी वस्तू हस्तगत केल्याने जो आनंद मिळतो तो खरा आनंद नसतो, तर अंतर्मनातून उपजणारा आनंदच खरा आनंद असतो. एवढं बोलून त्या विद्यार्थ्यांने त्या माणसाला स्वत:जवळील तेजज्ञानाचं पुस्तक भेट म्हणून वाचण्यासाठी दिलं. त्या माणसानं ते पुस्तक निरखून पाहिलं आणि गुरुजींचा फोटोग्राफ पाहून तो म्हणाला, 'हा माणूस तर चेहऱ्यावरून हिरो वाटतो. हा काय शिकवणार?' विद्यार्थी म्हणाला, 'खरोखर, ते हिरोच आहेत. परंतु तुम्हाला वाटतो तसा किंवा तुमच्या कल्पनेत आहे तसा हिरो नाही. फिल्मी हिरो जाहिरातीतून अमुक साबण वापरा... तमुक ब्रश वापरा... असं सांगतात. प्रत्यक्षात ते विदेशी साबण वापरत असतील, किंबहुना इथल्या सांबणाकडे बघतही नसतील. अशा प्रकारे फिल्मी हिरो खोट्या कल्पना रंगवून दिशाभूल करणारे असतात. आपल्याला कल्पना देणारे हिरो नको आहेत. खोट्या, भ्रामक कल्पना तोडणारे, त्यांचा छेद घेणारे हिरो पाहिजेत. माणसाची पारख त्याच्या चेहऱ्यावरून कधीही न करता त्याच्याकडे असलेल्या ज्ञानाचं आकलन करा.'

अनेक लोक सत्याचा स्वाद घेण्यासाठी सत्संगात येत असतात. परंतु त्यातील बरेच लोक ज्ञान देणाऱ्या व्यक्तीची वेशभूषा, केशभूषा अशा बाह्य गोष्टीत अडकून पडतात. वास्तविक सत्य काय आहे, हे प्रत्येकानंच समजून घ्यायला हवं. चेहऱ्यावरून स्वभाव कळत नाही, सत्य समजत नाही. खरं काय ते लक्षात येत नाही. म्हणून चेहऱ्यावर जाऊ नका.

एखाद्या कामाच्या संदर्भात आपण जेव्हा नवख्या माणसाला भेटतो, तेव्हा त्याचा चेहराच फक्त आपल्या लक्षात राहतो. आपण त्याच्या चेहऱ्यावरून त्याचा अंदाज घेण्याचा

प्रयत्न करतो. परंतु वास्तविकता समजली पाहिजे, हे आपल्या फार उशिरा लक्षात येतं.

एखादी वस्तू हातात घ्यायची असेल तर हात उलटा असता कामा नये. कारण त्या अवस्थेत वस्तू हातात येणारच नाही. याचाच अर्थ, देणारा हात आणि घेणारा हात योग्य स्थितीत असायला हवेत. ज्ञान प्राप्त करू इच्छिणाऱ्या माणसाच्या मनात कपट असेल, सत्याविषयी कल्पना असेल, अहंकार किंवा नाखुशी असेल, एखादी अढी असेल तर सत्य प्राप्त करण्याचे आकर्षण असूनही तो त्यासाठी अपात्र ठरेल. अस्सल ज्ञान तो कधी प्राप्त करूच शकणार नाही.

सत्संगात येणाऱ्या अनेक लोकांच्या मनात सत्याविषयी आकर्षण असतं. काही लोकांच्या बाबतीत प्रवचन ऐकल्यानंतर सत्याविषयी आकर्षण निर्माण होतं. बरेच लोक असे असतात, जे कल्पनेच्या जगात रममाण असल्याने त्यांना सत्याचा संकेत समजू शकत नाही. परंतु सत्याचं श्रवण केल्यानंतर त्यांचं सत्याविषयीचं आकर्षण वाढतं हे त्यांना उमगतं.

स्वत:ला नखशिखांत बदलायची इच्छा असेल, कल्पनाविश्वातून बाहेर पडायची तयारी असेल आणि सत्याविषयी ओढ असेल, तर मोक्षाचं द्वार नक्कीच उघडू शकतं. स्वत:ला शरीर समजून जगणाऱ्या माणसाच्या मनात जर 'मी कोण आहे?', 'मी या पृथ्वीवर कशासाठी आलो आहे?', 'सृष्टीचं रहस्य काय आहे?' 'या विश्वाचा चालक कोण आहे?' हे आणि असे प्रश्न उभे राहतील, तेव्हाच सत्याविषयी आकर्षण निर्माण होईल.

सत्याचं श्रवण केल्यानंतर काही गोष्टी आपल्याला समजू शकतील. फक्त त्यासाठी आपल्या मनाची तयारी असायला हवी. जे काही सांगितलं जात आहे ते योग्य प्रकारे समजून घेण्याची कला अवगत झाली पाहिजे. त्यासाठी स्वत:च्या मनाला तयार केलं तरच पुढील गोष्टी समजू शकतील.

२. अंतर्मनाकडे संकेत

ईश्वराव्यतिरिक्त स्वर्ग-नरकाच्या बाबतीतही लोक अनेक कल्पना करत असतात. आपल्याला स्वर्ग-नरकाच्या कल्पनेपासूनही मुक्त व्हायचं आहे. एकदा एका सूफी संताने ईश्वराकडे प्रार्थना केली, 'हे परमेश्वरा, मी नरकात जाईन या भीतीपोटी तुझी पूजा करीत असेन तर मला नरकातच पाठव. जर मी स्वर्ग मिळेल या अपेक्षेनं तुझी पूजा करीत

असेल तर तू मला कधीच स्वर्गात प्रवेश देऊ नकोस.' ही गोष्ट नीट समजून घेतली पाहिजे. लोक पूजा करतात, चांगली कामं करतात. पण यामागे परमेश्वराविषयी प्रेम असतंच असं नाही तर नरकात जावं लागू नये म्हणून लोक हे सर्व करतात. भीती वाटते म्हणून ईश्वराची पूजा न करता, सत्य जाणून पूजा केली पाहिजे. लोकांनी तर परमेश्वर कसा असला पाहिजे हेसुद्धा ठरवलं आहे. परंतु तो आपल्या कल्पनेपेक्षा वेगळा असू शकतो. आपण जेव्हा शिवरात्रीच्या दिवशी भगवान शंकराच्या मंदिरात जातो, तेव्हा आपल्याला बाहेरून जी शंकराची मूर्ती दिसते ती मूर्ती म्हणजेच शिव आहे का, याबाबत विचार केला पाहिजे. सदाशिवचा नेमका अर्थ काय आहे? भगीरथाने गंगा पृथ्वीवर आणली. याचा अर्थ, गंगा हे अंतिम सत्य - समजेचं प्रतीक आहे. गंगा म्हणाली, 'मी पृथ्वीवर आल्याने प्रलय ओढवेल. परंतु ज्याचा तिसरा नेत्र उघडा असेल तोच मला आवरू शकेल.' म्हणजे ज्ञानरूपी तिसरा नेत्र उघडल्यानंतरच सत्य पेलणं शक्य आहे. म्हणून ज्ञानाची जाण येणं महत्त्वपूर्ण आहे. यासाठीच भगवान शंकराने गंगेला आपल्या जटांत धारण केलं. अशा प्रकारे प्रार्थनेमुळे गंगा आपल्यापर्यंत पोहोचली. लोक गंगास्नान करतात म्हणजेच सत्यश्रवण करतात.

हा संदेश सांगण्यासाठी चित्रांचा वापर केला गेला. चित्रांद्वारे सर्वसामान्य लोकांना समजावून सांगण्याचा प्रयत्न केला आहे. परंतु लोक केवळ प्रतीकांचीच पूजा करतात. दिवा कुठं आहे हे सांगण्यासाठी बोटाचा वापर केला. परंतु लोक बोटाचीच पूजा करू लागले. बोटाने केवळ प्रकाश दाखवण्याचं काम केलं. खरंतर बोटाची पूजा न करता प्रकाशाची पूजा केली पाहिजे. इथं शिव काय आहे? गंगा काय आहे? या गोष्टी समजून घेण्याचा प्रयत्न करायला हवा. गंगेमध्ये स्नान करतेवेळी जर पाप झाडावर बसलं आणि स्नानानंतर पुन्हा येऊन चिकटलं तर केवळ स्नान होईपर्यंत पापापासून सुटका झाली असंच म्हणावं लागेल.

भगवान शंकराच्या भाळावर चंद्र आहे. तो शीतलता आणि शांतीचं प्रतीक आहे. जिथं जाण आहे, समज आहे, तिथं शांती वास करते. भगवान शंकराच्या गळ्यात साप आहे तरीही ते शांत असतात. साप म्हणजे मृत्यू. मृत्यूचं भय असूनही ते शांत आहेत. हातात त्रिशूल आहे. म्हणजेच शरीर, मन आणि बुद्धी यांवर त्यांचं नियंत्रण आहे. ही प्रतीकांची भाषा आपण नीट समजून घ्यायला हवी.

शिवरात्रीच्या दिवशी आपण शंकराच्या मंदिरात जातो. शंकराचा तिसरा डोळा, भाळावरील चंद्र, जटेमधून वाहणारी गंगा, त्रिशूल इत्यादी प्रतीकं आपण पाहतो. बाहेरून

दिसणारं शिवलिंग शक्तीचं प्रतीक आहे. केवळ बाहेरून दिसणारं ते शिवलिंग नसून आतही तसंच असतं. शिवलिंगाचा अर्धा भाग जमिनीच्या वर आणि अर्धा भाग जमिनीच्या आत असतो. जमिनीच्या आतील अर्धा भागही शिवलिंग आहे. शिवलिंग केवळ हिंदूंचं प्रतीक आहे असं समजू नका. सर्व संत एकाच गोष्टीकडे संकेत करतात. शिव म्हणजे सत्य आणि शक्ती म्हणजे या विश्वाचं पूर्ण रूप.

आज विज्ञानानेसुद्धा हे सिद्ध केलं आहे, की वस्तू ठोस नसून तरंग आहेत. तरंग एक शक्ती आहे. एका तरंगापासून पाणी तयार होतं तर दुसऱ्या तरंगामुळे ध्वनी निर्माण होतो आणि तिसऱ्या तरंगामुळे दृश्य दिसू लागतं. मूळ गोष्ट एकच आहे, पण तरंगात परिवर्तन होताच शक्ती बदलते. ही गोष्ट अनेकांना ठाऊक नाही. लहरींच्या गतीमध्ये परिवर्तन होतं, त्यानुसार त्यांचं रूप बदलू लागतं. तरंग मूलत: एकच गोष्ट असते, एकच सत्य असते.

शिवाच्या मूळ रूपातून जी लहर उठली तिनेच या सृष्टीची निर्मिती झाली. शिव आणि शक्ती एकच आहेत आणि हेच शिवलिंगाचं प्रयोजन आहे. शिवाच्या मंदिरात शिवलिंग असतं आणि मंदिराच्या बाहेरचा नंदी मनाचं प्रतीक आहे. नंदीचे तोंड मंदिराकडे असते. याचाच अर्थ, मन जेव्हा आत असतं, तेव्हा मंदिर असतं आणि मन बाहेर असतं तेव्हा वानर असतं (मन अंदर मंदर, मन बाहर बंदर).

माणसाच्या कल्पनाच त्याच्या सत्यप्राप्तीमध्ये अडसर बनतात. मंदिराच्या नावाखाली लोक वादविवाद, दंगली करण्यासाठीसुद्धा तयार होतात. शिवशक्तीची कल्पना तशी फारच सुंदर व अप्रतिम आहे. परंतु शिवलिंगाचा मार्ग डावा असावा, की उजवा, यावर लोकांचे वादविवाद होतात. एक छोटी कल्पनासुद्धा फार मोठी बाधा बनू शकते. म्हणून अशा कल्पनांपासून मुक्त व्हायला हवं. सांगायचा उद्देश एक असतो आणि लोक भलत्याच गोष्टीवर लक्ष केंद्रित करतात. त्यानंतर लोक परमेश्वराबद्दल अन्य काहीच ऐकायला तयार नसतात.

गणपतीची निर्मिती कशी झाली? गणेशोत्सव का साजरा केला जातो? गणपतीची सोंड आणि दात कशाचे प्रतीक आहे? ही प्रतीकं आपण नीट समजून घेतल्यानंतरच सर्व गोष्टी स्पष्ट होतील. दुर्गामाता, कालीमाता कशाचे प्रतीक आहे? ज्या देवाची आपण पूजा करतो, तो कोणता संदेश देतो? आपण चुकीचा संदेश तर घेत नाही ना? कित्येक लोकांना वाटतं, 'वर्षानुवर्षे आम्ही भक्त आहोत. आम्ही ईश्वराविषयी सर्वकाही जाणतो.'

परंतु ईश्वराची सर्व प्रतीकं अंतर्मनाच्या गोष्टींचे संकेत आहेत, हे मात्र ते जाणत नाहीत.

आपल्याला कालिदासाचे उदाहरण माहीत असेलच. सर्वांच्या दृष्टीने कालिदास म्हणजे एक महामूर्ख माणूस होता. पण शेजारच्याच राज्यात जी राजकुमारी राहत होती, ती फार हुशार असल्याने तिने अनेक पंडितांना वादविवादात पराजित केलं होतं. पराभूत झालेले ते पंडित अपमानामुळे क्रोधाग्नीत धुमसत होते. म्हणून ते राजकुमारीचा सूड घेण्याची संधी शोधत होते. अशा प्रकारे राजकुमारीला वादविवादात कोण पराभूत करू शकेल, याचा शोध घेत घेत ते कालिदासापर्यंत पोहोचले. वादविवाद करण्यासाठी अनुभवाची गरज असतेच असं नाही. प्रत्येक जण आपली विद्वत्ता पाजळण्याच्या प्रयत्नात असतो. त्यावेळी कालिदासाजवळ ना अक्कल होती ना शक्कल. तरीही तो राजकुमारीशी वादविवाद करण्यासाठी तयार झाला.

राजकुमारी आणि कालिदास समोरासमोर बसले. राजकुमारीने हवेत फक्त हात फिरवला. त्यावर कालिदासानेही हाताने काही संकेत केला. राजकुमारीने थोडा विचार करून हाताने काही खाणाखुणा केल्या. उत्तरादाखल कालिदासानेही हाताने काही खाणाखुणा केल्या. ते पाहून राजकुमारी घाबरली. घामाघूम झाली. तिने एक सफरचंद काढून टेबलावर ठेवलं. त्यावर कालिदासाने भाकरीचा तुकडा टेबलावर ठेवला. ते पाहून राजकुमारीनं पराभव स्वीकारला.

कालिदास हे महान पंडित असल्याचं राजकुमारीनं मान्य केलं. त्यानंतर राजकुमारीने दोघांमधील प्रश्नोत्तरांचा खुलासा केला, 'पहिल्यांदा मी म्हणाले, की वर जो बसलेला आहे, त्यानेच हे विश्व निर्माण केलं आहे.' त्यावर कालिदास म्हणाला, 'वर खाली असं काही नसतंच. जे भूतलावर आहेत त्यांच्यासाठी वर आणि खाली आहे. परंतु जे या विश्वापासून अलिप्त आहेत किंवा पृथ्वीच्या आतल्या (खालच्या) भागात आहेत ते कोणता संकेत करतील? याचाच अर्थ, वर-खाली ही केवळ व्यक्तीसापेक्ष कल्पना आहे. म्हणून कालिदासाने हातवारे करून सांगितलं, वरखाली असं काहीच नाही, सर्वांपलीकडे एकच सत्य आहे आणि सुखदुःखांपलीकडे मुक्ती आहे.

राजकुमारीने दुसरा संकेत करून हे दाखवलं, की ईश्वर एकच आहे. परंतु कालिदासाने सांगितलं, ईश्वराला तीन रूपात विभागलं गेलं आहे. ब्रह्मा, विष्णू आणि महेश; एक जन्म देतो, दुसरा पालन करतो आणि तिसरा मृत्युदाता आहे. कालिदासाचे हे उत्तर ऐकून राजकुमारीने लगेच हार मान्य केली आणि त्याच्या बुद्धिमत्तेला दाद दिली.

राजकुमारीने सफरचंद दाखवून पृथ्वी गोल असल्याचा संकेत दिला होता. त्यावर कालिदासाने भाकरीचा तुकडा दाखवून मस्तकाकडे संकेत केला होता. त्याला हेच सांगायचं होतं, की पृथ्वी एक तर गोल आहे किंवा सपाट. मात्र या सर्व व्यक्तिगत कल्पना आहेत. जेव्हा आपण गाढ झोपेत असतो, तेव्हा हे जग कुठं असतं? याचाच अर्थ, या सर्व मनाच्या कल्पना आहेत, स्वप्नवत आहे. कालिदासाच्या संकेतांचा असा अर्थ घेऊन त्याच्या विद्वत्तेची प्रशंसा करून तिने पराजय स्वीकारला.

लोकांनी कालिदासाला एकांतात बाजूला घेऊन विचारलं, 'तुझी उत्तरं काय होती?' कालिदास म्हणाला, 'पहिल्यांदा जेव्हा राजकुमारीने हात वरती उचलला तेव्हा तिने हा महाल माझा आहे, असा संकेत केला होता. तेव्हा मीसुद्धा हातवारे करून सांगितलं, की कदाचित उद्यापासून हा महाल माझाही होऊ शकेल. त्यानंतर राजकुमारी माझ्याकडे अंगुलिनिर्देश करत म्हणाली, 'तू मूर्ख आहेस.' तेव्हा मी माझ्या हाताची तीन बोटे दाखवित संकेत केला होता, की तू माझ्यापेक्षा तिप्पट मूर्ख आहेस. तिने सफरचंद दाखवून स्वत:च्या सौंदर्याचं रहस्य सांगितलं होतं. तेव्हा मी तिला भाकरीचा तुकडा दाखवत हे सांगितलं, की भाकरी खाऊन अक्कल येते, सौंदर्य नसलं तरी काही फरक पडत नाही.

याचाच अर्थ, राजकुमारी काही वेगळंच सांगत होती आणि कालिदास वेगळाच अर्थ काढत होता. दोघेही आपापल्या परीनं संकेतांचा अर्थ काढीत होते आणि अगदी चुकीची कल्पना करत होते.

ब्रह्मा, विष्णू, महेश, लक्ष्मी, पार्वती यांसारख्या देवदेवतांच्या निर्मितीमागे कोणता हेतू असू शकतो? कल्पनांतून मुक्ती मिळताच या रहस्याचं आकलन होऊ शकतं. ईश्वराची संकल्पना केली गेली आहे, कारण बाह्य संकेत केवळ प्रतीकं असतात. आतील संकेतच सत्य असतात. अर्धसत्य निरर्थक असतं. म्हणून संपूर्ण सत्य समजून घेण्याचा प्रयत्न करा. ईश्वराचं निराकार स्वरूप समाधी अवस्थेत जाणून घ्या.

३. ईश्वर कोण आहे

सर्वच समाजातील लोक चुकीच्या धारणा उराशी बाळगून जगत आहेत. त्यांचा समज असा आहे, की ईश्वराने मानवाची निर्मिती केली. परंतु सत्य हे आहे, की ईश्वराने माणूस बनवला नसून ईश्वर स्वत:च माणूस बनला. आपल्या आत जो खरा 'मी' आहे, तोच ईश्वर आहे.

खरा 'मी' आणि खोटा 'मी', असली 'मी', नकली 'मी' असे दोन प्रकारचे 'मी' असतात. जो माणूस खऱ्या 'मी'ला ओळखतो व नकली 'मी' फक्त एक विचारमात्र आहे, हे जाणतो, तेव्हाच आत्मसाक्षात्कार होतो. जेव्हा आपण असली 'मी'ला जाणाल तेव्हाच ईश्वराला समजू शकाल.

४. ईश्वराचं नाव काय आहे?

'अनाम सत्य' हेच ईश्वराचं नाव आहे. हे खरं आहे, की सर्व नावं ईश्वराचीच आहेत अथवा कुठलंच नाव ईश्वराचं नाही. सर्व आकार त्याचेच आहेत किंवा त्याला कुठलाच आकार नाही. पृथ्वीतलावर ज्यांनी ज्यांनी सत्याचं उच्चारण केलं, त्यांनी ईश्वराचं नामस्मरण केलं, असं म्हणता येईल. कारण सत्यच ईश्वर आहे.

'राम राम', 'हरी हरी' असा निरंतर जप करणं म्हणजे नामस्मरण नव्हे; दशरथपुत्र रामाने ज्या 'रामाचं' स्मरण केलं, तेच ईश्वराचं नाव आहे. देवकीपुत्र कृष्णानं ज्या नावाचं स्मरण केलं तेच ईश्वराचं नाव आहे. सत्य हेच ईश्वर आहे, ईश्वरच सत्य आहे. 'अनाम सत्य' हेच ईश्वराचं नाव आहे, त्यामुळे केवळ 'सत्य सत्य' असा पुन:पुन्हा जप केल्यानं नामस्मरण होत नाही. आपण सत्याचा विचार करू तेव्हाच खरं नामस्मरण होईल. सत्याबाबत विचार करणं आणि सत्याचा विचार करणं या दोन्ही गोष्टी भिन्न आहेत. जेव्हा आपण राम, कृष्ण, नारायण यांच्या कथा वाचतो अथवा त्याविषयी विचार करतो, तेव्हा तो 'सत्याबाबतचा' विचार असतो, सत्याचा विचार नसतो.

दिवसा जर कोणी म्हणालं, 'आता दिवस आहे' तर ही गोष्ट खरी असली तरी प्रत्यक्षात ते सत्य नाही. ज्या समजेतून ईश्वराचं नाव सत्य आहे असं मानलं जातं ते हे सत्य नाही. तर सत्य हे रात्र-दिवस, जीवन-मृत्यू, कोलाहल-शांती यांपलीकडे आहे. कारण भारतात यावेळी दिवस आहे, पण अमेरिकेत मात्र रात्र आहे.

निरंतर सत्य किंवा सत्याचा विचार करत राहणं म्हणजे असली 'मी'चा विचार करणं होय. सर्व कृती कोणामुळे होतात, कोणाद्वारे होतात, या गोष्टीचं नेहमी चिंतन केलं पाहिजे. आदर्श गुरूंकडून योग, उचित नामस्मरण शिकून ईश्वराचं स्मरण करा, ईश्वराचं नाम जपा. 'राम'नामाच्या जपानं सत्याचा बोध न होता जर माया आठवत असेल, तर त्याला ईश्वराचं नाव म्हणता येणार नाही. पण 'रावण' नामाच्या उच्चाराने जर सत्याचाच बोध होत असेल, तर त्याला ईश्वराचं नाव म्हणता येईल.

५. ईश्वर आकार की निराकार

मन आणि बुद्धी यांपलीकडे असणारा ईश्वर निर्गुण व निराकार आहे. कोणतीही गोष्ट समजून घेण्यासाठी माणूस बुद्धी आणि मन यांचा वापर करतो. ज्याप्रमाणे लहान बालकांना शिकवण्यासाठी चित्रांचा आधार घ्यावा लागतो, त्याप्रमाणे अध्यात्माचा आरंभ करणाऱ्यांसाठी कोणती चित्रं दाखवली जावीत? कारण ईश्वराचं चित्रच रेखाटता येत नाही. चित्रांची गरज सुरुवातीच्या काळात लागेल असं समजून मात्र आत्मसाक्षात्कारी पुरुषांकडून अशी आवश्यक चूक होऊ शकते. पण मोक्षप्राप्तीनंतर ही चूक करण्याचं कारण त्वरित लक्षात येतं.

जसं, डोळ्यांना स्वत:ला पाहण्यासाठी आरशाची गरज भासते. तद्वतच स्वत:ला समजून घेण्यासाठी ईश्वराला आकाराची आवश्यकता भासते. त्याचप्रमाणे स्वत:ला पाहण्यासाठी ३प्रथम ईश्वराला आकार द्यावा लागतो. परंतु ईश्वराचा शोध घेणाऱ्या सत्यशोधकाच्या लक्षात ही गोष्ट येत नाही. तेव्हा त्याला दोन गोष्टी सांगितल्या जातात.

१. ईश्वराला आकार आहे आणि कधी कधी तो निराकार असतो.

२. ईश्वर निराकार आहे आणि कधी कधी त्याला आकार घ्यावा लागतो.

वर निर्देशिलेल्या गोष्टींपैकी दुसरी गोष्ट योग्य आहे. सामान्य बुद्धीचा माणूस सोन्याला महत्त्व देतो की दागिन्याला? याचं उत्तर आहे दागिन्याला. सर्व दागिन्यात एक गोष्ट समान असते, ती म्हणजे सोनं. सोन्याला जेव्हा आकार दिला जातो, तेव्हाच त्याचं मोल बाह्य जगात वाढतं. अगदी त्याचप्रमाणे लोक आकाराला अधिक महत्त्व देतात. परंतु सोनाराच्या दृष्टीनं दोन्ही एकसारखे आहेत. तद्वत समज प्राप्त केलेल्या माणसाच्या दृष्टीनं परमात्म्याचा आकार आणि निराकार म्हणजे एकच गोष्ट आहे. ही गोष्ट अधिक स्पष्ट करण्यासाठी आणखी एक उदाहरण पाहू.

काही लोक आकाराला मानतात तर काही लोक निराकाराला. खरंतर दोघेही एकच चित्रपट पाहत असतात. काही लोक मध्यांतरापूर्वीचा तर काही लोक मध्यांतरानंतरचा चित्रपट पाहत असतात. मात्र चित्रपट पाहिल्यानंतर जेव्हा दोघांची चर्चा होते, तेव्हा ते परस्परांना सांगतात, 'तू चुकीचं सांगत आहेस.' तसं पाहिलं तर दोघांनी एकच चित्रपट पाहिलेला असतो. निराकार हाच ईश्वराचा आकार आहे आणि निर्गुण हाच त्याचा गुण आहे.

६. ईश्वर पुरुष आहे का? ईश्वराचं चित्र काल्पनिक आहे का?

खरं पाहिलं तर ईश्वर लिंगभेदापासून वा कल्पनेपासून अलिप्त आहे. एकदा एका शिक्षकाने वर्गात विद्यार्थ्यांना विचारलं, 'आकाश कसं असतं?' एका विद्यार्थ्याने उत्तर दिलं, 'आकाश पिवळं असतं.' कारण त्याने सूर्यास्ताच्या वेळी आकाश पाहिलेलं असतं. दुसऱ्या विद्यार्थ्याला विचारल्यानंतर त्याने उत्तर दिलं, 'आकाश काळं असतं.' कारण त्या विद्यार्थ्याने आकाश रात्री पाहिलेलं असतं. हाच प्रश्न जर आपल्याला विचारला तर आपण म्हणाल, 'आकाश निळं असतं.' अगदी तसंच, जेव्हा आपण ईश्वर या शब्दाचा उच्चार करतो, तेव्हा ईश्वराचं एक चित्र आपल्या डोळ्यांसमोर उभं राहतं. त्यात त्याच्या शिरावर मुकुट आणि गळ्यात भरपूर दागिने असतात. अशा कल्पनासुद्धा पुढे मोक्षाच्या मार्गात अडथळा बनतात. अशा प्रकारे आपण ईश्वराचीदेखील कल्पना करता का? ईश्वर पुल्लिंगी आहे असंही मानता. केवळ याच कल्पनेमुळे बाधा निर्माण होते आणि आपण कल्पनेतच अडकून राहता.

एखाद्याने आपल्याला विचारलं, इडली कशी असते? तेव्हा आपल्या डोळ्यांसमोर गोल आकाराचीच इडली येते. चौकोनी कधीच येत नाही. चौकोनी आणि लाल रंगाची इडली जर बनवली तर तिचा स्वाद बदलेल का? अजिबात बदलणार नाही. परंतु आपली कल्पना इतकी पक्की असते, जेणेकरून इडली हा शब्द उच्चारताच ती गोल आणि पांढरीच असायला हवी. अगदी तसंच ईश्वर म्हणताच तो पुरुषच असायला हवा अशी आपली कल्पना होते. जसं, रामाचं नाव घेताच अरुण गोविल (टीव्ही सिरियल 'रामायण'चा अभिनेता) डोळ्यांसमोर उभा राहतो आणि कृष्णाचं नाव घेताच नितीश भारद्वाज. अशा प्रकारे ईश्वराविषयीच्या अनेक कल्पना आपल्याला कॅलेंडरवर छापलेल्या दिसून येतात. अशा कल्पनांच्या आधारे जेव्हा ईश्वराचा शोध घेतला जातो, तेव्हा आयुष्यभर शोधूनही ईश्वराचा शोध कधी पूर्ण होतच नाही.

लहान मुलं जेव्हा शाळेत जाऊ लागतात, तेव्हा त्यांना काही शब्द शिकवले जातात. तेथे त्यांना शब्दांबरोबर वस्तूंची चित्रंही दाखवली जातात. चित्रांना पाहून मुलं शब्द शिकतात. त्यामुळे त्यांचं ज्ञान वाढतं. पुढे त्यांना चित्रांची गरज भासत नाही. सुरुवातीला शब्दाबरोबर चित्र डोळ्यांसमोर येतं परंतु नंतर चित्राशिवाय अनुभव घेता येतो. जे लोक बालवाडीतून (के.जी.मधून) पुढे जातात ते जाणतात, की ईश्वराला आकार नसतो. ईश्वर अरूप, अचल, निरंकारी, निर्गुण, निराकार, स्वयंभू, सर्वव्यापी, सर्वशक्तिमान, सर्वज्ञाता, स्थानरहित, क्षेत्रहीन, इंद्रियातीत आणि मनापलीकडे असतो.

ईश्वराविषयी अनेक कल्पना जगजाहीर आहेत. माणसाचं मन ईश्वराची कल्पना करू शकतं पण अनुभव घेऊ शकत नाही. ज्याप्रमाणे चष्मा डोळ्यांना पाहू शकत नाही, त्याप्रमाणे मन ईश्वराला पाहू शकत नाही. कारण मन ईश्वराचा चष्मा आहे. मनाला सत्याची जाण येऊन नमन होतं तेव्हाच ईश्वर प्रकट होतो.

७. ईश्वराने सृष्टी का निर्माण केली?

ईश्वर स्वत:च्या आनंदाची अभिव्यक्ती करण्यासाठी हे सर्व करत असतो. आनंद म्हणजेच ईश्वर. तो आपल्या स्वभावानुसार किंवा आनंदाप्रीत्यर्थ अभिव्यक्ती करत असतो. वस्तुत: या दोन भिन्न गोष्टी नाहीत. जसा पाण्याचा स्वभाव वाहत राहणं, पारदर्शिता, शीतलता आणि ओलसरपणा आहे, तद्वतच आनंद, प्रेम, मौन, सर्जनशीलता असे गुण ईश्वराच्या स्वभावात आहेत. ईश्वराने आपल्या स्वभावानुसार सृष्टीची निर्मिती केली आहे. ज्याप्रमाणे चित्रकाराने अमुकच एक चित्र का काढलं, असा प्रश्न आपण त्याला विचारू शकत नाही, त्याचप्रमाणे ईश्वरानेदेखील आपल्या स्वभावानुसार सृष्टीची निर्मिती केली आहे आणि करतही आहे. ज्याप्रमाणे कवी कविता लिहीत असतो, चित्रकार चित्र रेखाटून आपली अभिव्यक्ती करत असतो, तद्वत जगात घडणाऱ्या घटना म्हणजे ईश्वराची कविता, चित्र आणि सहज अभिव्यक्ती आहे.

८. ईश्वर किंवा मोक्षप्राप्ती कशी करावी?

जेव्हा स्वत:शी निगडित असलेल्या सर्व चुकीच्या धारणा पूर्णत: संपुष्टात येतील, तेव्हाच ईश्वर प्रकट होतो. तसं पाहिलं तर त्याचं अस्तित्व आधीपासूनच आहे. वास्तवात जे सत्य नाही तरी ते आपण वास्तव मानतो, यालाच धारणा, पूर्वग्रह असं म्हटलं जातं. 'आपल्या जीवनात जर एखादं काम यशस्वी झालं, ठरवलेल्या सर्व गोष्टी सहजपणे झाल्या तरच आपण सफल झालो असं समजतो. अन्यथा अयशस्वी, असफल ठरवलं जातं. याचाच अर्थ, जगरूढीप्रमाणे एक तर मी दु:खी असायला हवं किंवा सर्व सांगतात म्हणून खुश राहायला हवं. कारण खरा आनंद म्हणजे काय, हेच मला ठाऊक नसतं.'

यासाठी ईश्वराला मानून नव्हे तर जाणून प्राप्त करायला हवं. केवळ विचार करून नव्हे, तर स्वत:च ईश्वर बनून त्याला प्राप्त करायला हवं. मग आपण केवळ आनंदीच नव्हे, तर साक्षात आनंदच बनाल. पण त्यासाठी मोक्षप्राप्तीच्या सर्व चुकीच्या धारणांमधून मुक्त होणं आवश्यक आहे. पुढील अध्यायात आपण याविषयी जाणून घेऊ.

७

धारणांपासून मुक्ती

मायेचं मृगजल, असत्याचा आभास

मोक्षाविषयी नऊ धारणा - समाजात प्रचलित धारणा- सर्वसामान्य प्रथा - गहन धारणा - मूलभूत धारणा - धारणा म्हणजे एक पिंजरा. सत्य मोक्षाचं द्वार - धारणा म्हणजे भ्रम -स्वत:ला शरीर, मन किंवा बुद्धी समजणं भ्रमाचं मूळ कारण - धारणा पिंजऱ्यासमान असतात - तेजआनंदाची प्राप्ती झाल्यानंतर सर्व (धारणा) गैरसमज समूळ उखडले जातात.

तुम्ही मोक्षाचा शोध घेत आहात त्याबद्दल तुमचं हार्दिक अभिनंदन! माणूस जेव्हा आपलं ध्येय सोडून विशेष संशोधन करतो, तेव्हा लोक त्याला शुभेच्छा देतात... 'आपण हे कार्य करत आहात त्याबद्दल अभिनंदन...', 'तुम्ही येत्या निवडणुकीस उभा राहणार आहात म्हणून तुमचं अभिनंदन!' शुभेच्छा! कोणी म्हणतो, 'मी धनाच्या शोधात आहे.' हे ऐकल्यानंतर जे त्याचे नातेवाईक नसतात तेही नातेवाईक बनतात. सर्वजण येऊन त्याचं अभिनंदन करतात. एखादा तरुण म्हणतो, 'मी मुलगी पाहायला जाणार आहे.' तेव्हा सगेसोयरे, नातेवाईक, मित्र असे सर्व लोक त्याला शुभेच्छा द्यायला धावतात. परंतु जेव्हा एखादा म्हणतो, 'मी मोक्षाच्या शोधार्थ जात आहे' अशा वेळी किती लोक त्याचं अभिनंदन करतात?

मोक्षाच्या शोधार्थ जाणाऱ्यांना कोणी साधे भेटायलासुद्धा जात नाही, शुभेच्छा तर दूरच. कारण त्यांना मोक्ष ही शोध घेण्याइतकी महत्त्वपूर्ण बाब वाटत नाही. त्याऐवजी जर खुर्ची पाहिजे... पद पाहिजे... प्रतिष्ठा पाहिजे... पैसा पाहिजे... तर अशा वेळी सर्व लोक शुभेच्छा द्यायला धावत येतात. परंतु मोक्षाचा शोध घ्यायला लोकांना आवडत

नाही. समजा एखाद्याला चुकून मोक्षाचा शोध घ्यावासाच वाटला तरी 'तो आता, या जन्मी नाही' असं त्यांना वाटतं. कारण 'मोक्ष या जन्मात मिळत नाही' असा लोकांचा भ्रम आहे, धारणा आहे. कोणी म्हणतं, मोक्षप्राप्ती या कलियुगात तर शक्यच नाही. ही दुसरी धारणा. पहिली या जन्मात मोक्ष मिळणार नाही, अशी धारणा लोकांच्या ठायी रुजलेली आहे. ही माझ्यासाठी अशक्यप्राय गोष्ट आहे. इथपर्यंत ठीक आहे. परंतु दुसरी धारणा अशी, की 'कलियुगात मोक्षप्राप्ती अशक्यप्राय गोष्ट आहे.' म्हणजे कोणीही मोक्षप्राप्ती करू शकत नाही या धारणेने सर्वांचेच मोक्षाचे दरवाजे कायमस्वरूपी बंद केले आहेत. अशा चुकीच्या धारणा लोकांच्या मनात घर करून राहतात, तेव्हा लोकांचा मोक्षाविषयीचा शोधच बंद होतो. म्हणून सर्वप्रथम अशा धारणांचं उच्चाटन होणं आवश्यक आहे.

कोणाला वाटतं आपण जर कुठल्या कामासाठी घराबाहेर पडलो आणि रस्त्यात मांजर आडवं गेलं तर तो फार मोठा अपशकुन आहे, काहीतरी वाईट घडेल. परंतु खरोखरच असं घडतं का? काहींच्या मते हाताच्या तळव्याला खाज सुटली, तर पैसा येतो... पापणी फडफडत असेल, तर काहीतरी वाईट घडणार... आरसा फुटणं अपशकुन... रात्री झाडू मारू नये... तेरा तारीख वाईट असते... परंतु खरोखरच असं होतं का? आपल्याकडेच नाही तर प्रत्येक देशाच्या आपापल्या धारणा आहेत. त्याच प्रामुख्याने विचारात आल्यामुळे आणि पुन:पुन्हा त्यांचं उच्चारण झाल्यामुळे त्या दृढ झाल्या आहेत, घट्ट रुजल्या आहेत.

१. मोक्षाविषयी नऊ चुकीच्या धारणा

येणाऱ्या प्रत्येक पिढीने अगदी लहानपणापासून या धारणा ऐकल्या, पण त्यांनी त्यावर कधी विचारच केला नाही, की कदाचित या चुकीच्याही असू शकतील. अगदी डोळे झाकून, अंधश्रद्धेने त्या स्वीकारल्या आणि त्याप्रमाणेच ते जगत राहिले. या तर अगदी वरवरच्या धारणा आहेत. यातील काही धारणा अशा आहेत ज्या माणसाच्या मनात खोलवर रुतलेल्या आहेत. त्यातील काही धारणा मोक्षाशी संबंधित आहेत ज्या माणसाच्या मनात घर करून आहेत, जशा –

१. मोक्ष या जन्मी मिळणं अशक्य आहे.

२. कलियुगात मोक्ष मिळणं अशक्य आहे.

३. मोक्ष मृत्यूनंतरची अवस्था आहे.

४. मोक्ष प्राप्त करणं फार कठीण गोष्ट आहे.

५. मोक्षप्राप्तीसाठी चौऱ्याऐंशी लक्ष जन्म घ्यावे लागतात.

६. मोक्षप्राप्तीसाठी किमान सात जन्म तर लागतातच.

७. मोक्षप्राप्तीसाठी हिमालयात जावं लागतं.

८. मोक्षप्राप्तीसाठी सर्वस्वाचा त्याग करावा लागतो.

९. मोक्षाचा शोध वानप्रस्थाच्या म्हणजेच वयाच्या ५०/६० व्या वर्षांनंतर सुरू केला पाहिजे. त्या आधी नाही.

या धारणांपैकी एखादी तरी धारणा प्रत्येक माणसात कार्यरत असते. आपण स्वत:लाच हा प्रश्न विचारून पाहा, 'मोक्षाविषयीची कोणती धारणा माझ्यात घट्ट रुजलेली आहे?' मोक्षप्राप्तीसाठी आपल्याला कुठल्याही गोष्टीचा त्याग करायची आवश्यकता नाही. त्यासाठी आपल्याला ना संन्यासी बनायचं आहे ना संसारी. तर आपल्याला व्हायचं आहे तेजसंसारी. म्हणजे जो संसारात राहूनही कमळाच्या फुलाप्रमाणे पाण्याचा थेंब स्वत:वर टिकू देत नाही, मायेपसून अलिप्त राहूनही संसारासाठी उपयुक्त असतो.

आपल्याला जेव्हा मोक्षाचा खरा अर्थ उमजेल, अगदी वेगळी अवस्था काय आहे, पूर्व अवस्था काय आहे, हे जेव्हा कळेल, तेव्हा या धारणा वास्तवात निरर्थक आणि बिनबुडाच्या असल्याचं लक्षात येईल.

धारणांचा अर्थ आहे, काही चुकीच्या धारणा, कल्पना, पद्धती आणि अनुमान ज्यावर मन विश्वास ठेवतं. परंतु त्या खऱ्या नसतात. ज्या गोष्टी मुळात अस्तित्वातच नाहीत त्यांना योग्य समजून चालणं म्हणजे धारणा. धारणा (माया) म्हणजे भ्रम. धारणा म्हणजे मृगजळ. वाळवंटात पाणी नसतानाही पाण्याचा भास होतो, ज्याला आपण मृगजळ म्हणतो. तसंच काहीसं धारणांबाबत घडतं. आपण आपल्या जीवनात काही गोष्टी नेहमी योग्य आहेत असं समजून चालतो. ज्या गोष्टींबद्दल आपल्या आई-वडिलांनी, शेजाऱ्यांनी, शिक्षकांनी, पंडितांनी सांगितलेलं असतं किंवा चित्रपटातून पाहिलेलं वा ऐकलेलं असतं. याच धारणा काही कालावधीनंतर विकृत आणि भयंकर रूप धारण करतात. दु:ख, अपमान, असफलता, प्रतिष्ठा या सर्वांनाच आपण धारणांच्या तराजूत तोलून त्यांचं मूल्यमापन करतो. आत्महत्या (शरीरहत्या) करणारा विद्यार्थी

कोणत्या धारणांमुळे आत्महत्या करतो? समाजमान्य रीतीरिवाजांच्या दृष्टीने असफलता किंवा अपयश सिद्ध झाल्यानेच तो आत्महत्या करतो. या कोवळ्या वयात सारासार विचार करण्याची कुवत त्याच्यात नसते. म्हणून आपलं अपयश त्याला खरं वाटतं. परंतु त्यावेळी त्याला योग्य ते मार्गदर्शन मिळालं तर तो आत्महत्या करण्याची चूक कदापि करणार नाही. मान्यतांमुळेच कित्येकदा आपण अशा चुका करून बसतो. परंतु आता त्या सर्व धारणांवर प्रकाश टाकण्याची वेळ आली आहे. आपल्या आसपास ज्या काही धारणा आहेत, त्या आपण व्यवस्थित समजून घ्यायला हव्यात. धारणा समजून घेण्याची कला एकदा अवगत झाली, की आपण सर्वच धारणा व्यवस्थित पारखू शकतो. त्यांचं मूळ स्वरूप लक्षात येताच आपण उत्तम धारणा-पारखी बनू शकतो. धारणांसंबंधी आपलं अज्ञान दूर करून मोक्षप्राप्ती करू शकतो.

२. समाजातील प्रचलित मान्यता

१. सर्वसामान्य मान्यता

जीवन-मृत्यूविषयी धारणा... कसं राहिलं पाहिजे, कसं जगलं पाहिजे. या संदर्भातील धारणा... व्रत, उपवास, धर्म, संप्रदाय या संदर्भातील धारणा, कर्मकांडाविषयी धारणा... काही अंधश्रद्धा... केरसुणी उलटी ठेवणं अशुभ असतं... दुसऱ्याच्या हातून मीठ घेतलं तर भांडण होतं... जास्त हसलं तर रडायची वेळ येते... इत्यादी. प्रत्येक देश, प्रांत, धर्म, भाषा यांतील भिन्नतेमुळे लोकांच्या गरजा, वेळ, स्थान, सुरक्षा... यानुसार विभिन्न धारणा असतात.

२. मनात घर करून राहिलेल्या धारणा

स्वर्ग-नरक आकाशात असतात... कर्माची फळं या जन्मात नाही, तर पुढच्या जन्मात निश्चित मिळतात... ईश्वर नाराज होतो... लोक वाईट असतात... पैसा आणि वेळ कमी असतो... मी हिंदू आहे... मी मुस्लीम आहे... मी ख्रिश्चन आहे... मी बुद्ध आहे... मी काळा आहे... मी गोरा आहे... मी स्त्री आहे... मी पुरुष आहे... इत्यादी. यासारख्या कितीतरी धारणा समाजात खोलवर रुतून बसल्या आहेत.

३. मूलभूत धारणा

सर्वांत मुख्य किंवा मूळ धारणा स्वतःविषयी असते. धारणांचा एक वृक्षच आहे असं समजलं तर त्याच्या मुळाशी जी धारणा आहे ती म्हणजे 'मी शरीर आहे, मी मन

आहे, मी बुद्धी आहे...' स्वत:ला शरीर, मन किंवा बुद्धी मानणं हेच भ्रमाचं मूळ कारण आहे. 'हे माझं शरीर आहे', असं आपण सर्वजण म्हणत असतो. म्हणजेच 'मी' त्याच्यापासून वेगळा आहे. माझे कपडे म्हणजे मी नाही. पण आपले कपडे काही कारणाने फाटतात, तेव्हा आपण असं म्हणत नाही 'मी फाटलो', परंतु शरीराला जेव्हा वेदना होऊ लागतात तेव्हा आपण म्हणतो, 'मला वेदना होत आहेत.' असं म्हणणं अगदी चुकीचं आहे. कारण हीच मूळ धारणा आहे. 'मी' म्हणजे कपडे नाही, 'मी' तर वस्त्रांचा वापर करणारा आहे. अशा प्रकारे 'मी' म्हणजे शरीर नाही. 'मी' या शरीराला चालवणारा चालक आहे.

३. धारणा पिंजरा आहे, सत्य मोक्षाचं द्वार

वरील सर्व धारणा एखाद्या पिंजऱ्यासमान असतात. या पिंजऱ्यातून बाहेर पडलं तरच माणसाला खऱ्या सुखाची प्राप्ती होईल आणि त्याची दु:खापासून सुटका होईल. हा पिंजरा उघडण्यासाठी सत्यरूपी समजेची चावी हवी. धारणांची मुळं उखडली गेल्यास धारणांचा वृक्ष जमीनदोस्त होईल आणि मोक्षाची अवस्था प्राप्त होईल. त्यानंतरच होईल आत्मसाक्षात्कार! परंतु बाह्य धारणांच्या चक्रात आपण इतके अडकले गेलेलो आहोत, की जर कोणी सच्चिदानंदाबाबत किंवा सत्याबाबत काही सांगत असेल, तर ते आपण नीट ऐकूनही घेत नाही. वास्तविक पाहता परमोच्च आनंद तर आपल्या आतच आहे. परंतु धारणांमुळे आपण त्याचा आस्वाद घेऊ शकत नाही.

काही धारणांमुळे आपल्याला सत्याचा नीट बोध होत नाही. ज्यावेळी एखादा आपल्याला सत्याविषयी काही सांगत असतो, त्यावेळी आपण प्रथम जुन्या धारणांचा संदर्भ लक्षात ठेवूनच ते ऐकत असतो.

आपल्याला सामाजिक व्यवस्था आणि धर्माच्या ठेकेदारांकडून अशा प्रकारच्या धारणा दिल्या जातात. परंतु 'तेजआनंदा'ची प्राप्ती होताच हे सर्व गैरसमज समूळ उखडले जातात आणि आपल्याला होतो आत्मसाक्षात्कार!

या सर्व धारणा पिंजऱ्यासमान असतात. मनुष्य जेव्हा यातून बाहेर पडतो, तेव्हाच त्याला खरं सुख प्राप्त होईल आणि तो दु:खातून मुक्त होईल. परंतु हा पिंजरा उघडण्यासाठी सत्याची समजरूपी किल्ली आपल्याजवळ असायला हवी. धारणांचं मूळ उखडताच पूर्वग्रहांचा वृक्ष कोलमडून पडेल आणि मगच आत्मसाक्षात्कार होईल. मोक्षाची अवस्था प्राप्त होईल.

पहिल्या खंडाचं ज्ञानार्जन केल्यावर मोक्षाच्या पाच पायऱ्या चढणं सोपं आहे. या पाच पायऱ्या थेट मोक्षाच्या ध्येयापर्यंत पोहोचतात. आपण या पायऱ्यांचा उपयोग करू इच्छिता का? आपण यासाठी तयार असाल, तर आपलं स्वागत आहे.

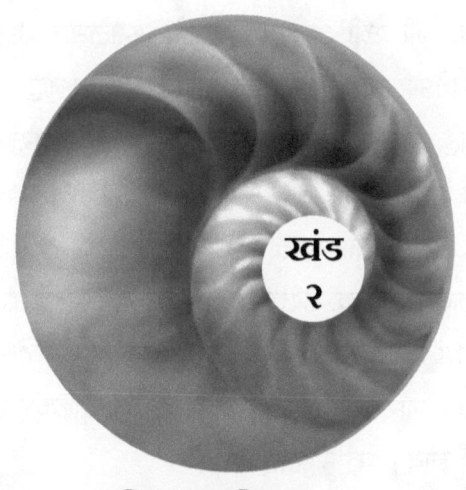

मोक्षप्राप्तीसाठी पाच पायऱ्या

साधकाचा मार्गक्रम

हेलिकॉप्टरचा दृष्टिकोन अंगीकारा

आपण कितीतरी बिरुदं लावून जगत असतो. जसं 'मी पुरुष आहे, मी स्त्री आहे, हिंदू आहे, मुसलमान आहे, डॉक्टर आहे, इंजिनिअर आहे.' परंतु 'मी' यांपैकी काहीच नाही, 'मी' याहून वेगळा आहे. मी म्हणजे शरीर, मन, बुद्धी आणि श्वाससुद्धा नाही. मग प्रश्न असा येतो, की 'मी कोण आहे?' या प्रश्नाचं उत्तर मिळताच आपल्याला मुक्तीचा आनंद मिळतो. ते पाहण्यासाठी आपल्याजवळ हेलिकॉप्टरची दृष्टी (समज) असणं अत्यावश्यक आहे. कूपमंडूक दृष्टीने, संकुचित दृष्टिकोनाने पाहिलं तर पूर्ण ज्ञान प्राप्त होणार नाही. परंतु हेलिकॉप्टरच्या दृष्टिकोनातून पाहिलं तर संपूर्ण ज्ञान प्राप्त होईल.

आपल्याला स्वत:पासून अलिप्त राहून ज्ञानार्जन करायचं आहे. म्हणून हेलिकॉप्टरच्या दृष्टिकोनातून (प्रज्ञेच्या दृष्टिकोनातून) बघण्याची कला आपल्याला अवगत व्हायला हवी, तरच साऱ्या बंधनांचा अंत होईल.

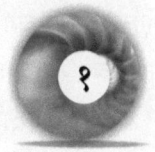

१

मोक्षाची पहिली पायरी

मोक्षप्राप्तीसाठी प्रार्थना

दुःख, चिंता, त्रास यांपासून मुक्तीचा उपाय - प्रार्थना - ईश्वरप्राप्तीची मागणी - प्रार्थना. प्रार्थना म्हणजे मोक्षप्राप्तीचं पहिलं चरण - ईश्वराची कृपा प्राप्त करण्याचा पहिला उपाय आहे 'प्रार्थना'. ईश्वराकडे कोणती प्रार्थना करावी? कृपा करा, मोहमायेतून आम्हाला मुक्त करा-

१. दुःख, चिंता, त्रास यांपासून मुक्तीचा उपाय - प्रार्थना

प्रार्थना एक अवस्था आहे, प्रसाद ग्रहण करण्याचं आसन आहे; ईश्वराशी संभाषण करण्याचा भाव आहे, पद्धत आहे. प्रार्थना मनाची एक अशी अवस्था आहे, ज्यामध्ये माणसाला एखाद्या गोष्टीची कमतरता जाणवताच ती गोष्ट त्याच्या जीवनात येते.

निसर्गात अनेक प्रकारच्या गोष्टी उपलब्ध आहेत आणि त्या हव्याशा वाटणारे लोकपण आहेत. ज्या शरीरात ज्या गोष्टीची गरज वाटते, ती गोष्ट तिकडे आकर्षिली जाते. केवळ प्रार्थनेमुळे अशी अवस्था निर्माण होते. जी गोष्ट मिळायला हवी असं वाटतं ती आपल्याजवळ येते. हवं ते कसं मिळवाल, याचं उत्तर आहे प्रार्थना.

माणसाची पहिली साद, सत्याची तृष्णा, दुःख दूर करण्याच्या उपायांचा शोध, येथून प्रार्थनेचा प्रारंभ झाला. निसर्गातील प्रत्येक जीव, जीवाणू व्यवस्थित जगत असतो. त्यांना कुठल्याही प्रार्थनेची गरज भासत नाही. सर्वकाही सुरळीत चालू असतं. कुठल्याच जीवात सकारात्मक अथवा नकारात्मक विचार नसतात. माणसाबाबतसुद्धा काही काळ

असंच चालू होतं. जोपर्यंत तो नैसर्गिक जीवन जगत होता, तोपर्यंत त्याला कुठल्याच प्रार्थनेची आवश्यकता नव्हती. परंतु जेव्हा त्याच्यातील तुलनात्मक मन जागृत झालं तेव्हापासून सारं बिघडायला आणि बदलायला लागलं. माणूस निसर्गाच्या विरोधात जगू लागला. काही गोष्टी अशा घडू लागल्या, की त्यामुळे तो कमालीचा त्रस्त आणि दुःखी राहू लागला. खरंतर दुःख असं नव्हतंच मुळी. पण केवळ तुलनात्मक मनामुळे माणसाच्या जीवनात दुःखाने प्रवेश केला. दुःखामुळे विचारचक्र फिरू लागलं. यावर काहीतरी तोडगा काढला पाहिजे, असा विचार माणसानं केला. दुःखावर उपाय शोधला गेला आणि हा शोधच प्रार्थना बनला.

जेव्हा एखाद्याच्या मनात दुःख निर्माण होतं, तेव्हा तो दुःखापासून सुटका कशी होईल या दृष्टीने विचार करू लागतो. अशी कोणती शक्ती आहे, जी दुःख दूर करू शकते? ते शब्द, ते विचार आणि ते भाव प्रार्थनेचे रूप धारण करतात. एके दिवशी त्याला जाणीव होते, की जे भाव जागृत झाले होते, जे शब्द मुखातून बाहेर पडले होते, तेच प्रार्थना बनले. एके दिवशी अचानक त्याच्या हृदयाने साद घातली आणि ती हाकच प्रार्थना बनली. त्याच क्षणी त्याची समस्या संपुष्टात आली. जोपर्यंत आपण सर्व दुःखातून मुक्त होत नाही, तोपर्यंत प्रार्थना चालू ठेवा.

प्रार्थनेत प्रचंड शक्ती आहे. ती चिंतेची चिता थंड करू शकते आणि दगडाला मेण बनवू शकते. ती वादळाला रोखू शकते आणि बुडणाऱ्या नौकेला सहीसलामत किनाऱ्यावर आणू शकते. प्रार्थनेमुळे आपली प्रत्येक इच्छा पूर्ण होऊ शकते आणि ती आपल्याला मोक्षदेखील देऊ शकते. आपल्या सर्व चिंता, काळज्या परमेश्वराच्या हाती सोपवा आणि त्यानंतर असा विचार करा, की 'परमेश्वराने आपल्या सर्व समस्या योग्यप्रकारे सोडवल्या आहेत.' ही प्रार्थना आपल्याला शुभेच्छापूर्तीचा मार्ग दाखवेल.

एक शेतकरी होता. तो पुस्तक वाचून रोज वेगवेगळी प्रार्थना करायचा. असा एकही दिवस गेला नाही, की त्याने प्रार्थना वाचली नाही. एके दिवशी तो शहरात चालला होता. रस्त्यात त्याला प्रार्थनेची आठवण झाली. परंतु त्या दिवशी त्याच्याकडे प्रार्थनेचं पुस्तक नव्हतं. तेव्हा त्याने प्रार्थना केली, 'हे परमेश्वरा, माझी स्मरणशक्ती फारच कमजोर आहे. तुला तर माझ्या सर्व प्रार्थना पाठ असतील. आता मी सावकाश तीन वेळा क, ख, ग... ही वर्णमाला ज्ञ पर्यंत म्हणतो. त्यापासून तूच प्रार्थना तयार करून घे.'

त्यानंतर त्याने वर्णमालेचं उच्चारण केलं. ईश्वराने आपल्या भक्ताला सांगितलं,

'आजपर्यंत माझ्याकडे कितीतरी प्रार्थना आल्या परंतु आजची ही प्रार्थना सर्वोच्च, सर्वश्रेष्ठ प्रार्थना आहे.'

आपण आपल्यापेक्षा जो श्रेष्ठ आहे, नेहमी त्याला प्रार्थना केली पाहिजे. प्रार्थना केल्याने त्याच्यापर्यंत पोहोचण्याची शक्यता वाढते. आपल्या जीवनात आपण ज्याला महान समजतो जसं, सेल्फ, सत्य, साक्षी, ईश्वर, गुरू, नियती, अस्तित्व, आपलं अंतःकरण, शक्ती, पार्वती, मायापती, आदिनारायण, लक्ष्मीनारायण, परब्रह्म इत्यादी. ज्यांच्यावर आपला विश्वास आहे, श्रद्धा आहे, त्यांना प्रार्थना करावी.

आपली दिनचर्या सुरू करण्यापूर्वी ही प्रार्थना करा :

हे ईश्वरा! मी कोणत्या गोष्टी बदलू शकतो आणि कोणत्या गोष्टी बदलण्यास असमर्थ आहे' याची समज तू मला दे. ज्या गोष्टी मी बदलू शकतो, त्या बदलण्याची शक्ती मला दे.

ज्या गोष्टी मी बदलू शकत नाही त्या सहन करण्याची शक्ती मला दे.'

ईश्वराचं प्रेम आणि आशीर्वाद प्राप्त करण्यासाठी ही प्रार्थना करा –

हे परमेश्वरा! मला केवळ प्रेम आणि आशीर्वाद दे.

या व्यतिरिक्त मला काहीही देऊ नकोस.

कारण जेव्हा तुझं प्रेम आणि आशीर्वाद मला मिळतील,

तेव्हा इतर सर्व गोष्टी मला आपोआप प्राप्त होतील.'

प्रार्थनेत ईश्वराकडून जर काही मागायचंच असेल, तर ईश्वराला प्रेम मागा.

२. ईश्वरप्राप्तीची मागणी - प्रार्थना

एक राजा होता. त्याच्या तीन राण्या होत्या. त्या तिन्ही राण्यांवर त्याचं अतिशय प्रेम होतं. एके दिवशी त्याने तिन्ही राण्यांना बोलावून घेतलं आणि विचारलं, 'मी परदेशात जात आहे. तिथून परत येताना तुमच्यासाठी काय आणू? आजपर्यंत आपण तिघींनीही माझ्यावर खूप प्रेम केलं. त्यामुळे मी फार खुशीत आहे. या प्रेमाच्या मोबदल्यात मी आपल्याला काहीतरी देऊ इच्छितो. खरंतर त्या प्रेमाच्या मोबदल्यात जी काही भेटवस्तू आणेन तिचं मोल तुमच्या प्रेमाइतकं असूच शकत नाही. तरीपण आज तुम्ही जे सांगाल ते तुमच्यासाठी नक्कीच घेऊन येईन.' राजाने तिन्ही राण्यांना विचार करण्यासाठी एक

दिवसाचा कालावधी दिला. दुसऱ्या दिवशी त्यांना बोलावून घेतलं.

पहिली राणी म्हणाली, 'माझ्यासाठी दागिने आणि नवरत्नांचा हार आणा. मला त्याची आवड आहे.'

दुसरी राणी म्हणाली, 'माझ्यासाठी वेगवेगळ्या देशातील मौल्यवान वस्त्रं आणा.'

तिसऱ्या राणीला जेव्हा बोलावलं, तेव्हा ती म्हणाली, 'मला कुठलीच वस्तू, दागिने अथवा वस्त्रं नकोत. मला फक्त तुम्ही हवे आहात. तुमच्याकडे मी तुमचीच मागणी करत आहे. आपल्याशिवाय अन्य कशानंही माझं समाधान होणार नाही.' राजा तिचा प्रेमभाव बघून फार खुश झाला आणि तो स्वत:च तिच्याप्रति समर्पित झाला.

अशा प्रकारे ईश्वराकडून ईश्वरालाच मागितल्यानं त्याचं सर्वच आपलं होईल.* आपण जर ईश्वराकडून सुख-सुविधा, चैनीच्या वस्तू आणि भौतिक वस्तूंची मागणी करण्यासाठी प्रार्थना करत असाल, तर नकली खुशी प्राप्त कराल. अन्यथा बरंच काही मिळू शकलं असतं.

३. प्रार्थना मोक्षप्राप्तीचं पहिलं पाऊल आहे

प्रत्येक जण कळत नकळत प्रार्थना करतच असतो. जीवनात काहीतरी मिळवण्यासाठी माणूस प्रार्थना करत असतो. प्रार्थनेत प्रचंड शक्ती असते. प्रार्थना फार मोठं काम करू शकते. प्रार्थनेत जर भाव नसतील, तर काहीच लाभ होणार नाही. तुमचे भाव फार मोठं काम करू शकतात. प्रार्थनेत शब्दांचा वापर केला जातो. कारण शब्द भाव जागृत करण्यास मदत करत असतात. काही लोक प्रार्थनेत शब्दांचा पुनरुच्चार करतात. सुरुवातीला त्या शब्दात भाव नसतात, परंतु जसजसं शब्दांचं उच्चारण करत जाल तसतसं शब्दात भाव निर्माण होऊ लागतात. म्हणून प्रार्थनेच्या वेळी शब्द आणि भाव दोन्हींना महत्त्व असतं. अन्यथा माणूस असा विचार करतो, 'मला कोणती प्रार्थना करायची आहे? प्रार्थनेत काय म्हणायचं असतं तेच मला माहीत नाही, त्यामुळे मी प्रार्थना करणार नाही.' असा विचार करून जे लोक प्रार्थना करत नाहीत, त्यांना एवढंच सांगावंसं वाटतं, 'जे आपल्या मनात आहे तेच प्रार्थनेत बोलत राहा. जर आपल्या मनात मोक्षप्राप्तीचे भाव असतील, तर केवळ ए.बी.सी.डी. म्हटलं तरी ती प्रार्थना होऊ शकते.

शब्दांमागे, अक्षरांमागे कोणते भाव दडले आहेत, हे महत्त्वाचं आहे. प्रार्थनेला

---

*हे चिन्ह असलेल्या ओळीवर मनन करा.

साचेबंद करणं योग्य नाही. शब्दांचा उपयोग भावनिर्मितीसाठी करावा. सत्यशोधक जेव्हा ईश्वराचा शोध घेऊ लागतो, तेव्हा त्याला मोक्ष म्हणजे नेमकं काय, हेच माहीत नसतं. ईश्वर कसा आहे? तो कुठे राहतो? मोक्षप्राप्ती आणि ईश्वरदर्शनात काय फरक आहे? या प्रश्नांची उत्तरं ईश्वराचा शोध घेण्यापूर्वी मिळवली पाहिजेत.

मार्गदर्शन करण्यासाठी जर गुरू नसतील, तर आपल्या कर्मांची फळं कोण देतो, असं मनन साधक करतो. कोणत्या कर्मासाठी कोणतं फळ दिलं पाहिजे हे कोण ठरवतं? कर्मफळ केव्हा मिळावं, हे कोण निश्चित करतं? साधक ईश्वराविषयी अनेक लोकांकडून विविध गोष्टी ऐकत असतो. वेगवेगळ्या नावानं ओळखल्या जाणाऱ्या ईश्वरावर भरवसा ठेवून तो त्याचा उपयोग स्वतःच्या स्वार्थासाठी करून घेतो. तो एकाच नाही तर अनेक देवतांची भक्ती करत असतो. उदाहरणार्थ, धनदौलत हवी असेल, तर लक्ष्मीची पूजा करतो. एखादं नवं काम निर्विघ्नपणे पार पाडण्यासाठी तो गणपतीची पूजा करत असतो. ज्ञानप्राप्तीसाठी तो सरस्वतीची उपासना करतो. तपश्चर्येचं फळ त्वरित मिळावं म्हणून भगवान शंकर (भोलेनाथ) आहेतच. ब्रह्मचारी लोकांसाठी वेगळा असा देव म्हणजे हनुमान. छोट्या बालकाच्या रूपात मनमोहक चेहऱ्याचा ईश्वर पाहिजे तर बाळकृष्ण. वैभवप्राप्तीसाठी माणूस भगवान विष्णूची आराधना करतो.

ईश्वर एक नसून अनेक आहेत अशा धारणेत साधक अडकलेला असतो. एखाद्या माणसाच्या अंगात देवी किंवा देव संचार करतो... उपवास मोडल्यास 'तो देव' नाराज होतो... अमुक दिवशी केस कापले तर... अमक्या दिवशी आंबट खाल्ल्यास देव नाराज होतो... हा देव रागीट आहे... हा दयाळू आहे... अशा कितीतरी धारणांमध्ये तो अडकून राहतो.

ईश्वराची अनेक रूपं आहेत अशी साधक कल्पना करतो. तो वेगवेगळे ईश्वर आहेत असं मानून प्रार्थना करतो. प्रार्थनेचं फळ मिळालं नाही तर त्याचा विश्वास डळमळू लागतो. ईश्वर अनेक आहेत या धारणेतच तो अडकून राहतो.

मात्र, समज प्राप्त झाल्यानंतर ईश्वर एकच आहे हे त्याच्या लक्षात येतं. आपली भक्ती, प्रार्थना एकाच मूळ स्रोतापर्यंत पोहोचते; जी सत्याची शक्ती आहे याची जाण त्याला येते. त्यानंतर मात्र तो ईश्वर एकच आहे हे जाणून प्रार्थना करू लागतो. त्या क्षणी त्याची आकाराकडून निराकाराकडे जाण्याची तयारी सुरू होते. सर्व काही ईश्वरच आहे, असा दृढ विश्वास त्याच्या ठायी निर्माण होतो. ईश्वर निर्गुण आहे, असीम आहे हे जाणल्यानंतर ईश्वराविषयी वाटणारी त्याच्या मनातील भीती नाहीशी होते आणि त्या ठिकाणी आदरभाव उत्पन्न होतो.

या अवस्थेमध्ये त्याला 'एकाला साध्य केलं, की सर्व काही साध्य होतं. पण सर्वांना साध्य करायचं तर एकही साध्य होणार नाही' हे त्याला समजतं. याचाच अर्थ, अनेक देवदेवतांना खुश करण्याच्या नादात एकालाही खुश करता येत नाही. म्हणून कोणत्याही धारणेमध्ये न अडकता प्रार्थनेचा खरा आणि योग्य अर्थ साधकाने समजून घेणं आवश्यक आहे. मोक्षप्राप्तीतील प्रार्थनेचं महत्त्व जाणून घ्यायला हवं. ज्याला प्राप्त करण्यासाठी मनुष्य प्रार्थना करतो, ज्याचं मार्गदर्शन मिळवण्यासाठी ईश्वराचं स्मरण करतो, त्याची सादच प्रार्थनेच्या शक्तीला जागृत करते. त्यामुळे त्याच्यात जिज्ञासा भाव वाढतो. प्रार्थना केल्यामुळे त्याची सत्याविषयीची ओढ वाढते आणि त्याच्या जीवनात गुरूंचं आगमन होतं.

४. ईश्वराची कृपा प्राप्त करण्याचा पहिला उपाय : प्रार्थना

ईश्वरकृपेनंच ईश्वराची माया लक्षात येते आणि त्याच्याच कृपेनं मायाजालातून बाहेरही पडता येतं. प्रेक्षकांनी आपली जादू ओळखावी अशी त्या जादूगाराचीच इच्छा असते, म्हणून त्याची हातचलाखी प्रेक्षकांच्या लक्षात येते. अगदी तसंच या विश्वाच्या महान जादूगाराची म्हणजेच ईश्वराची इच्छा होईल, तेव्हाच आपण त्याची माया समजू शकाल. या सर्व गोष्टी लक्षात येतील, तेव्हाच त्या महान जादूगाराला प्रार्थना केली जाईल, 'हे कृपाळू परमेश्वरा, तू जो हा मायेचा खेळ मांडला आहेस, तो प्रकट कर.'

ईश्वरकृपेनं गुरुप्राप्ती होते आणि गुरुकृपेनं ईश्वरप्राप्ती. ईश्वरकृपा होण्यासाठी प्रार्थनेची नितांत गरज असते.

अनेक लोक नित्यनियमाने प्रार्थना करतात, ज्यात काही पाठ वाचले जातात, श्लोक म्हटले जातात. जप-नामस्मरण केलं जातं किंवा सुखशांती मिळावी म्हणून प्रार्थना केली जाते. वेगवेगळ्या आसनात (उदाहरणार्थ, वज्रासन, पद्मासन, सुखासन) बसून प्रार्थना केली जाते. काही लोक उभे राहून, बसून, चालताना-फिरताना किंवा झोपूनही प्रार्थना करतात. काही लोकांची प्रार्थना पूर्ण होते, तर काहींची होत नाही.

जेव्हा प्रार्थनेचं फळ मिळत नाही, तेव्हा लोकांच्या वेगवेगळ्या प्रतिक्रिया दिसून येतात. ते म्हणतात, 'कदाचित योग्य रीतीने प्रार्थना केली नसेल म्हणून फळ मिळालं नाही' आणि ईश्वराला दोष देत बसतात. काही लोक म्हणतात, 'आम्हाला प्रार्थना करताच येत नाही.' काही म्हणतात, 'या गोष्टी कदाचित आमच्या नशिबातच नसतील.' काही लोक असाही विचार करतात, 'मागील जन्मातील पुण्याई कमी पडली. म्हणून

ईश्वर आमची प्रार्थना ऐकत नाही, तो बहिरा आहे. माझ्या बाबतीतच परमेश्वर असा का वागतो? कदाचित तो माझ्यावर नाराज असेल. श्रीमंत-गरीब असा भेदभाव त्याने करायला नको होता...' इत्यादी.

एके दिवशी मुलाने आपल्या वडिलांना चॉकलेट मागितलं. तेव्हा वडील म्हणाले, 'ईश्वराची प्रार्थना केलीस, तर तुला चॉकलेट नक्कीच मिळेल.' मुलाने रात्री ईश्वराची प्रार्थना केली आणि सकाळी उठून पाहतो तो काय, बिछान्यावर चॉकलेटचा डबा! प्रत्यक्षात मुलगा झोपी गेल्यावर त्याच्या वडिलांनीच चॉकलेटचा डबा त्याच्या अंथरुणावर ठेवला होता.

अशा प्रकारे तो मुलगा जी प्रार्थना करायचा ती वस्तू त्याला मिळायची. मुलाच्या मनात प्रार्थनेविषयी दिवसेंदिवस विश्वास वाढत चालला. तो रोज परमेश्वराचे आभार मानू लागला. कधी तो सायकलची मागणी करायचा, तर कधी कंपास बॉक्सची. मुलगा कोणती वस्तू मागेल, याचा वडील आधीच अंदाज लावत. त्यामुळे तो काही मागायच्या आधीच ते ती वस्तू आणून ठेवीत. जसजसा मुलगा वयानं वाढत गेला तशा त्याच्या मागण्याही वाढत गेल्या आणि प्रार्थनेवरचा त्याचा विश्वास अधिकच वृद्धिंगत होत गेला.

एके दिवशी त्या मुलाला कॅल्क्युलेटरची गरज भासली. वडिलांनी त्याला प्रार्थना करायला सांगितली. त्या दिवशी संध्याकाळी मुलाचं लक्ष वडिलांच्या शर्टाच्या खिशाकडे गेलं. त्याला वडिलांच्या खिशात कॅल्क्युलेटरसारखी वस्तू असल्याचं जाणवलं. त्यावेळी त्याने त्या गोष्टीकडे फारसं लक्ष दिलं नाही. मात्र त्या दिवशी त्याने प्रार्थना केलीच नाही. परंतु त्याच्यासाठी तो दिवस मात्र फार नवलाईचा होता. कारण सकाळी उठताच त्याला हवा असलेला कॅल्क्युलेटर त्याच्या अंथरुणावर हजर होता. तेव्हा त्याला त्या रहस्याचा उलगडा झाला. प्रार्थना कशी पूर्ण होते, कशी फलित होते, हे त्याला कळालं. प्रत्यक्षात त्याचे वडीलच त्याला हव्या असलेल्या सर्व वस्तू आणून ठेवत. हे त्याच्यासाठी फार मोठं रहस्य होतं. त्याला त्या गोष्टीचा आनंदही होत होता. त्याला वडिलांची शक्कल समजली होती. या रहस्याचा उलगडा झाल्यानंतर आता वडील त्याला ठकवू शकत नव्हते. त्यानंतर त्याला दुसरं रहस्यही समजलं. त्याच्या वडिलांची आता हीच अपेक्षा होती, की मुलाला हे रहस्य कळावं. म्हणूनच त्यांनी हेतुपुरस्सर तो कॅल्क्युलेटर वरच्या खिशात ठेवला होता.

हे जग मायावी आहे. त्या महान जादूगाराचा हा खेळ आहे, ईश्वराची लीला आहे. जेव्हा ईश्वराची इच्छा होते, तेव्हाच या गोष्टी समजतात. अन्यथा या जगालाच सत्य समजून आपण दुःखी जीवन कंठत असतो. हे अवघं जग एक माया आहे, हे रहस्य उलगडताच आपण या खेळात, या मायेत गुंतून राहत नाही. जीवन एक खेळच बनतं. अंधार-प्रकाश, सुख-दुःख, आशा-निराशा, हार-जीत... यांचा खेळ. या खेळाकडे आपण केवळ खेळ म्हणूनच पाहिलं तर त्यात अडकणार नाही. या जगात आपण साक्षी बनून जगू शकतो. परंतु त्या महान जादूगाराची (ईश्वराची) इच्छा होईल, तेव्हाच हे सर्व शक्य आहे.

५. कृपा कर, आम्हाला या मायाजालातून मुक्त कर

हे परमेश्वरा, कृपा करून आम्हाला या मायाजालातून मुक्त कर.

त्या मायेच्या जादूगाराला, जो आपल्याला या मायेतून मुक्त करू शकेल त्याला प्रार्थना करा, 'कृपा करा, कृपा करा, मायेतून आम्हाला मुक्त करा.'

आपल्याला कोणी गुरू नसेल... आपली कोणावर श्रद्धा नसेल... आपल्याला बंधनापासून आपलं रक्षण करणारा भाऊ जर आपल्याला नसेल, तर आपण निराश होण्याची आवश्यकता नाही. कारण या सर्वांव्यतिरिक्त आपल्याजवळ एक शक्ती आहे ती म्हणजे 'प्रार्थना'. प्रार्थनेत प्रचंड शक्ती आहे. परंतु ती हृदयापासून, अगदी श्रद्धेनं केली जावी.

बागेतील एका वृक्षावर काही कबुतरं बसायची. एके दिवशी अचानक एका कबुतरावर संकट ओढवलं. एक शिकारी रोज तिथं यायचा आणि एका कबुतराची शिकार करून घेऊन जायचा.

एकदा त्या वृक्षावर दोन कबुतरं बसली होती. त्यांनी शिकाऱ्याला येताना पाहिलं. पण त्याचवेळी वरती आकाशात एक घार घिरट्या घालत होती. त्या दोन कबुतरांपैकी एक कबुतर म्हणालं, 'आता काय करायचं? बसून राहावं तर बाण लागू शकतो. उडून जावं तर घार सोडणार नाही.' तेव्हा त्यातील एक कबुतर म्हणालं, 'आता यातून जीव वाचवण्याचा, सहीसलामत सुटण्याचा एकच उपाय आहे 'प्रार्थना.' नंतर त्यांनी प्रेमभावनेनं, श्रद्धेनं प्रार्थना केली, 'आम्हाला या शिकाऱ्यापासून वाचवा.'

प्रार्थना संपताच त्यांनी पाहिलं, की शिकारी अगदी नेम साधून बाण सोडणार

तोच त्याला एका विंचवाने जबरदस्त नांगी मारली. परिणामी त्या भयानक वेदनेमुळे त्याच्या हातून बाण तर सुटला पण तो कबुतरांऐवजी आकाशात घिरट्या घालणाऱ्या घारीला जाऊन लागला. हाच तो प्रार्थनेचा परिणाम! अशा रीतीने एकाच वेळी कबुतरांचे दोन्ही शत्रू नष्ट झाले.

प्रार्थनेच्या बाबतीत माणसाकडून एक चूक होण्याची शक्यता असते. तो ईश्वराकडून प्रार्थनेचं फळ प्राप्त करण्याची अपेक्षा करत असतो. परंतु फळ मिळताच, प्रार्थना फलित होताच, त्याचं श्रेय मात्र स्वतःकडे घेतो आणि ईश्वराला विसरून जातो. त्याला वाटतं, की योग्य वेळी योग्य त्या नातेवाइकाला फोन केल्यामुळे, केवळ माझ्या प्रयत्नांमुळे हे काम पूर्ण झालं, यशस्वी झालं.

माणूस केवळ अहंकारामुळे प्रार्थनेचा परिणाम विसरतो. तो प्रार्थनेची शक्ती समजू शकत नाही. या चुका माणसाकडून होतात. प्रार्थनेचं फळ मिळालं नाही, की तो दुःखी होतो. माणूस मोहमायेत अडकून संकटांपासून बचाव करण्यासाठी तात्पुरते, क्षणभंगुर उपाय शोधू लागतो. त्यावेळी त्याच्या हे लक्षात येत नाही, की त्याने प्रार्थना अज्ञानवश, अल्पबुद्धीने केली होती. म्हणून प्रार्थना केल्यानंतर एक गोष्ट लक्षात ठेवा, की प्रार्थनेमुळे कोणाचंही नुकसान होता कामा नये.

६. ईश्वराकडे कोणती प्रार्थना कराल

एक माणूस अशी प्रार्थना करतो, 'नशिबानं झाडावर जर पैसे लागले असते तर मी कधीच टुमदार छानसा बंगला बांधला असता. बायकोसाठी मौल्यवान दागदागिने खरेदी केले असते.' परंतु त्याच्या हे लक्षात येत नाही, की झाडावर खरोखरच पैसे लागले असते, तर बंगला बांधण्यासाठी किंवा त्याची साफसफाई करण्यासाठी त्याला मजूर तरी मिळाले असते का?

प्रत्येकाला धन, पद, प्रतिष्ठा आणि वैभव इत्यादी अवश्य मिळालं पाहिजे. परंतु माणसानं त्यातच अडकून राहू नये. त्याने त्या मोहापासून चार हात लांब राहिलं पाहिजे, अलिप्त राहिलं पाहिजे. त्यासाठी परमेश्वराकडे नेहमी अशी प्रार्थना करा-

हे परमेश्वरा! मला तुझा उपहार अलिप्ततेच्या पेटीत दे.
हे ईश्वरा! जे काही तू माझ्यासाठी बनवलं आहेस,
ते मला अलिप्ततेच्या पेटीतून मिळू दे.

जे काही मला मिळेल त्यातून मी
उच्च प्रतीची अभिव्यक्ती करू शकेन
असा आशीर्वाद दे.

धन्यवाद!

या प्रार्थनेतील 'अलिप्ततेची पेटी'चा अर्थ, आपल्याला जे काही मिळेल त्याच्या मोहात आपण अडकता कामा नये. कारण मोहामुळे दुःख वाढतं आणि सुखामुळे आसक्ती. लोक चुकीची प्रार्थना करून जगातील प्रत्येक वस्तू मिळवू शकतात. परंतु त्यांना त्या वस्तूंमुळे आनंद मिळत नाही.

यासाठी प्रार्थनेच्या आधी तेज प्रार्थना करायला हवी. तेज प्रार्थनेमध्ये साधक प्रार्थना अशी करतो –

हे परमेश्वरा! मोक्ष काय आहे ते मला ठाऊक नाही;
त्याची साधी कल्पनासुद्धा मी करू शकत नाही.
परंतु मी माझे भाव तुझ्यापर्यंत पोहोचावेत म्हणून शब्द व्यक्त करत आहे.
जे अंतिम सत्य (मोक्ष) आहे, ज्या सत्याबाबत अनेक
महापुरुषांनी संकेत दिले आहेत, ते सत्य मला प्राप्त व्हावं.

धन्यवाद!

गौतम बुद्धांनी कोणत्या सत्याबाबत सांगितलं आहे? त्यांना कोणतं सत्य गवसलं होतं? गुरू नानकांना कोणतं ज्ञान प्राप्त झालं होतं? महावीर, रामकृष्ण परमहंस कोणत्या सत्याबद्दल सांगत होते? या सर्व गोष्टी स्मरणात ठेवून समजपूर्वक प्रार्थना केली, तर ती खरी प्रार्थना ठरेल. त्यानंतर प्रार्थनेच्या परिणामानुसार पुढील घडामोडी सुरू झालेल्या आपल्याला दिसतील. परंतु या सर्व गोष्टींची तुम्हाला काहीच माहिती नसेल, तर आपण पुढे कसे जाल? उचित जाण ठेवून, योग्य 'समज' ठेवून प्रार्थना कराल, तर आपल्या प्रयत्नांचं हेच पहिलं पाऊल ठरेल.

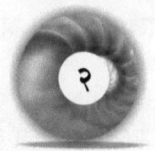

२

मोक्षाची दुसरी पायरी

मोक्षप्राप्तीसाठी प्रयत्न

हिंदू, मुसलमान, शीख, ख्रिश्चन यांच्यासाठी सत्संग नसतो, तर तो मानवासाठी असतो. अंतिम सत्य जाणण्यासाठी सत्यप्राप्तीची ओढ, ही पहिली पायरी आहे. ज्यांच्यामध्ये सत्य प्राप्त करण्याची उत्कट तृष्णा असते, ते सत्यासमीप पोहोचताच स्वत: सत्य बनतात. सत्य (ईश्वर, अनुभव) मिळवण्यासाठी जेव्हा आपण प्रयासरहित प्रयास करतो, तेव्हाच ते प्राप्त होतं. अध्यात्म म्हणजे आदि आत्म, आत्म्याच्या आधी सहज बुद्धी जागृत झाल्यानंतर सत्याचा शोध सुकर होतो.

एक स्त्री नेहमी सत्संगात जात असे. प्रवचन संध्याकाळी असायचं. एके दिवशी सत्संग संपवून रात्री घरी पोहोचायच्या आत तिचे पती घरी आलेले होते. पतीसाठी रात्रीचं भोजन बनवून, ते झाकून ठेवून मगच ती सत्संगात गेली होती. पतीने घरी आल्यानंतर स्वयंपाकघरात जेवणाची शोधाशोध केली, पण त्याला ताट दिसलं नाही. मग तो पत्नीची वाट पाहत बसला. आता त्याला सत्संग कधी संपणार, कधी पत्नी घरी येणार आणि कधी जेवण वाढणार, असं झालं होतं. पत्नी घरी येताच पतीदेवांचा पारा चढला, 'तू माझा विचारच करत नाहीस. माझ्यासाठी जेवणसुद्धा तयार करून ठेवलं नाहीस. भुकेनं माझ्या पोटात कावळे कोकलतायत, पण तुला माझी काळजीच नाही.' पत्नीने शांतपणे उत्तर दिलं, 'आपण नीट पाहिलं नाहीत. मी तर स्वयंपाक करून या कोपऱ्यात ठेवला होता.' पतीदेव ओरडले, 'मी तर त्या कोपऱ्याकडे गेलोच नाही.' तेव्हा पत्नी म्हणाली, 'असं असेल तर याचाच अर्थ तुम्हाला जास्त भूक लागलेली नाही.'

खरोखरच त्या माणसाला जर कडकडून भूक लागली असती, तर त्यानं

स्वयंपाकघराचा कोपरा न् कोपरा पालथा घातला असता. पत्नीची वाट पाहत तो टीव्ही बघत बसला नसता.

आपल्या बाबतीतसुद्धा असं कितीतरी वेळा घडतं. आपण जेव्हा घरी पोहोचतो, तेव्हा आपल्याला खूप भूक लागलेली असते. स्वयंपाकघरात स्वयंपाकाची तयारी चालू असते. काही पदार्थ बनवलेले असतात व काही अजून बनवायचे असतात. अशा वेळी आपण काय करतो? त्वरित एखादा पदार्थ घेतो आणि खायला लागतो. अशा वेळी थाळी, वाटी, चमचा हवा, असा विचार तरी करतो का? इतर कशाचाही विचार न करता सरळ अन्नावर तुटून पडतो.

परंतु सत्यप्राप्तीसाठी येणारे साधक जेव्हा ज्ञानाचा शोध घेण्यासाठी येतात, तेव्हा असा विचार करतात, 'आपल्याला कोणत्या प्रकारे ज्ञान दिलं जातं, कोणत्या शब्दात, कोणत्या शैलीत शिकवलं जातं. इथं गीतेतील श्लोक सांगितले जातात का? कुराणाचं ज्ञान दिलं जातं का? बायबलमधील काही सांगितलं जातं का? अमुक असेल तरच सत्यप्राप्ती होईल; अन्यथा इतरत्र शोध घ्यावा लागेल.'

अशा लोकांना सांगितलं जातं, की इथं असं काही होत नाही, काही मिळत नाही अथवा आपल्या कल्पनेप्रमाणे ज्ञान दिलं जात नाही. हिंदू, मुस्लीम, शीख, ख्रिश्चन इत्यादींसाठी इथं वेगवेगळे सत्संग होत नाहीत. सत्संग तर केवळ मनुष्यासाठी असतो. जे लोक सर्व प्रकारचे लेबल्स काढून केवळ माणूस बनून सत्संगात येतात, त्यांना मोक्षाचा अनुभव मिळतो. त्यांची तृषा शमते आणि त्यांना संतुष्टी लाभते.

सत्यसाधकाला अगदी प्रारंभीच सत्य दिलं जात नाही. सत्संगात येताच सत्याबद्दल सांगितलं जात नाही. सर्वप्रथम सत्याविषयीची तृष्णा जागृत होईल असं काही त्याला ऐकवलं जातं. त्याच्यात 'मला सत्याचा बोध व्हावा' अशी आंतरिक इच्छा निर्माण केली जाते. 'आम्ही आधी अगदीच अज्ञानी होतो. आम्हाला काहीच माहीत नव्हतं, आता स्वतःच्या अज्ञानाविषयी बरीच माहिती मिळाल्याने आम्ही सत्याशिवाय राहू शकत नाही. आता आम्हाला सत्य प्राप्त करायचंच आहे.' साधकाच्या मनाची अशी तयारी झाली, की तो थाळी, वाटी, चमचा यांच्या भानगडीत पडत नाही. उदाहरणार्थ, त्याच्या मनात कोणतीही शंका राहत नाही. म्हणजे गुरुजींना दाढी आहे की नाही... ते परिपक्व, वयोवृद्ध आहेत किंवा नाही... त्यांनी ठरावीक कपडे परिधान केलेत की नाही... ते ताईत बांधतात की गंडा?... या सर्व बाबी थाळी-वाटीसारख्याच आहेत. साधकाच्या मनात जेव्हा सत्याची खरी तृष्णा

जागृत होते, तेव्हा तो विचार करतो, 'थाळी स्टीलची असो की पितळेची, याच्याशी मला काही घेणं-देणं नाही. मी केवळ भोजनावर (सत्यावर) लक्ष केंद्रित करेन.'

या सर्व बाह्य गोष्टी दुर्लक्षित करून आपण जर केवळ सत्य श्रवण केलंत, तर निश्चितच आपल्याला त्याचा लाभ होईल. शिवाय हा लाभ असा असेल, जो आपल्याला लाभ-हानीच्या पल्याड घेऊन जाईल. आपण फायदा-तोटा यांपासून मुक्त व्हाल. यासाठी सत्याची ओढ लागणं गरजेचं आहे. आपल्याला सत्याविषयी जिव्हाळा, आकर्षण, ओढ निर्माण झाली, तर सत्य सहजगत्या प्राप्त होऊ शकेल. अंतिम सत्य जाणण्यासाठी सत्यप्राप्तीची ओढ, ही पहिली पायरी आहे. खरी तृष्णा नसेल तर माणूस बाह्य गोष्टीतच अडकून राहतो.

एक राजा होता. त्याची प्रजा त्याला नेहमी म्हणत असे, 'आम्हाला आपलं दर्शन घडत नाही. कृपा करून आम्हाला दर्शन द्यावं.' राजा म्हणाला, 'ठीक आहे. येत्या रविवारी पाठशाळेच्या मैदानावर मी आपल्याला भेटेन.' मग रविवारी सर्व प्रजा पाठशाळेच्या मैदानावर जमली. राजाने त्या मैदानावर मेळ्याचं आयोजन केलं. काही वस्तू दुकानातून मोफत मिळतील अशी सोय केली. खाण्यापिण्याचे पदार्थही सर्वांना फुकट वाटले. तिथं राजा आपल्या शामियान्यात बसला होता. दुकानातून सर्व गोष्टी फुकट मिळत होत्या. त्यामुळे अधिकतर लोक मौजमस्ती करण्यातच दंग होते. त्यामुळे फार कमी लोक राजाला भेटायला गेले. या आधी प्रजा तक्रार करत होती, की राजाचं दर्शन होत नाही, राजाला भेटायला मिळत नाही. पण वास्तवात किती लोक राजाला भेटायला उत्सुक होते? किती लोक त्याच्या दर्शनासाठी आसुसलेले होते? असेच प्रश्न मोक्षाविषयी, ईश्वरावरील प्रेमाविषयी उपस्थित होतात. म्हणजे खरोखरच किती लोकांना मोक्ष पाहिजे? किती लोकांना परमेश्वराविषयी खरं प्रेम आहे?

सत्याविषयी ओढ निर्माण झाल्यानंतर अशी तीव्र इच्छा होते, की 'कोठूनही, कुठल्याही क्षणी, कुठेही आणि आता या क्षणीच मला अंतिम सत्य ऐकायचं आहे.' अशा अवस्थेत पोहोचल्यानंतरच प्रयत्न सुरू होतात. कारण सत्याचा शोध घेण्यासाठी कोणतीही शारीरिक कसरत करावी लागत नाही. सत्याचा शोध घेताना केवळ सत्य-श्रवणाची गरज असते. ईश्वराचा शोध घेत असताना त्याच्याविषयी इतकं उत्कट प्रेम आणि ओढ निर्माण व्हायला हवी, की साधकानं पुन:पुन्हा हेच म्हटलं पाहिजे,

'हे ईश्वरा! आता मला फक्त तू आणि तूच हवा आहेस.

तू भेटल्यावरच मी तृप्त होईन.
या विश्वातील अन्य कुठलीही वस्तू
आता माझं समाधान करू शकत नाही.
या मायावी जगाच्या मागे मी खूप धावलो,
विषय-वासना आणि इच्छापूर्तीसाठी खूप भटकलो.
या जगातील कोणतीही वस्तू विषय
माझी पिपासा भागवू शकत नाही.
बस! फक्त तू भेटला तरच मला समाधान मिळेल.
केवळ तूच माझी तहान भागवू शकशील.'

अशा प्रकारे आपलं हृदय जेव्हा ईश्वराला प्रेमानं साद घालतं, तेव्हाच ती साद प्रार्थनेचं रूप धारण करते. या प्रार्थनेमुळेच परमात्म्याशी मीलन घडतं. पुढे तीन प्रकारच्या लोकांचं वर्णन केलं आहे.

१. तहानलेले लोक

पहिल्या प्रकारामध्ये अतिशय तृषार्त असे लोक येतात. या तृष्णेमुळे त्यांच्या मनोशरीरयंत्राद्वारे शोध सुरू होतो. हा प्रयत्न सुरुवातीला विनासायास वाटतो. सर्वच शरीरांना कष्ट उचलण्याची, प्रयत्न करण्याची सवय नसते. नव्वद टक्के शरीरात तमोगुण असतो. तेव्हा सर्वांमध्येच प्रयत्न करण्याची इच्छा नसते. तमोगुणी प्रवृत्तीचा माणूस शेवटपर्यंत प्रयत्न करत नाही. अगदी प्राण कंठाशी आल्यानंतरच तो हालचाल करतो. अन्यथा अजगरासारखा सुस्त पडून असतो. पहिल्या प्रकारात असे लोक मोडतात. यांची तहान इतकी तीव्र असते, की सत्याजवळ पोहोचताच ते स्वत:च सत्य बनतात.

२. प्रयत्नवादी लोक

दुसऱ्या प्रकारचे लोक हे प्रत्येक गोष्ट प्रयत्नाने मिळवतात. असे लोक जो काही निर्णय घेतात अथवा संकल्प सोडतात तो पूर्ण करतात. ते कुठंही न थांबता, न अडखळता प्रत्येक वस्तू प्राप्त करतात. सारं काही मिळाल्यानंतर ते विचार करतात, 'आता प्रयत्न करून मिळवावी अशी कोणती गोष्ट राहिली आहे बरं!' कारण त्यांनी आतापर्यंत सर्व प्रयत्नानंच मिळवलेलं असतं. दानधर्म केल्यानं मिळणारी ख्याती, प्रतिष्ठा त्यांनी मिळवलेली असते. मग आणखी काय पाहिजे? तर मोक्ष! जो आतापर्यंत मिळाला

नाही. मग ते विचार करू लागतात; आता मी मोक्ष मिळविण्यासाठी प्रयत्न करेन आणि त्या दिशेनं त्यांचे प्रयत्न सुरू होतात.

अशा लोकांना प्रयत्न करण्यात कुठल्याही प्रकारचा त्रास होत नाही. ते तप करतात, ध्यानासाठी तासन्तास बसू शकतात. त्यांना त्रास होतो, कष्ट पडतात परंतु त्यांची निर्णयशक्ती आणि इच्छाशक्ती इतकी जबरदस्त असते, की ते सर्व प्रकारचे कष्ट, त्रास सहन करू शकतात. हळूहळू प्रयासरहित प्रयास कसे असतात, हे त्यांच्या लक्षात येऊ लागतं. भक्ती आणि प्रेमामुळे हे प्रयत्न सहज होतात हे त्यांना कळून चुकतं. भक्तीमध्ये संकल्पशक्तीची गरज नसते. आपण जेव्हा प्रयासरहित प्रयास करतो, तेव्हाच सत्य (ईश्वर, अनुभव) प्राप्त होतं. प्रयत्न करता करता एक क्षण असा येतो, की अचानक अगदी सहजगत्या सत्य समोर प्रकटतं.

३. सामान्य बुद्धीचे लोक

विपुल सामान्य बुद्धी असलेले लोक हे तिसऱ्या प्रकारात येतात. ते नेहमी विचार करतात, त्यांना हे जीवन का मिळालं? अशी कोणती गोष्ट आहे, जी फार कमी लोकांना मिळाली? संत कबीर कोणत्या सत्याबद्दल सांगत होते? ज्या सत्याबद्दल आजपर्यंत इतकं काही सांगितलं गेलं, ते सत्य नेमकं काय आहे? कसं आहे? मीरा कोणत्या भक्तीचं गुणगान गात होती? ही भक्ती कशी प्राप्त होते? ज्या सत्याबद्दल लोक वर्षानुवर्षे सांगत आले आहेत त्यात अवश्य काही तथ्य असेल. त्यांची सहज बुद्धी सांगत असते, जीवनात असं काही सत्य (अनुभव) आहे, जे जाणणं अत्यावश्यक आहे. परंतु लोक ते सत्य जाणून घेण्याचा प्रयत्न अजिबात करत नाहीत.

जीवनात सर्वप्रथम काय व्हायला हवं, जे घडल्यानंतर सर्व काही सहज, सोपं, सुरळीत होऊ शकतं. ज्यांची बुद्धी सामान्य असते, त्यांच्या हे सर्व लक्षात येतं. परंतु जिथं सहज बुद्धीचा अभाव असतो असे लोक समोर जे काही येईल ते करत राहतात. ज्या दिशेला त्यांना फिरवावं त्या दिशेला ते फिरतात. अशा एखाद्या माणसाला सांगितलं, चल सिनेमाला जाऊ, तर तो लगेच सिनेमा पाहायला तयार होतो. एखाद्याने त्याला सांगितलं, चल आज दिवसभर मस्त क्रिकेट पाहू, तर तो दिवसभर टीव्हीसमोर बसून राहतो. सामान्य बुद्धीचा माणूस विचार करतो, 'प्रत्येक जण हवं ते काम माझ्याकडून करवून घेतं. हे सर्व ठीक आहे, परंतु यापुढे मी मला निश्चितपणे काय करायचं आहे हे ठरवूनच ते काम करेन.' अशा प्रकारे सहज बुद्धी जागृत झाल्यानंतर सत्याचा शोध घेणं सोपं होतं.

खरंतर सत्याचा शोध हा सामान्य आणि व्यावहारिक बुद्धीचाच विषय आहे. वर्षानुवर्षे याच गोष्टीवर संशोधन चालू आहे. साक्षात्कारी लोकही नेमकं हेच सांगतात. म्हणजे या गोष्टीत निश्चितच काहीतरी तथ्य आहे. कोणा एकानेच फक्त असं सांगितलं असतं तर ते खोटं ठरवता आलं असतं. परंतु आजवर सर्व संत हेच सांगत आले आहेत. फक्त भगवान बुद्धानेच हे सांगितलं असतं, तर त्यांच्यापुरतंच हे तत्त्व मर्यादित राहिलं असतं. परंतु या पृथ्वीतलावर अनेक संत आणि महात्मे होऊन गेले. प्रत्येकानं हेच तत्त्व सांगितलं आहे. आदिशंकराचार्य, ज्ञानेश्वर, नामदेव, तुकाराम, जनाबाई, दयाबाई, सहजोबाई, मीराबाई, चैतन्य महाप्रभू, कबीर, गुरू नानक. एका पाठोपाठ एक अशी कितीतरी नावं सांगता येतील. या सर्व संतांनी कोणत्या सत्याविषयी सांगितलं आहे? रमण महर्षी कोणत्या अनुभवाबद्दल बोलतात? रामकृष्ण कोणत्या समाधीत मग्न राहत होते? सर्वच संतांनी मोक्षाच्या (सत्याच्या) संदर्भात एवढं काही सांगितलं आहे, त्या अर्थी नक्कीच त्यात काही तथ्य असलं पाहिजे. या संतांचं जीवनच सांगतं, की ते तहहयात किती आनंदात होते. प्रतिकूल परिस्थितीतसुद्धा ते आनंदात जगले.

अध्यात्माची नेमकी परिभाषा काय? अध्यात्म म्हणजे आदी आत्म. 'आत्मा' शब्द तर नंतर निर्माण झाला. आत्म्याच्या आधी जे तत्त्व आहे त्या तत्त्वाबद्दल अध्यात्मात विवेचन केलं जातं, परंतु तो विषय सोडून अन्य गोष्टींचाच काथ्याकूट होत राहतो. जे अनादी आहे, जे काळाच्याही आधी होतं, जे आदिनारायण होतं, ते काय होतं? त्यावर काम होत नाही. लोक भजन गात राहतात परंतु अर्थापर्यंत कोणीच पोहोचत नाही. मायापती कोण? आदिनारायण कोण? कोण अष्टविनायक? अष्टमायेचा अर्थ काय? असुर (सुरविरहित विकार) कोणते आहेत? असुरांचा प्रवेश आपल्या जीवनात कसा होतो? जेव्हा या सर्व गोष्टींचा सारासार विचार करू लागाल, तेव्हाच मुक्ती प्राप्त करण्याच्या दृष्टीने पाऊल उचललं जाईल.

आतापर्यंत आपल्या हे लक्षात आलं असेल, की मोक्षाच्या दुसऱ्या पायरीवर, चिकाटी, प्रयत्न आणि सामान्य बुद्धी यांचा महत्त्वाचा वाटा असतो. तृष्णा, प्रयत्न आणि सामान्य बुद्धी यांपैकी आपल्या जवळ काहीही असेल, तर आपल्यात सत्य जाणण्याची तृष्णा जागृत होऊ शकते. मोक्षप्राप्तीसाठी पहिलं पाऊल उचललं, प्रार्थना केली, त्यानंतर प्रयत्न चालू केले तर मग तिसरी आणि अतिशय महत्त्वाची मधली पायरी येईल आणि तीच पायरी तुम्हाला मोक्ष मिळवून देईल.

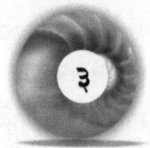

३

मोक्षप्राप्तीची तिसरी पायरी

मोक्षप्राप्तीसाठी योग्य गुरू

गुरूकडून ज्ञान कसं घ्यावं -गुरु-शिष्य संबंध आणि त्याचं महत्त्व - गुरूचं उत्तर-शिष्याचं अज्ञान, जीवित गुरूचं महत्त्व आणि होणारी बोधप्राप्ती - गुर्वाज्ञा. पहिली शक्ती - विचार शक्ती - सकारात्मक विचार नसले तर मोक्षप्राप्ती अशक्य-नकारात्मक विचारांना केवळ निमित्त बनवा - मनाचा आहार- विचार दुसरी शक्ती - वाक्य शक्ती - विचारांद्वारे प्रार्थना आणि शब्दात स्तुती- विवेकरूपी तलवार कशी चालवावी - चौथी शक्ती - वेदनशक्ती - गुरुकृपेने मोक्षप्राप्ती.

योग्य गुरू म्हणजे ज्यांना अनुभव, मोक्ष, कैवल्यावस्था, समाधी अवस्था यांची पारख आहे, अनुभव आहे. ज्यांना आत्मसाक्षात्कार झालेला आहे आणि जे सर्वांना साक्षात्कारी बनवू शकतात. ज्यांच्यामध्ये सर्वांना साक्षात्कारी बनवण्याची क्षमता आहे. जे मोक्षावस्थेला पोहोचले आहेत आणि सत्य सांगू शकतात, तिथं पोहोचणं सोपं की अवघड, हेदेखील सांगू शकतात. कोणालाच जर ते ठिकाण, तेजस्थान, अनुभव याविषयी काही माहिती नसेल, तर तेथे पोहोचणं सोपं किंवा कठीण हा निर्णय कोणी कसा घेऊ शकेल?

एका साधकाने प्रश्न विचारला, 'स्वानुभव (मोक्ष) प्राप्त करणं अत्यावश्यक आहे का? जीवन तर तसंही व्यतीत होतच असतं ना! अधिकतर लोक असेच असतात, ज्यांचं जीवन आत्मसाक्षात्कार न होताही सुरळीत चाललेलं असतं. प्रश्नकर्त्याला वाटतं, मी किती योग्य प्रश्न विचारला. मग साधक गुरूकडे जातो आणि म्हणतो, 'अमुक एका विद्वान पंडिताचं असं म्हणणं आहे, की आत्मसाक्षात्कार प्राप्त केल्याशिवाय जीवन व्यवस्थित व्यतीत करता येतं.' त्यावर गुरुजी म्हणाले, 'कॉम्प्युटर वापरावा की न वापरावा?

याबद्दलची माहिती जशी ज्याला कॉम्प्युटरचं ज्ञान असलेलाच देऊ शकतो, ज्याच्याकडे कॉम्प्युटर नाही तो कसा बरं देऊ शकेल?' ज्याला कॉम्प्युटरचं ज्ञान आहे तोच त्याचे फायदे आणि आवश्यकता याबाबत सांगू शकतो. तद्वत ज्याला आत्मसाक्षात्कार झालेला आहे, तोच मोक्षप्राप्तीचं महत्त्व सांगू शकतो.

कॉम्प्युटरचा आविष्कार झाला तेव्हा सर्वांनीच त्याला आधी विरोध केला. 'कॉम्प्युटर आला तर लोकांना नोकरीला मुकावं लागेल' असं त्यांना वाटत होतं. सुरुवातीला जेव्हा प्रत्येक संस्थेतून, बँकांतून, सरकारी कार्यालयातून कॉम्प्युटर बसवले गेले तेव्हा अधिकतर लोकांनी, नोकर वर्गाने त्याला विरोध केला. त्यानंतर लोकांनी कॉम्प्युटरचा वापर सुरू केला, तेव्हा ते त्याची निकड ओळखू लागले आणि कॉम्प्युटरचं महत्त्व त्यांच्या लक्षात आलं.

आपण जरा थंड डोक्यानं विचार केला तर समजेल, की मोक्षप्राप्ती करणं आवश्यक आहे किंवा नाही, याबाबत आपल्याला योग्य सल्ला कोण देऊ शकतो? आपण एखाद्या उंच डोंगरावरील मंदिरात दर्शनासाठी जातो, तेव्हाच आपल्याला तो डोंगर चढणं किती कठीण असतं हे समजतं. तिथं गेल्याशिवाय, तो अनुभव घेतल्याशिवाय आपण त्याविषयी कसं सांगू शकणार? काही लोक येऊन सांगतात, 'आमचे आईवडील सांगतात, आत्मसाक्षात्कार प्राप्त करणं फार कठीण काम आहे.' तेव्हा त्यांना सांगावंसं वाटतं, हे सांगण्यासाठी किंवा अनुभवण्यासाठी किमान तिथवर जाऊन येणं अत्यावश्यक आहे. जोपर्यंत आपण स्वत: अनुभव घेत नाही, तोपर्यंत असं विधान करण्याचा तुम्हाला कोणताही अधिकार नाही.

मात्र अज्ञानवश लोक नकळत का असेना इतरांना चुकीचं मार्गदर्शन करण्यात व्यस्त असतात. खरंतर असे लोक चुकीचा मार्ग दाखवतात.

आत्मसाक्षात्कार प्राप्त केल्याशिवाय जीवन व्यतीत होऊ शकतं ही गोष्ट तशी तर्कशुद्ध वाटते. परंतु सर्वच लोक आजारी असतील, रुग्ण असतील तर त्यांचा आजार हा आजार वाटतच नाही. त्यासाठी त्यांना दवाखान्यात जायची गरजही भासत नाही. पण जो आजारातून बरा होऊन येतो तोच दवाखान्याचं महत्त्व आणि आवश्यकता सांगू शकतो. ही बाब लक्षात घ्यायला हवी.

एखादा माणूस जेव्हा विचारतो, मोक्षप्राप्तीची खरंच गरज आहे का? तेव्हा आपल्या प्रश्नाबद्दल त्याला अजिबात शंका नसते. केवळ अहंकारामुळे तो फार मोठी चूक करतो.

तो आपल्या शंकेवर कधीच शंका घेत नाही. तो स्वत:चा फक्त अंदाज व्यक्त करतो, अनुमान लावतो. आपलं अनुमान चुकीचं असू शकतं, असा विचारही तो करत नाही. त्याला प्रश्न विचारण्याचा अधिकार आहे किंवा नाही? स्वत: विचारलेल्या प्रश्नावर तो कधी मननही करत नाही. अशा प्रकारे कधी शोध घेण्याचा तो प्रयत्नही करत नाही. मात्र जसजसं आपण सत्य जाणू लागतो, तसतसं आपल्याला साधा प्रश्नही विचारता येत नाही, हे समजतं. केवळ अज्ञानवश माणूस अनेक प्रश्न विचारत राहतो. मात्र गुरू मिळताच, समज प्राप्त होताच, साधकांचे सगळे प्रश्न संपुष्टात येतात.

एक माणूस म्हणाला, 'मृत्यूनंतर जीवन असतं या गोष्टीवर माझा अजिबात विश्वास नाही.' त्यावर दुसरा म्हणाला, 'मृत्यूनंतरही जीवन असतं हे मला माहीत आहे आणि त्यावर माझा ठाम विश्वासही आहे.' परंतु अशा लोकांना सांगावं लागतं, 'फक्त बोलू नका! खरोखरच आपण त्यावर मनन केलं आहे का? संशोधन केलं आहे का? शोध घेतला का? नसेल तर मग विश्वासाच्या गोष्टी तुम्ही कशा काय करू शकता?'

आपल्याला विश्वास-अविश्वास यांच्या पल्याड जायचं आहे. सर्वप्रथम सत्य श्रवण करा, शोध घ्या, मनन करा. कुठल्याही विषयाबाबतीत प्रश्न विचारण्यापूर्वी प्रथम त्या विषयाचा सखोल अभ्यास करा. त्यानंतरच त्या त्या विषयासंबंधी प्रश्न, शंका विचारण्याचा अधिकार आपल्याला प्राप्त होतो. केवळ प्रश्न विचारण्यासाठी विचारू नका. प्रथम स्वत:चा शोध घ्या, असं गुरू सांगतात.

आपण त्या प्रश्नावर किती मनन केलं आहे, हे प्रथम पाहा. काही सांगण्यापूर्वी मनात ज्या शंका आहेत, त्या मनावरच शंका घ्या. खरोखरच कुठल्या अधिकाराने असं म्हटलं जात आहे? त्या मागे कोणती समज आहे? या गोष्टीवर आपण किती संशोधन केलं आहे, हे पडताळून पाहा.

काही लोक घरी बसूनच सल्ले देत असतात, उपदेश करत असतात. एखादा प्रयत्न करत असेल तर त्याला सांगतात, 'पन्नाशी उलटल्यानंतरच अध्यात्माच्या मागे लागा. या वयात सत्संगात जाण्याची मुळीच आवश्यकता नाही.' ही गोष्ट ते किती विश्वासानं, किती ठामपणे सांगतात, पण स्वत:ला मात्र कधी प्रश्न विचारत नाहीत. अशा लोकांना सांगावं लागतं, 'खरोखरच आपण याचा कधी शोध घेण्याचा प्रयत्न केला आहे का? वयाची पन्नाशी उलटल्यानंतरच ज्ञानप्राप्ती केली पाहिजे का? यावर त्यांनी जर थोडंफार मनन केलं असतं, शोध घेण्याचा प्रयत्न केला असता, सत्य समजून

घेतलं असतं तर तेच ठामपणे म्हणाले असते, मला लवकरात लवकर ज्ञान प्राप्त व्हायला हवं. स्वत:च्या प्रश्नांवर, स्वत:च्या शंकांवर शंका घ्यायला शिकता आलं तरच सत्याचा शोध घेऊ शकाल. अन्यथा मननाच्या अभावामुळे शोध थांबतो.*

मोक्ष म्हणजे काय आणि तो प्राप्त करणं गरजेचं आहे का? हे आता आपल्याला नक्कीच समजलं असेल. मोक्ष म्हणजे काय आणि ते प्राप्त करणं आवश्यक आहे का? ही गोष्ट गुरूंकडून समजून घेतली पाहिजे. गुरुप्राप्तीनंतर गुरू आपल्याला कोणत्या गोष्टीची गरज आहे हे सांगतात. अन्यथा साधक केवळ प्रश्न, शंका आणि अनुमान यांतच अडकून राहतो. त्याला वाटतं, 'माझ्या या प्रश्नांची उत्तरं कोणीच देऊ शकत नाही. माझ्याजवळ एवढी मोठी प्रश्नावली आहे परंतु त्याची उत्तरं आजवर कोणीच देऊ शकला नाही आणि कोणी देणारही नाही. अशा प्रकारच्या विचारांमुळे तो स्वत:ला श्रेष्ठ समजू लागतो, त्याच्यात अहंकार निर्माण होतो.

१. गुरूंकडून ज्ञानप्राप्ती कशी करावी

शिष्याला गुरूविषयी तेजश्रद्धा आणि तेजविश्वास असायला हवा. तेजश्रद्धा म्हणजे शंका आणि श्रद्धेपलीकडचं तत्त्व. तेजविश्वाससुद्धा विश्वास आणि अविश्वास यांच्या पलीकडे असतो. शंकेखोर मनाविषयी जेव्हा शंका येऊ लागते, तेव्हा तेथे पूर्ण समर्पण झालेलं असतं. समर्पित कोणाला व्हायचंय, हे समजणंसुद्धा अत्यावश्यक आहे. मन (अहंकार) स्वत:ला सर्वाहून वेगळं (श्रेष्ठ) मानत असतं. याच मनाला समर्पित व्हायचं आहे. समर्पणानंतर तुलनात्मक मनाचं अस्तित्वच संपतं. पूर्ण समर्पणानंतर असं मन न-मन होतं. ज्या क्षणी आपले विचार विलीन होतात, त्या क्षणी विचारांमागे असलेलं सत्य प्रकट होतं. पुढील गोष्टींच्या आधारे ही गोष्ट उत्तमरीत्या समजू शकाल.

एक राजा होता. त्यानं फार मोठा यज्ञ आयोजित केला होता. यज्ञाच्या काळात राजाचे गुरू तिथं आले. त्याकाळी कोणीही साधुसंत भेटायला आले तर त्यांना दान-दक्षिणा दिली जात असे. तशी राज्याची परंपरा होती. राजाने गुरूंना दान स्वीकारण्याची विनंती केली. गुरूंनी राजाच्या आग्रहाखातर दान स्वीकारलं. राजाने आपल्या गुरूंना विचारलं, 'गुरुदेव, मी आपली आणखी काय सेवा करू शकतो? आपण दिलेल्या आज्ञेचं मी अवश्य पालन करेन.'

गुरुजींनी राजाला विचारलं, 'मी जे सांगेन ती दक्षिणा तू खरोखरच मला देऊ

**हे चिन्ह असलेल्या ओळीवर मनन करा.*

शकशील?' राजाने त्वरित उत्तर दिलं, 'नक्कीच, त्याविषयी शंकाच नको. आपली आज्ञा शिरसावंद्य!' तेव्हा गुरुजी राजाला म्हणाले, 'आजपासून जे काही तुझं आहे ते सर्व माझं.' हे ऐकून राजा विचारात पडला. तरीदेखील त्याने लगेच 'होकार', दर्शवला. राजा आणखी काही सांगण्यापूर्वीच गुरुजी म्हणाले, 'अरे, आता तू काय करतो आहेस? विचारात पडलास ना! माझ्या परवानगीशिवाय विचार करण्याचासुद्धा तुला अधिकार नाही. कारण तुझं सर्वस्व (तन, मन, धन) तू माझ्या स्वाधीन केलं आहेस. तुझं मन आता तुझं नसून माझं झालेलं आहे. तेव्हा माझ्या परवानगीशिवाय तू विचारदेखील करू शकत नाहीस.'

ज्या क्षणी गुरूंच्या मुखातून हे शब्द बाहेर पडले त्या क्षणी राजा निर्विचार अवस्थेत पोहोचला.

जागृत अवस्थेतसुद्धा आपण निर्विचार अथवा विचारशून्य होऊ शकतो. राजाच्या ठायी गुरूंविषयी श्रद्धा होती म्हणून त्याचे विचार त्वरित बंद झाले आणि त्याला ज्ञानप्राप्ती झाली. गुरूंच्या एका वक्तव्यामुळे राजा पूर्णपणे समर्पित झाला. कारण ज्ञानप्राप्तीसाठी संपूर्ण समर्पणाची आवश्यकता असते.

स्वसाक्षात्कारासाठी गुरूंचं एक प्रवचनसुद्धा फार मोठी मदत करू शकतं, किमया घडवून आणू शकतं. गुरूंविषयी श्रद्धा असेल, संपूर्ण समर्पणाची भावना असेल तर सत्य अगदी सरळ आणि सहज साध्य होतं. परंतु आपल्या तुलनात्मक मनामुळे आणि सत्य अतिसरळ असल्याकारणाने सत्याचा अनुभव अत्यंत बिकट होऊन बसला आहे.

समर्पण अतिशय महत्त्वाचं आहे. आपण कोणापुढे समर्पित होत आहोत हे तितकं महत्त्वाचं नाही. गुरूपुढे समर्पित होत आहोत, की ईश्वरचरणी समर्पित होत आहोत, आकारापुढे की निराकारापुढे लीन होत आहोत, याने काहीच फरक नाही. जेव्हा तुलनात्मक मन नतमस्तक होऊ लागतं, लीन होऊ लागतं, तेव्हा आकारापुढे समर्पित होणं अधिक सोपं असतं. कुठल्याही आकारापुढे किंवा शरीरापुढे लीन होणं अतिशय सोपं असतं. म्हणून गुरूपुढे समर्पण व स्वीकारभाव लवकर होतो.

अंतिम सत्यापर्यंत पोहोचण्याचे दोन मार्ग आहेत. अन्य सर्व मार्ग या दोन मार्गांचेच भाग आहेत. एक मार्ग आहे समर्पणाचा आणि दुसरा आहे ध्यानाचा. इथं 'ध्यान'चा अर्थ एकाग्र होणं असा नाही तर मनापासून संपूर्ण विश्वास आणि निरंतर जागृततेची प्रक्रिया म्हणजे ध्यान असा अर्थ आहे. या अवस्थेत संकल्पशक्तीचा उपयोग होतो.

समर्पण आणि ध्यान या दोन्ही मार्गांत जो फरक आहे तो खालील उदाहरणावरून लक्षात येईल. एक माकडाचं पिलू आहे आणि एक मांजराचं. माकडाचं पिलू आईला अगदी घट्ट धरून बसतं. त्यासाठी त्याला आपल्या बळाचा, ताकदीचा वापर करावा लागतो. माकडीण जेव्हा एका झाडावरून दुसऱ्या झाडावर उडी मारते, तेव्हा तिच्या पिलाला सर्व शक्तीनिशी आईला घट्ट धरून बसावं लागतं. अगदी याच्या उलट मांजरीच्या पिलाला काहीच करावं लागत नाही. कारण मांजर आपल्या पिलांना तोंडात धरून एका ठिकाणाहून दुसऱ्या ठिकाणी घेऊन जाते. समर्पणाचा मार्ग अगदी मांजरीच्या पिलासारखा असतो. परंतु ध्यान हे माकडाच्या पिलासारखं असतं. ध्यानाच्या वेळी मनन करावं लागतं; स्वचौकशी करावी लागते. मात्र समर्पणात सर्वस्वाचा त्याग करून गुरुभक्ती करावी लागते. गुरूंवर विश्वास ठेवावा लागतो. गुर्वाज्ञेचं पालन करावं लागतं. गुरूंच्या सान्निध्यात राहावं लागतं. त्यामुळे गुरूंनी आपल्याकडे लक्ष द्यावं याची संधी आपण गुरूंना देत असतो. त्यासाठी गुरूंच्या प्रवचनांना हजर राहणं, त्यांचं प्रवचन ऐकणं अत्यावश्यक आहे. जसजसं गुरूंचं मार्गदर्शन आपण ऐकत जातो, तसतसं आपल्याला सत्य स्पष्ट होत जातं. पूर्ण समज प्राप्त होताच आपण समर्पित होतो.

गुरू आणि शिष्याचा संबंध ससा आणि गरुडाप्रमाणे असतो. जो आपलं अस्तित्व वेगळं ठेवू पाहतो, ज्याच्या ठायी अहंकार असतो, अशा व्यक्तीला इथं सशाची उपमा दिली आहे. गरुड आकाशात विहार करत असताना त्याला जेव्हा जमिनीवर ससा दिसतो तेव्हा तो त्वरित त्याची शिकार करतो. या गोष्टीत सशाचा मृत्यू होतो. त्याचप्रमाणे गुरु-शिष्य संबंधात शिष्याचा अंत होतो. परंतु इथं शरीराचा अंत होत नसून स्वत:ला वेगळं समजणारा अहंकार नाहीसा होतो. समर्पणात शिष्य विलीन होतो आणि गुरूंशी एकरूप होतो. त्यासाठी सशाला गरुडाच्या दृष्टिक्षेपात येणं आवश्यक आहे, ज्यायोगे गरुडाची नजर त्याच्यावर टिकून राहायला हवी. ससा जर बिळात किंवा अन्यत्र लपून बसला असेल, तर गरुड सशाला कसा बरं पकडू शकेल? समजा गरुडाने सशाला पकडलं आणि त्याने विरोध केला, सुटका करून घेऊ लागला तर त्याला संपूर्ण समर्पण म्हणता येणार नाही. म्हणून गुरूंविषयी शिष्याच्या मनात खरी श्रद्धा आणि पूर्ण विश्वास असणं अत्यावश्यक आहे.

या दोन मार्गांपैकी आपला मार्ग कोणता, हे जाणून घेणं गरजेचं आहे. दोन्ही मार्गात गुरूंची आवश्यकता अनिवार्य आहे.

ध्यान आणि स्वचौकशीच्या (ज्ञान) मार्गाने गुरू ज्ञान देत असतात. शेवटी ध्यानी

माणसाच्या हृदयात गुरूच श्रद्धा जागृत करतात आणि ध्यान अथवा चौकशी करणारी व्यक्ती समर्पित होते. अशा प्रकारे जे लोक समर्पणाच्या मार्गाने जातात, त्यांना गुरू ज्ञान देतात, ज्यामुळे त्यांच्या समर्पणाचं रूपांतर ध्यानात होतं. शेवटी ध्यानी माणूस समर्पित होतो आणि त्याला परमानुभव प्राप्त होतो. तसंच समर्पण करणाऱ्याला ध्यानप्राप्ती होते.

२. गुरु-शिष्य संबंध आणि त्याचं महत्त्व

गुरु-शिष्य संबंध दोन प्रकारे असतो.

१. पितास्वरूप गुरू

२. तेजमित्रस्वरूप गुरू

पहिल्या प्रकारात गुरू पित्यासमान असतात. म्हणजे गुरू पिता आणि शिष्य मुलगा किंवा मुलगी अशा प्रकारे हे नातं असतं. पण आपण जेव्हा नात्याला एखादं नाव देतो, त्याचक्षणी समस्या सुरू होते.

गुरु-शिष्य संबंधात पित्याचं नातं असतं परंतु पुत्र किंवा कन्येचं नातं असू शकत नाही. गुरू पिता होऊ शकतो परंतु शिष्य पुत्र होऊ शकत नाही. कारण पुत्र आपल्याकडून खूप काही मागू शकतो. मुलाला वाटतं, आपल्या इच्छेनुसारच पित्याकडून सर्व काही मिळायला हवं. त्याचप्रमाणे सर्वांनाही असंच वाटतं, की 'माझ्या पद्धतीनं मार्गदर्शन मिळायला हवं. मला जी पद्धत आवडते त्याच पद्धतीनं ज्ञान मिळावं.' इथं मनच मनाचा मार्गदर्शक असतो. म्हणून शिष्याने गुरूंच्या सान्निध्यात राहावं, गुरूंच्या आज्ञेत राहावं, हेच त्याच्यासाठी उचित असतं. याचाच अर्थ, कुठल्याही मार्गाने शिष्याने समर्पित व्हावं.

अनेक माता-पिता मुलांपुढे प्रेमाखातर झुकतात. अन्यथा त्यांना समर्पणाचा आनंद कसा मिळाला असता? मूल जेव्हा एखाद्या वस्तूचा हट्ट करतं, तेव्हा त्याचा हट्ट त्यांना पुरवावा लागतो. त्यात त्यांना आनंदही मिळतो. हा आनंद मुलाच्या इच्छापूर्तीमुळे मिळतो, असं नव्हे तर त्यांचं मन झुकल्यामुळे होतो. कधी कधी गुरू अगदी मुलांसारखे वागतात, आपली आज्ञा मान्य करायला प्रवृत्त करतात. ही तर अगदी विपरीत गोष्ट होते. गुरू तर पित्यासमान असतात म्हणून आपण गुरूंना 'तेजपिता' अशी संज्ञा देऊ या. हे नातं पिता-पुत्र नात्याच्या पलीकडचं असतं.

गुरू तेजमित्राच्या रूपात आपल्या जीवनात आले तर काय होईल, हे आता आपण पाहणार आहोत. गुरू आपले तेजमित्रच असतात म्हणून आपल्यालाही तेजमित्रच

बनावं लागेल. अतेज मित्रांच्या सहवासात आपण राहूच शकत नाही; ही गोष्ट तर सर्वज्ञातच आहे. एक मित्र आपल्या मित्राच्या गोष्टी स्वतःच्या पद्धतीनं आणि स्वतःच्या सोयीनुसार ऐकत असतो. मित्रांचा व्यवहार, त्याची वर्तणूक उथळच असते. म्हणून गुरूंना मित्र न म्हणता तेजमित्र असं म्हटलं जातं. हाच गुरु-शिष्यांमधील अत्युच्च संबंध असतो.

खरंतर गुरु-शिष्य संबंधाला नात्याचं नाव देणं म्हणजे एखादी भव्य कल्पना एका शब्दात साकारण्यासारखं आहे. म्हणून या नात्याचं शब्दात वर्णन करता येत नाही. कारण हे नातं शब्दांपलीकडचं आहे. पहिली गोष्ट अशी, की या नात्याला कोणतंही नाव दिलं जाऊ नये आणि दिलंच तर असं नाव द्यावं, जेणेकरून त्यात सर्व नाती सामावली जावीत. म्हणून याला 'तेज नातं' असं नाव दिलं गेलं आहे. गुरूंच्या दृष्टीनं नात्याला मुळी अस्तित्वच नसतं. कारण गुरू शिष्याला वेगळा मानतच नाही आणि जर वेगळेपणच नसेल, तर नात्याचा प्रश्नच उद्‌भवत नाही. शिष्याच्या दृष्टीनं केवळ नातं कायम राहतं. कारण हेच नातं त्याला अहंकारातून मुक्त करून मोक्षाप्रत घेऊन जाऊ शकतं.

साधक जेव्हा पहिल्यांदा गुरूंकडे येतो, तेव्हा तो गुरूंना पाहण्याच्या आणि पारखण्याच्या हेतूने येतो. जसा, रेल्वेमध्ये तिकीट चेकर सर्व प्रवाशांची तिकिटं तपासतो तसा शिष्यही गुरूंचं ज्ञान तपासून पाहतो. त्यामुळे त्यांच्या नात्याला एक वेगळी उंची लाभते, नातं अधिक गहिरं होतं. गुरूसुद्धा शिष्याबरोबर विविध विषयांवर चर्चा करतात. त्यावेळी त्यांचे संबंध तर्क-वितर्क करण्यापुरतेच मर्यादित असतात. बौद्धिक चर्चा, वाद-विवाद यानंतर हा निर्णय घेतला जातो. शिष्याला आपल्या गुरूंकडून ज्ञानार्जन करण्याची इच्छा असते. कारण आतापर्यंत तो केवळ ज्ञान प्राप्त करणारा विद्यार्थीच असतो. गुरु-शिष्या दरम्यान शिक्षक आणि विद्यार्थी हेच नातं असतं.

त्यानंतर हळूहळू विद्यार्थी साधक बनतो. साधक झाल्यानंतर तो 'मी कोण आहे,' याचा शोध घ्यायला लागतो. आता त्याच्यात सत्य प्राप्त करण्याची तृष्णा जागृत झालेली असते.

काही कालावधीनंतर साधकाचा शोध संपतो आणि तो गुरूचा शिष्य बनतो. यालाच समर्पण असं म्हणतात. त्यानंतर शिष्य भक्त बनतो. भक्त झाल्यानंतर शिष्याचं गुरूविषयी प्रेम, श्रद्धा आणि विश्वास वृद्धिंगत होऊ लागतो. नंतरच्या प्रवासात भक्तसुद्धा भगवान होतो कारण दोघं एकरूप होतात. त्या दोघात फरक राहतच नाही.

३. गुरूंचं उत्तर - शिष्याचं अज्ञान

गुरूंना जेव्हा आपण विचारतो, 'आपण असं का केलं?' तेव्हा गुरू शिष्याच्या आकलनशक्तीनुसार त्याच्या शंकांचं समाधान करतात. अशा प्रकारची शंका मनात येणं अगदी स्वाभाविक आहे. कारण आपण स्वत:ला शरीर समजतो त्याचप्रमाणे गुरूंनादेखील शरीर समजूनच त्यांच्याशी बोलत असतो.

समजा आपल्याला रंगमंचावर सुपरमॅनची भूमिका करायला सांगितली तर आपण रंगमंचावर जाऊन ती भूमिका करतो आणि नाटक संपताच रंगमंचावरून खाली उतरतो. पण नंतर प्रेक्षक मात्र आपल्याला सुपरमॅन समजूनच आपल्याशी बोलायला लागतात. जेव्हा एखादा मुलगा प्रश्न विचारतो, तेव्हा आपण स्वत:ला सुपरमॅन समजूनच उत्तर देतो. आपण स्वत:ला सुपरमॅन समजून वागायला लागलो तर काय होईल? अगदी याचप्रमाणे स्वत:ला शरीर, मन, बुद्धी समजून, गुरूंना स्वत:हून वेगळं समजून आपण जेव्हा प्रश्न विचारू लागतो, तेव्हा 'हा प्रश्न कोण विचारत आहे?' हे समजूनच उत्तर द्यावं लागतं. वास्तवात जो 'मी' (खरा मी) आहे, त्या पद्धतीनंच उत्तर द्यावं, असा विचार गुरू करतात.

एकंदर शिष्याची समज, विश्वास आणि धारणांचा सारासार विचार करूनच गुरू उत्तर देत असतात. म्हणून प्रसंगानुरूप गुरूंच्या उत्तरात वेळोवेळी बदल आढळतो. शिष्य स्वत:ला वेगळं समजून किंवा अभिनेता समजून गुरूंना त्याच भूमिकेत जर प्रश्न विचारत असेल, तर गुरूसुद्धा त्याला त्याच पद्धतीनं उत्तर देतात.

शिष्य जेव्हा साध्या सरळ गोष्टी ऐकण्यासाठी तयार असतो, तेव्हा गुरूसुद्धा तितकीच साधी, सोपी आणि सरळ उत्तरं देतात. जसजसा शिष्य पुढच्या गोष्टी ऐकण्यास सज्ज होतो, त्यानुसार गुरूसुद्धा अधिकाधिक साध्या, सरळ पद्धतीने त्याच्याशी बोलतात. जर गुरूंशी बोलायचेच असेल, तर एका अभिनेत्याच्या आविर्भावात न बोलता सत्यानुभवात राहून साधेसरळ बोलू शकता. गुरूंचं महत्त्व एवढ्यासाठीच आहे, की त्यांचं अस्तित्व दोन्ही स्थानांवर असतं. रंगमंचावर गुरू अभिनेत्याच्या रूपात असतात तर जेव्हा रंगमंचावरून खाली उतरतात तेव्हा आपल्या अस्सल रूपात दिसतात. बायोस्कोपच्या उदाहरणाद्वारे ही गोष्ट समजून घेता येईल.

बायोस्कोप एक असं यंत्र आहे ज्यात अनेक खिडक्या असतात. लहान मुलं त्या खिडक्यांना डोळे लावून आत फिरणारी चित्रं पाहत राहतात. चित्रं पाहत असताना आपण

बायोस्कोपच्या बाहेर उभे आहोत हे विसरून मुलं चित्रं बघण्यात तल्लीन होतात. अशा वेळी गुरू चित्रं पाहणारी मुलं आणि चित्रात स्थित असलेल्या लोकांचे डोळे, सर्वकाही पाहत असतात. गुरूंना ठाऊक असतं, की बायोस्कोपमध्ये त्रिमितीचं (थ्री डायमेंशन) तंत्र वापरलेलं असतं. गुरू मात्र काळापासून अलिप्त अशा चतुर्थमितीत (फोर्थ डायमेंशनमध्ये) असतात. जे चौथ्या मितीमध्ये असतात, तेच आपल्याला त्रिमितीच्या पुढे घेऊन जाऊ शकतात. खरं पाहिलं तर आपण त्याच्या बाहेरच असतो मात्र आपल्याला वाटतं, आपण बायोस्कोपच्या आतच आहोत. गुरूंचं महत्त्व हेच आहे, की ते दोन्ही ठिकाणी उपस्थित राहून ब्रह्मांडाचं रहस्य आपल्याला सांगू शकतात.

इथं आपण स्वत:ला काय समजून जगत असतो? हा आपल्या दृष्टिकोनाचा फरक आहे. जो अभिनय करत आहे तेच समजून जगत आहात, की रंगमंचावरून खाली उतरल्यावर त्याच भूमिकेत जगत आहात?

ही गोष्ट अधिक उत्तमरीत्या समजून घेण्यासाठी आणखी एक उदाहरण पाहू. समजा आपण एका नाटकात रामाची भूमिका करत आहात. गुरूंनी आपल्याला सांगितलं, 'भूमिकेतून बाहेर ये.' तर त्यावर आपण गुरूंना म्हणता, 'मी या भूमिकेतून बाहेर येतो. परंतु त्या आधी मला रावणाचा वध करू द्या. शत्रूला पराभूत करून मगच बाहेर येईन.' त्यावेळी गुरू आपल्याला सांगतात, 'मी रामाशी बोलत नसून जो रामाची भूमिका करत आहे, त्याच्याशी बोलतोय. आपलं व्यक्तिमत्त्व जे रामाशी एकरूप झालेलं आहे, त्यातून बाहेर पडून ती भूमिका विसरण्यासाठी गुरू आपल्याला मदत करत असतात. संधी मिळताच हाताला पकडून रंगमंचाच्या खालीसुद्धा खेचतात. आपण जर हात पुढे केलाच नाही तर ते प्रेमाने सांगतात. 'बाबारे, खाली ये, नरकात आणखी किती वेळ खितपत पडशील?' ते प्रेमानं आपली समजूत काढतील, प्रसंगी थोडी लालूच आणि प्रेरणाही देतील. रंगमंचावर कशाच्या जोरावर सफल होता येतं, हे ज्ञात व्हावं म्हणून ते आपल्याला यशस्वी होण्याचे नियमही सांगतील. आपल्याला गुरूंच्या गोष्टी योग्य वाटतील. आपण रंगमंचावर असलात तरी गुरूंविषयी आपला विश्वास वाढू लागेल. आता आपण गुरूंची शिकवण ऐकण्यास तत्पर असाल. यालाच 'कृपा' अशी संज्ञा दिली आहे. याचाच अर्थ, गुरू आपल्याला स्वत:च्या अस्सल भूमिकेत स्थापित होण्यासाठी मार्गदर्शन देतात.

गुरूंचा सद्उपदेश श्रवण करण्यासाठी आपण तयार होताच, गुरू सांगतात, 'आपण राम नसून केवळ रामाची भूमिका करत आहात, अभिनय करत आहात. मी आपल्याला

त्या भूमिकेच्या बाहेर येण्यास सांगत नाही. मी ज्याच्याबरोबर बोलत आहे कृपया आता त्यानंच उत्तर द्यावं.'

तरीही आपण स्वत:ला शरीर समजूनच गुरूंशी बोलत राहतो. कदाचित ही गोष्ट आपल्या लक्षात येत नाही. ही गोष्ट जेव्हा पूर्णपणे तुमच्या लक्षात येईल, तेव्हाच आपण गुरूंना सांगाल, 'खरंच या निव्वळ भूमिकाच होत्या. कधी रामाची तर कधी रावणाची भूमिका पार पाडत मी जगत होतो. वास्तविक या दोन्ही भूमिकाच असून या दोन्ही भूमिकांहून 'मी' भिन्न आहे. आपण मला हे समजून सांगितलं त्याबद्दल मी आपला फार फार आभारी आहे. आपल्याला शतश: धन्यवाद!'

आपण गुरूंच्या सान्निध्यात येतो, त्यांच्यासोबत सत्संगात बसून विविध गोष्टींचं श्रवण करतो. याचाच अर्थ आपल्याला समज प्राप्त झाली आहे. म्हणून रंगमंचावर असूनही 'मी कोण आहे' याचं स्मरण आपल्याला होत राहतं. तेव्हाच गुरूंचं महत्त्व आपल्या लक्षात येतं.

४. सदेह गुरूंचं महत्त्व आणि त्यांच्याकडून मिळणारा बोध

आपल्या स्वभावानुसार आपल्याला त्वरित मार्गदर्शन मिळतं व त्याद्वारे आपली झपाट्याने प्रगती होते. हे सदेह गुरूंचं महत्त्व आहे. आपण गुरूंसमोर जातो तेव्हा आपली किती प्रगती झाली आहे हे त्यांना लगेच कळतं. सदेह गुरूंची शिकवण आणि आज्ञा आपल्या शिष्यासाठी परिणामकारक ठरतात. समजा आपण बंदुकीची गोळी एखाद्याला मारून फेकली तर काय होईल? काहीच होणार नाही. परंतु गुरू हे बंदुकीसारखे असतात. गोळी तीच असते परंतु गुरूंकडून बंदुकीतून सुटलेली गोळी (प्रज्ञा) अधिक वेगानं आणि ताकदीनं बाहेर पडून समोरच्यावर आघात करते. अगदी त्याचप्रमाणे सर्वसामान्य मनुष्याच्या तोंडून जर शिष्यानं एखादं वचन ऐकलं तर ते हाताने फेकलेल्या गोळीसारखं असतं. परंतु ज्या गुरूंवर आपली श्रद्धा असते अशा सदेह गुरूंच्या तोंडून तेच वाक्य ऐकलं तर शिष्याचा अहंकार नष्ट होतो. हेच आपण एका उदाहरणाद्वारे समजून घेऊ.

एक राजा एकदा आपल्या मंत्र्याच्या घरी गेला. तेव्हा ते मंत्रिमहोदय मनातल्या मनात कुठल्यातरी मंत्राचा जप करीत होते. राजाने मंत्र्याला विनंती केली, 'कृपया आपण ज्या मंत्राचा जप करीत आहात तो मंत्र मलाही शिकवा.' परंतु मंत्रीमहोदयाने तो मंत्र शिकवायला चक्क नकार दिला. मंत्रीमहोदय म्हणाले, 'एखादा मंत्र जेव्हा गुरूंकडून प्राप्त होतो तेव्हाच प्रभावी आणि फलदायी ठरतो.' राजाने नानाप्रकारे मंत्र जाणून घेण्याचा

प्रयत्न केला. शेवटी एका माणसाकडून राजाने तो मंत्र मिळवला व त्या मंत्र्याला दरबारात हजर राहण्याची आज्ञा केली. मंत्रीमहोदय दरबारात हजर झाले. राजाने तो मंत्र म्हणून दाखवला आणि मंत्र्याला विचारलं, 'हाच तो मंत्र आहे ना!' मंत्रीमहोदय म्हणाले, 'होय महाराज! मंत्र तर तोच आहे. पण या मंत्राचा काहीच फायदा होणार नाही.' राजाने कारण विचारलं, मंत्र्याने जोरात ओरडून शिपायांना आदेश दिला, 'राजाला अटक करा.' परंतु एकही शिपाई आपल्या जागेवरून हलला नाही. कोणतीही कृती करण्यासाठी पुढे सरसावला नाही. हे पाहून राजा रागाने लालबुंद झाला. त्याने तोच आदेश शिपायांना दिला, 'मंत्र्याला अटक करा.' त्याचक्षणी शिपाई मंत्र्याला अटक करण्यासाठी धावून गेले.

मंत्रीमहोदय म्हणाले, 'हे राजन! पाहिलंत? आपण दोघांनी एकच आदेश शिपायांना दिला. परंतु परिणाम मात्र अगदी वेगवेगळा आला. राजाच्या शब्दांना महत्त्व आहे कारण आदेश द्यायचा अधिकार फक्त त्याचाच असतो. गुरूंच्या संदर्भातसुद्धा तीच गोष्ट लागू पडते. एखादे गुरू जेव्हा मंत्र किंवा दीक्षा देतात, तेव्हा त्या मंत्रात अनंत शक्ती असते. तो मंत्र पूर्ण शक्तीनिशी फलित होऊ लागतो. शिवाय हा अधिकार केवळ गुरूंचाच आहे.

गुरूंच्या शब्दात ताकद असते. कारण त्यांच्या ठायी सत्याचा अनुभव, स्रोत असतो, तिथूनच गुरूंचे शब्द उपजतात. म्हणून शिष्यसुद्धा पूर्णपणे समर्पित होऊन ऐकतो. शिष्य गुरूंच्या आदेशांचं आणि मंत्रांचं पालन करून त्यांचा आदर करतो.

५. गुर्वाज्ञा

केवळ स्वत:च्याच मनाचं ऐकायचं आणि गुरूंचं मात्र काहीही ऐकायचं नाही अशी चूक कदापि करू नये. गुरुवाणी आकाशवाणी असते. गुरूंचं वाक्य महावाक्य असतं. खरा शिष्य गुरूंच्या शिकवणुकीचं महत्त्व समजत असतो. त्याला ठाऊक असतं, की गुरूंचे शब्द केवळ नाममात्र नसतात. म्हणून तो गुरूंचे शब्द आकाशवाणी समजून ऐकत असतो. गुरू जे सांगतात, ते अतिशय महत्त्वाचं असल्यामुळे त्याकडे लक्ष दिलं पाहिजे, त्यावर मनन केलं पाहिजे. हे त्याला माहिती असतं. गुरूंच्या ठायी श्रद्धा असल्यामुळे तो गुरूंच्या बोलण्यावर नेहमी मनन करत असतो. हे मनन केल्यामुळेच शिष्याचा आपल्यावर दृढ विश्वास आहे की नाही, हे गुरू पाहत असतात. त्यासाठी ते वेळोवेळी शिष्याची परीक्षा घेतात. शिष्याला नखशिखांत, अंतरबाह्य जाणल्यानंतरच गुरू त्याला 'परम सत्य' अथवा 'अंतिम सत्य' सांगतात, मायेतून मुक्त करतात. ते

शिष्याला जागृत अवस्थेपर्यंत घेऊन जातात. शिष्याला जेव्हा गुरूची शिक्षणप्रणाली, कामाची पद्धत समजून येते, तेव्हा शिष्याच्या मनातील सर्व शंका संपुष्टात येतात. खरं गुरुतत्त्व काय आहे ते त्याला समजतं. ते केवळ आपल्याला खुश करण्यासाठी बोलत नाहीत, तर 'आपण वास्तविक जे आहोत, त्याच्याशी' गुरू बोलत असतात. अगदी प्रेमानं त्याला जागृत करतात. ही खरोखरच महान कृपा आहे. गुरू आपल्याला चार शक्ती प्रदान करतात.

६. पहिली शक्ती - विचारशक्ती

विचार करण्याची शक्ती सर्व प्राणिमात्रांमध्ये फक्त माणसालाच प्राप्त झाली आहे. प्रत्येक माणसामध्ये ही शक्ती वास करते. पशूंमध्ये ही शक्ती नसते. म्हणून ते विचार करू शकत नाहीत. केवळ मनुष्यच असा एक प्राणी आहे ज्याच्याजवळ भाषा आहे आणि त्या भाषेच्या आधारे तो खूप विचार करू शकतो.

आपण आपल्या विचारांना दिशा दिली नाही तरी ते चालूच असतात. म्हणून विचारांना दिशा देणं आवश्यक आहे. आपण विचारांना योग्य दिशा दिली नाही, तर आपल्याला मिळालेलं विचारशक्तीचं वरदान अभिशाप ठरू शकतं. ज्यांनी श्वासांना दिशा दिली त्यांना स्वास्थ्य प्राप्त झालं. म्हणजे तेच श्वास प्राणायाम बनले. जे लोक प्राणायाम करतात ते जाणतात, की श्वासोच्छ्वास तर आपोआप चालूच असतो, परंतु श्वास कसा घेतला पाहिजे, किती वेळ रोखून धरला पाहिजे, कोणत्या नाकपुडीने बाहेर सोडला पाहिजे, कोणत्या नाकपुडीने पुन्हा आत घेतला पाहिजे, श्वास कधी बदलला पाहिजे म्हणजे त्याला कधी योग्य दिशा दिली पाहिजे. तद्वत आपल्या विचारांनासुद्धा योग्य दिशा द्यायला शिका.

कोणतंही नवं काम सुरू करण्यापूर्वी प्रथम सकारात्मक दृष्टिकोन अंगीकारायला हवा. आपण ईश्वराची मुलं आहोत तेव्हा यश हे नक्कीच मिळणार, अशी समज ठेवली पाहिजे. आपण सकारात्मक विचार करतो तेव्हा आपली बुद्धी मुक्तपणे, अगदी खुलेपणानं काम करते. परंतु नकारात्मक विचारांमुळे आपली बुद्धी काम करत नाही.

विचारांच्या शक्तीमुळे सकारात्मक लहरी उठतात आणि त्या आपल्याकडे आकर्षित होतात. जसं, 'हॅपी थॉट्स, शुभ विचार' हे शब्द कानी पडताच आपले विचार सकारात्मक होतात. मग भलेही आपल्या घराचा दरवाजा उत्तर-दक्षिण, पूर्व-पश्चिम

कोणत्याही दिशेला असला तरी. मात्र आपले विचार कोणत्या दिशेने प्रवाहित होत आहेत हे अधिक महत्त्वाचं आहे. आपली विवेकशक्ती जागृत झाली, तर आपले विचारसुद्धा निश्चितच बदलू शकतात. सत्य आणि असत्य यातील फरक लक्षात येताच आपण जीवनात पूर्णपणे खुलू शकाल, फुलू शकाल आणि मोक्षप्राप्तीही करू शकाल.

७. सकारात्मक विचारांशिवाय मोक्षप्राप्ती अशक्य

आपल्या बुद्धीवर इतरांच्या नकारात्मक विचारांचा प्रभाव पडू देऊ नका. स्वत:ला नेहमीच सकारात्मक विचारांसाठी ग्रहणशील ठेवा. सकारात्मक शब्दांची शक्ती मंत्रासारखी काम करते. ही शक्ती आपल्या आसपास सुरक्षाकवच तयार करते. हे कवच इतरांच्या नकारात्मक विचारांपासून, ईर्षा, द्वेष आणि शापापासून आपलं रक्षण करते. जे लोक स्वत:ची बुद्धी इतरांच्या नकारात्मक विचारांसाठी खुली ठेवतात, ते लक्ष्यप्राप्ती झाल्यानंतरही तिथं टिकून राहू शकत नाहीत. ते अपयशाच्या खाईत पडतात.

आपण जेव्हा सकारात्मक विचार करतो, हॅपी थॉट्स, शुभ विचार बाळगतो, तेव्हा ती आपल्या यशाची पहिली पायरी असते. आपली नेमकी इच्छा काय आहे? आपल्या अवतीभवती सकारात्मक विचारांचे लोक आहेत की नकारात्मक? आपले माता-पिता, बहीण-भाऊ, मित्र इत्यादी सारे सकारात्मक विचारांचे असावेत असं आपल्याला वाटत असेल तर मग आपण तरी नकारात्मक विचारांचे कसे असू शकाल? हाच प्रश्न स्वत:ला विचारून पाहा. जर आपल्याला सकारात्मक लोक हवे असतील, तर लोकांच्या दृष्टीने आपण कसं असायला हवं? त्यासाठी आपल्यालासुद्धा सकारात्मकच व्हावं लागेल ना? आपल्या मनात निरंतर सकारात्मक विचार यायला हवेत तरच पुढील काम चांगलं होऊ शकेल.

८. नकारात्मक विचारांना निमित्त बनवा

सुरुवातीला प्रत्येक गोष्टीसाठी नकारात्मक विचार येतील. एखाद्या सफेद भिंतीवर काळा डाग दिसला तर मन त्वरित तिकडं धाव घेईल. काळ्या तिळाकडे किंवा अशाच कुठल्यातरी चिन्हाकडे आपलं लक्ष जाईल. परंतु त्यावेळी मोठी सफेद भिंतही आपल्याला दिसणार नाही. कारण त्या पद्धतीने पाहण्यास अद्याप आपलं मन तयार झालेलं नसतं. म्हणून मनाला प्रशिक्षण देणं गरजेचं आहे.

प्रत्येक माणसाच्या मनात ईश्वरीय विचार यायला हवेत. परंतु माणसाला जर

सकारात्मक विचार माहीत नसतील, तर तो सत्याचे विचार कसा समजू शकेल?

विचारांच्या शक्तीला वरदान बनवलं पाहिजे. म्हणजेच सकारात्मक विचार करून मोक्षप्राप्तीसाठी शक्ती एकवटली पाहिजे. ज्या गोष्टी ईश्वराच्या अभिव्यक्तीसाठी मदत करतील, त्यांच्याशी ताळमेळ ठेवणं अत्यावश्यक आहे. आपल्याद्वारे सत्य प्रकट व्हावं असं वाटत असेल तर त्यासाठी आपल्याकडून त्या दृष्टीने तयारीसुद्धा व्हायला हवी.

आपले विचार नेमके कसे आहेत? सकाळपासून रात्रीपर्यंत घडणाऱ्या घटनांत आपण काय पाहतो किंवा आपल्याला काय दिसून येतं? आपल्याला केवळ छोटा काळा ठिपकाच दिसतो का? तुटलेला एक दातच दिवसभर आठवत राहतो का? उरलेले एकतीस चांगले दात का आठवत नाहीत? आपलं लक्ष कोणत्या गोष्टीवर केंद्रित होतं? यांसारखे प्रश्न सतत स्वतःला विचारायला हवेत.

एकदा शाळेमध्ये एक शिक्षक विद्यार्थ्याला म्हणाले, 'तू आयुष्यात काहीच करू शकणार नाहीस.' आता हाच विचार त्या विद्यार्थ्याच्या मनात कायमच घर करून बसतं. त्यानंतर तो विद्यार्थी काहीही काम करू लागला, की पहिल्यांदा तोच विचार त्याच्या मनात यायचा, 'हे काम मी करू शकणार नाही.' परिणामी तो एकही काम व्यवस्थित करू शकला नाही. याच विचाराने आयुष्यात तो अपयशी ठरतो. मग लोकांनाही वाटू लागतं, की जीवनात तो कधीच यशस्वी होऊ शकणार नाही परंतु असं नसतं. गरज असते ती त्याचे विचार बदलण्याची, विचारांना दिशा देण्याची. कोणीतरी त्याच्या विचारात परिवर्तन घडवून त्याचा विश्वास वाढवून त्याला सांगण्याची गरज असते. 'तू जीवनात हवं ते करू शकतोस' असं सांगताच, हेच विचार त्याच्या जीवनात आमूलाग्र क्रांती घडवून आणू शकतात.

९. मनाचा आहार - विचार

आजपासून आपले विचार सकारात्मक, ईश्वरीय, सत्यावी झाले तर काही कालावधीनंतर आपल्या जीवनात केवळ आश्चर्यच राहतं. आपण आपल्या जीवनात सकारात्मक शक्तीचा चमत्कार पाहू शकाल. प्रार्थनेमुळे विचारांत परिवर्तन सुरू होईल तर आश्चर्याने होईल समाप्ती. कारण विचार मनात येतील ते नवलाईचे असतील. मग आपण विचार कराल, 'जगात इतक्या साऱ्या शरीरांना वेगवेगळे विचार देऊन कसं चालवलं जातं?'

१०. दुसरी शक्ती - वाक्य शक्ती

माणसाला गुरूकडून दुसरी जी शक्ती मिळते ती म्हणजे 'वाक्यशक्ती'. माणसाच्या मुखातून जे शब्द बाहेर पडतात, त्याला वाक्यशक्ती असं म्हणतात. जर त्या शब्दातून नकारात्मक लहरी उठत असतील, तर त्या लहरी हानिकारक असतात आणि त्यांचा शरीरावर वाईट परिणामही होऊ लागतो.

भाषेचा जन्म होण्यापूर्वी ना शब्द होते ना विचार. त्यावेळी लोक हृदयातील भावनांद्वारे अनुभूती घेत असत. भाषेची गरज निर्माण झाल्याने शब्द बनले आणि शब्दातून विचार. शब्दांमुळे आपण विचारात आणि विचारांमुळे भावनांमध्ये परिवर्तन आणू शकतो. प्रत्येकानं शब्दांचा वापर सजग राहून केला पाहिजे. प्रत्येक शब्दाचे काही तरंग असतात. हे तरंग एकतर आपल्याला स्वास्थ्य देतात किंवा रोगी बनवतात.

पुरातन काळातील लोक सत्याच्या मार्गावर वाटचाल करत होते. त्यामुळे जेव्हा ते नाराज होऊन शाप द्यायचे तेव्हा तो शाप खरा ठरायचा. त्यांच्या शब्दात शक्ती होती. कलियुगात शब्दांचा गैरवापर होत असल्यानेच शब्दांची ताकद क्षीण होत चालली आहे. लोक छळकपट करण्यासाठी चलाखीने शब्दांचा गैरवापर करू लागले आहेत. परिणामी डळमळीत आत्मविश्वास, भयग्रस्त अवस्था, ताणतणावपूर्ण जीवन, ईर्षा, तिरस्कार, एकाग्रतेची वानवा, संकल्पशक्तीचा ऱ्हास दिसून येतो म्हणून शब्दांचा वापर विचारपूर्वक केला पाहिजे.

ज्या लोकांना सतत भय वाटत असतं आणि जे चिंताग्रस्त असतात, अशा लोकांनी आपल्या शब्दांवर काम केलं पाहिजे. सकाळपासून रात्रीपर्यंत आपण काय काय बोलतो? कोणते शब्द आपल्याकडून उच्चारले जातात? जसं, एखाद्याशी बोलताना 'ओरडू नकोस' याऐवजी 'जरा हळू बोल' असंही आपण म्हणू शकता. खरंतर दोन्हींचा अर्थ एकच आहे. परंतु अशा प्रकारे शब्दात बदल केल्याने सकारात्मक शब्दांचा परिणाम दिसून येतो. 'दरवाजा आपटू नकोस' असं म्हणण्याऐवजी 'दार हळूच लाव' असं म्हणायला हवं. कृती तीच आहे. केवळ सकारात्मक शब्दांमुळे त्याचा शुभ परिणाम दिसून येतो.

पुरातन काळात बोलताना लोक सत्याचा वापर जास्त करत असल्याने छळकपटाचा वापर कमी होत असे. मात्र हळूहळू निंदानालस्ती, शिवीगाळ, खोटेपणा, फसवणूक वगैरे कारणांमुळे शब्दांची शक्ती क्षीण होऊ लागली. आता आपल्याला पुन्हा एकदा ती शक्ती प्राप्त करायची आहे.

आपण जर सकारात्मक शब्दांचा वापर करत असाल, तर आपल्या जीवनात वाक्यशक्ती काम करू लागेल. माणूस ईश्वराचं स्तवन करतो, आरती गातो, पूजा करतो ते कशासाठी? कारण हीच ती वाक्यशक्ती आहे, ज्या शब्दांचा उच्चार केल्याने त्यांचा परिणाम अवश्य येतो.

११. विचारात प्रार्थना आणि शब्दात स्तुती (प्रशंसा)

सत्याची आपण जितकी स्तुती कराल, तितकं आपल्या जीवनात सत्य अवतरण्याची शक्यता वाढते. कारण जेव्हा आपण शब्दांचा उच्चार करतो, तेव्हा त्याचा पहिला परिणाम आधी स्वत:वर होतो आणि नंतरच इतरांवर. म्हणून वाक्य- शक्तीला शाप न बनवता वरदान बनवा.

शब्दांचा वापर विचारपूर्वक करायला हवा. सकारात्मक शब्दांच्या लहरी स्वास्थ्य देतात, तर नकारात्मक शब्दांच्या लहरी आत्मविश्वासाचा अभाव, भय, ताणतणावयुक्त जीवन, घृणा, ईर्षा, द्वेषाग्नी निर्माण करतात. जेणेकरून माणसाची एकाग्रता, संकल्पशक्ती क्षीण होत जाते. म्हणून सकारात्मक, आशादायी आणि सद्प्रेरणा देणाऱ्या शब्दांचा वापर करा. उदाहरणार्थ, 'मी करू शकतो, मला केलं पाहिजे आणि मी करेन.'

सफलता-असफलतेच्या द्वंद्वयुद्धात योग्य शब्द शरांचा वापर करा. अन्यथा चुकीचे शब्द उलटून तुमच्यावरच प्रहार करतात. एक तर ते सफलता घेऊन येतात नाहीतर असफलता. शिवाय ते आपल्या विनाशालाही कारणीभूत ठरू शकतात.

१२. तिसरी शक्ती - विवेकशक्ती

तिसरी शक्ती म्हणजे विवेकशक्ती. विवेकशक्तीमुळे सत्य आणि असत्य यातील फरक लक्षात येतो. जिथं विवेक जागृत होतो तिथं बुद्धी जागृत होते. माणसालाच ही शक्ती दिली गेली आहे. केवळ मनुष्यच सत्य आणि असत्यामधील भेद जाणू शकतो.

प्रत्येक घटनेत आपल्याला खरोखरच सत्य दिसतं का? आपल्याला सत्याची ओळख झाली आहे का? आपण मनन कराल तेव्हाच या गोष्टी स्पष्टपणे दिसून येतील. मनन नसेल तर हिरा आणि कोळसा यातील फरकसुद्धा लक्षात येत नाही. जे लोक या शक्तीचा वापर करतात ते नेहमीच खुश असतात. कारण आनंद तर आपल्या अंतर्यामीच आहे, तो कुठून बाहेरून आणण्याची आवश्यकताच नाही. केवळ मनन न केल्याने माणूस असफल जीवन जगत असतो.

विवेकाची तलवार प्रत्येकाजवळच आहे. परंतु तिचा वापर होत नाही. त्यामुळे तिच्यावर गंज चढतो. म्हणून ती बाहेर काढली पाहिजे. त्या तलवारीवर जो गंज चढलेला आहे, तो काढून ती परजली पाहिजे, तिला धार लावली पाहिजे. म्हणजे तो विचार सत्याचा आहे की असत्याचा, हे मनुष्याला समजेल. हा विचार मायेमुळे आला आहे की समज प्राप्त झाल्यामुळे, ही गोष्टसुद्धा त्वरित लक्षात येईल.

१३. विवेकरूपी तलवार कशी चालवावी

समजा एखाद्या मनुष्याच्या मनात विचार आला, 'मी फार त्रासलो आहे' पण थोड्या वेळाने त्याच्यात विवेकबुद्धी असल्याने विचार येईल, 'तू त्रस्त आहेस की स्वत:च त्रास ओढवून घेत आहेस?' दुसरा विचार येईल, 'मला फार उबग आला आहे', तेव्हा विवेकबुद्धी म्हणेल, 'तुला उबग आला आहे की तसं केवळ समजतोस?' बोर कोण झालं आहे? बोरडम म्हणजे निश्चित काय? अशा प्रकारे मनाची तलवार काम करू लागेल तेव्हा निश्चितपणे आपल्याला आश्चर्य वाटेल. आपण आपल्या विचारांकडे अशा प्रकारे पाहू लागाल, 'अरे, मी तर स्वत:च हा बोरडम आणला आहे. याची मला खरोखरच गरज होती का?' याची गरज नाही ही गोष्ट लक्षात येताच नकारात्मक विचार नाहीसे होतील.

आपल्या मनात जर विचार आला, 'अमुक माणूस मला त्रास देत आहे' तर त्या क्षणी आपली विवेकबुद्धी जागृत होईल, 'कुठे मीच तर समोरच्या माणसाला, मला सतावण्याची संधी देत नाही? मी ही संधी त्याला द्यावी की देऊ नये?' हा प्रश्न जेव्हा आपण स्वत:लाच विचाराल तेव्हा विवेक जागा होईल. मननाची तलवार काम करू लागेल. मनात प्रश्न निर्माण होईल, 'मी त्याला तशी संधी द्यावी का?' त्यावर विवेक म्हणेल, 'मला सतावण्याची संधी मी त्याला देणार नाही.' मग तो आपल्याला त्रास देणं बंद करेल. त्यानंतर आपला त्रास नाहीसा झाला असून दु:खही गायब झालं आहे, हे आपल्या लक्षात येईल. हीच ती मननाची तलवार. जेव्हा विचार येतील तेव्हा ही तलवार काम करेल. अशा प्रकारे सत्य आणि असत्याचं विभाजन होईल.

१४. चौथी शक्ती - वेदनशक्ती

वेदनशक्ती अथवा वेदशक्ती म्हणजेच अनुभव शक्ती. अनुभवाने जे ज्ञान मिळतं त्यासंदर्भात इथं विवेचन केलं आहे. वेदन म्हणजे आपण स्वत: जो अनुभव घेतो तो. हा अनुभव म्हणजेच वेदनशक्ती होय. शरीर नाही, मनही नाही तर त्या पल्याड जे चैतन्य

आहे त्याचा अनुभव म्हणजे आपण आहोत. आपल्या आत जी असीम शक्ती आहे तिची जाणीव आपल्याला स्वानुभवाद्वारे होत असते. या शक्तीचं स्मरण झाल्यानंतर अंतिम सफलता प्राप्त करणं सहज शक्य होतं.

वयोवृद्ध लोक जेव्हा म्हणतात, 'आमचे केस काही उन्हात पांढरे झाले नाहीत,' किंवा 'आम्ही अनेक पावसाळे पाहिलेत,' याचा अर्थ त्यांना अनुभव मिळाला आहे. परंतु नवनवे प्रयोग करणं ते बंद करतात. मात्र मुलं दररोज नवनवीन प्रयोग करत राहतात. आई जेव्हा म्हणते, 'चपाती जळाली' तेव्हा मुलगा पटकन म्हणतो, 'आई चपातीला बरनॉल लाव.' अशा प्रकारे मुलं जे प्रयोग करू इच्छितात, ते चुकीचेही असू शकतात, असफल असू शकतात पण ती काही रडत बसत नाहीत. मुलगा सायकल चालवताना पडतो म्हणून तो सायकल चालवणं सोडत नाही. वारंवार पडूनसुद्धा अखेर तो सायकल चालवायला शिकतोच. कारण त्याच्या मनात कुठलीही अपराधीपणाची भावना वा लोकांविषयीचं भय नसतं.

आपल्या अंतर्यामीसुद्धा असंच काही आहे जे विकसित होऊ पाहतंय. आपण त्यासाठी तयार आहात का? आपली विचारधारा कशी आहे? प्रथम आपण आपल्या विचारांना एक निश्चित दिशा द्या. सकाळपासून संध्याकाळपर्यंत किंवा दिवसभर काम करत असताना त्या अनुभवात स्थित व्हा, स्थापित व्हा. हा आनंद घेता घेता आपण सहजपणे काम करत राहा. जगाच्या पाठीवरचा एखादा माणूस ही अवस्था प्राप्त करू शकत असेल, तर सर्वांच्या बाबतीत हे शक्य आहे. वेदशक्ती प्राप्त करण्यासाठी ध्यान-साधना आणि मोक्ष साधना यांचा सराव करा.

१५. गुरुकृपेने मोक्षप्राप्ती

मनुष्याच्या जीवनात अंतिम यश, परिपूर्ण आत्मविकास प्राप्त करण्यासाठी पुढील पाच कृपा उपलब्ध आहेत.

१. मानव जन्म लाभणं,

२. सत्यप्राप्तीची ओढ लागणं,

३. योग्य गुरू मिळणं,

४. गुरूविषयी श्रद्धाभाव जागृत होणं,

५. गुरुकृपा प्राप्त होणं.

ज्या उद्देशाने आपल्याला हा मनुष्यजन्म मिळाला आहे, त्या उद्देशपूर्तीचा अर्थ आहे कृपा होणं. परंतु आपल्या जीवन जगण्याच्या पद्धतीच अशा आहेत, की त्यामुळे आपण त्या कृपांपासून वंचित राहतो.

दिवा आहे, वात आहे, तेल आहे... पण ती वात पेटवता आली नाही, तर दिव्याचा प्रकाश कसा पसरणार? दिवा कसा प्रकाशित होणार? आपलं शरीरदेखील एक दिवाच आहे. आपली बुद्धी वात आहे आणि श्वासोच्छ्वास म्हणजे तेल. परंतु आत्मज्ञानाची वात पेटल्याशिवाय आपलं जीवन प्रकाशमान कसं होणार? आत्मज्ञानाची ज्योत तेवत राहिली नाही, तर आपलं जीवन अंधाऱ्या वाटेवर ठेचकाळत व्यतीत होईल. आपण जीवनाच्या अंधाऱ्या वाटांवरून अडखळत चालत राहू. ज्याचा दिवा पहिल्यापासूनच तेवत आहे त्याच्याजवळ गेला तरच आपला दिवा प्रज्वलित होईल. गुरूचा अर्थ आहे 'ज्योतिर्मय दीप! साक्षात ईश्वराचं साकार स्वरूप.' गुरुकृपेनेच ज्ञानप्राप्ती, मोक्षप्राप्ती शक्य होते. सदेह गुरूंच्या मार्गदर्शनाने कृपादृष्टीने मोक्षप्राप्ती सुकर होते.

गुरूंचा प्रत्येक आघात (ज्ञान) चुकीच्या धारणा तोडण्यासाठीच असतो. गुरुकृपेनेच मोक्षप्राप्ती शक्य होते. म्हणूनच गुरुकृपेचं महत्त्व असीम आहे. आपलं मन जे करू शकत नाही ते गुरुकृपेनं सहज शक्य होतं. गुरुकृपेनं प्रज्ञा जन्मास येते, जी मोक्षप्राप्तीचं साधन आहे. हिचा उपयोग कसा करावा, याचं योग्य ते मार्गदर्शन आपल्याला पुढील अध्यायात मिळेल.

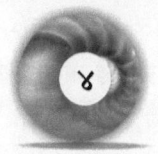

४

मोक्षाची चौथी पायरी

मोक्षप्राप्तीसाठी प्रज्ञा, विवेक

दिव्यदृष्टी म्हणजे प्रज्ञेचा जन्म - प्रज्ञा आणि सरळ सत्य - तेच तुम्ही आहात - सत्याची शक्ती - असत्य आणि प्रज्ञा - सर्वांमध्ये एकच सत्य आहे मी कोण आहे - प्रज्ञा आणि बुद्धी - प्रज्ञेद्वारे बुद्धी समर्पण

गुरुकृपा झाल्यावर प्रज्ञा जन्माला येते. लोक बहुधा माहितीलाच प्रज्ञा समजतात. परंतु माहिती वेगळी आणि प्रज्ञा वेगळी आहे. माहितीला प्रज्ञा समजणं चुकीचं आहे. प्रज्ञा म्हणजे तेजसमज (अंडरस्टँडिंग). अनुभवाने प्राप्त होणाऱ्या प्रज्ञेस ज्ञानानुभव (नॉलेरिअन्स) असंसुद्धा म्हणता येईल. आंतरिक अनुभवानं प्राप्त होणारं ज्ञान म्हणजेच ज्ञानानुभव – प्रज्ञा.

काही लोक माहितीलाच ज्ञान समजून म्हणतात, 'आमच्याजवळ ज्ञान आहे. आम्हाला सर्वकाही ज्ञात आहे, इतरांना नाही.' अशा पद्धतीने विचार करून लोक आपला अहंकार वाढवत असतात. आपल्या अहंकाराला खतपाणी घालत असतात. अशा माहितीचा उपयोग इतरांवर प्रभाव टाकण्यासाठी किंवा गैरफायदा (ब्लॅकमेलिंग) उठवण्यासाठी करतात.

'ज्ञान' शब्द अध्यात्मापासून आलेला आहे. परंतु आता लोक हा शब्द अगदी सहजपणे वापरत असतात. आज विज्ञानातसुद्धा हा शब्द सर्रास वापरला जातो. त्यामुळे

त्यात असलेलं समत्व आणि विशेषत्व हरवून गेलं आहे. ज्यायोगे हा शब्द दूषित झाला आहे. म्हणून ज्ञान आणि अज्ञानापलीकडे असलेल्या अस्सल ज्ञानाला तेजज्ञान म्हटलं गेलं आहे. तेजज्ञान म्हणजे स्वत:च, स्वत:संबंधी, स्वत: घेतलेला अनुभव. याचाच अर्थ, अनुभवकर्ता अनुभवकर्त्याचा अनुभवात अनुभव करतो, तेच तेजज्ञान - प्रज्ञा असतं.

प्रत्येक माणसाच्या जीवनात एक नवं वळण येत असतं. जीवनात प्रज्ञेचं आगमन म्हणजेच जीवनाला एक नवं वळण येणं होय. आपला मार्ग जप, तप, तंत्र, मंत्र, धर्म, कर्म, ज्ञान किंवा भक्तीचा असेल, तर मोक्षप्राप्तीच्या आधी प्रज्ञेचा (अंडरस्टॅंडिंगचा) टप्पा येतो. आपण जर या टप्प्यावर असाल तर ही गोष्ट स्वागतार्ह आहे.

प्रज्ञा जागृत झाल्यानेच मनुष्य सुख-दु:ख, स्वर्ग-नरक, कर्म-भाग्य, मान-अपमान, यश-अपयश आणि जन्म-मृत्यू यांपासून मुक्त होतो. हे वळण लक्षात येताच आपल्याला कळतं, की अध्यात्माचा अन्य कोणताही मार्ग नाही. कारण आपण ध्येयाप्रत आलोच आहोत. इतर मार्ग शोधण्यासाठी अन्यत्र जाण्याची आता गरज नाही. आपल्याला प्रज्ञेच्या माध्यमातून स्वत:च्या जाणिवांपर्यंत पोहोचायचं आहे. प्रज्ञा आपल्याला ती आंतरिक दृष्टी देते, जिच्यामुळे सत्याचं आकलन होऊ शकतं. अशी दृष्टी लाभल्यानंतर माणूस अंत:चक्षूने 'स्व'चे दर्शन घेऊ शकतो. अंतर्मनाचे डोळे (अंत:चक्षू) बाह्य डोळ्यांपेक्षा वेगळे आणि निराळ्या पद्धतीने कार्य करतात.

१. दिव्यदृष्टी म्हणजे प्रज्ञा

जिथं जिथं आपण पाहतो, तिथं तिथं आपणास वेगवेगळी दृश्यं दिसतात. या अनंत ब्रह्मांडाचं विराट रूप पाहता पाहता आपली नजर थकून जाते. पण तरीही विश्व संपत नाही. इथं थकणाऱ्या, अंध असणाऱ्यांच्या दृष्टीबद्दल आपण बोलत नाही. महाभारतातील संजयला बाह्य जगताची माहिती देणारी जी दिव्यदृष्टी लाभली होती, त्याबद्दलही आपण बोलत नाही. कारण ती दृष्टीसुद्धा बाह्य जगाचीच माहिती देणारी होती. इथे तर अंतर्मनाच्या जगताचं दर्शन घडविणाऱ्या दृष्टीबद्दल आपण बोलत आहोत. 'जसा देश तसा वेष' अशी एक म्हण आहे. तद्वत 'दृष्टी तशी सृष्टी' असते.

ज्या रंगाचा चष्मा आपण डोळ्यांवर चढवू, तसंच जग आपल्याला दिसतं. लाल रंगाच्या काचा (भिंग) असलेला चष्मा असेल तर हे जग लाल दिसेल. पाणीसुद्धा

लालच दिसेल. त्यामुळे रक्त आणि पाणी यात फरक करणं अवघड होऊन बसेल. रक्त पाण्यासारखं वाहू लागेल आणि पाण्याला रक्ताचं मोल येईल. केवळ प्रज्ञेमुळेच आपली अशा चष्म्यातून सुटका होऊ शकते.

प्रज्ञा केवळ लाल रंगाच्या चष्म्यातून सुटका करते असं नसून प्रत्येक रंगाच्या कल्पनांच्या चष्म्यापासून मुक्ती देते. काही लोक लाल रंगाच्या चष्म्यातून सुटका तर करतात परंतु जाता-जाता निळ्या किंवा पिवळ्या रंगाचा चष्मा (धारणा) देऊन जातात. उदाहरणार्थ - 'ही गोष्ट चुकीची आहे', 'ते सोडून द्या', 'हे उत्तम आहे', 'हेच करा' वगैरे. परंतु प्रज्ञा आपल्याला चांगल-वाईट यापासून मुक्त करते; नफा-तोटा यांच्या पलीकडे घेऊन जाते. प्रज्ञा अस्सल सत्याची ओळख करून देते आणि दोहोंच्या पल्याड असलेल्या एकाच तत्त्वात स्थापित करते.

आजपर्यंत नजर निर्मळ बनवण्यासाठी विविध प्रकारचे चष्मे बनवले गेले. जप-तप, तंत्र-मंत्र, कर्म-धर्म, भक्ती, ध्यान आणि ज्ञान. ही वेगवेगळ्या चष्म्याची रूपं आहेत. यांचा वापर केल्यानंतर जी समज प्राप्त होते, तिच्याद्वारे प्रज्ञेपर्यंत सत्यश्रवणाच्या (सत्यज्ञानाच्या) माध्यमातून पोहोचू शकतो.

प्रत्येक प्रकारचा चष्मा वापरल्यानंतर, सर्व प्रकारच्या कल्पनांतून बाहेर पडल्यानंतर साधकाला जी प्रज्ञा प्राप्त होते, तिच्यामुळेच त्याला सत्य जसं आहे तसं दिसू लागतं. प्रज्ञा जागृत झाल्यानंतर जो अनुभव येतो, त्यामुळे रंग, रूप, सुगंध, स्वाद, आवाज, विचार आणि स्पर्श या सर्वांच्या पल्याड असलेलं अस्सल सत्य साधकाला प्रतीत होतं. आपल्यात मोक्षाची तृष्णा जागृत झाली असेल, तर निश्चितच मोक्षप्राप्ती होईल.

आपण विविध प्रकारे ध्यान करू शकतो. मग ती पद्धत श्वासांशी, शब्दांशी वा मंत्राशी संबंधित असेल तरी. ध्यानाने कुंडलिनी जागृत होणं किंवा तिसऱ्या नेत्राने रंगीत प्रकाश दिसणं, असा कुठलाही ध्यानविधी प्रज्ञेविना अपूर्ण असतो. शरीराला जाणवणाऱ्या वेगवेगळ्या अनुभवांमुळे काही काळ मन खुश होतं, ही गोष्ट खरी असली तरी प्रज्ञाच (तेज समज) या अनुभवांमध्ये परिपूर्णता आणते. ही प्रज्ञा संपूर्णपणे गुरूंच्या ज्ञानाने, कृपेने, आज्ञापालन केल्याने आणि ध्यानसाधनेने प्राप्त होते.

२. प्रज्ञेचा (समजेचा) जन्म

एकदा एका माणसाला एक प्रश्न विचारला, 'सूर्य अधिक महत्त्वाचा की चंद्र'?

त्याने अज्ञानवश उत्तर दिलं, 'चंद्रच अधिक महत्त्वाचा आहे. कारण जेव्हा उजाडतं तेव्हा सूर्य उगवतो पण ज्यावेळी खऱ्या अर्थाने प्रकाशाची गरज असते अशा रात्रीच्या वेळी चंद्र उगवतो.' यावरून एक गोष्ट लक्षात येते, की अतिसामान्य, साधारण प्रश्नाचं उत्तर देण्यासाठीसुद्धा योग्य जाण असणं अत्यावश्यक आहे. समज नसेल तर माणूस स्वत:चा आणि इतरांचाही वेळ वाया घालवतो.

एके ठिकाणी अन्नदान (लंगर) चालू होतं. एक माणूस लांबलचक रांग पाहून सर्वांत पुढे येऊन उभा राहतो. वाढप्याने त्या माणसाला सांगितलं, 'भाऊसाहेब, कृपया रांगेत उभे राहा. सर्वांत शेवटी जाऊन उभे राहा.' पाच मिनिटांनंतर तो माणूस पुन्हा सर्वांत पुढे येऊन उभा राहिला. विचारल्यावर तो म्हणाला, 'मागे गेलो होतो पण मी जाण्यापूर्वीच माझ्या पुढं कोणीतरी उभं होतं. म्हणून पुन्हा मी पुढे आलो.' आता आपल्या लक्षात आलं असेल, की त्याला जे सांगितलं जात होतं, ते समजतच नव्हतं. त्याच्या डोक्यात काही वेगळेच विचार चालू होते. त्या माणसाला सांगितलं गेलं, मागे जाऊन उभे राहा. परंतु त्याला वाटलं, तिथं आधीच कोणीतरी उभा आहे, मग मी तिथं कसा उभा राहू? अशा प्रकारे माणसाला प्रज्ञेची, समजेची गरज असते.

ज्ञान दोन प्रकारचं असतं - पुस्तकी ज्ञान आणि तेजज्ञान म्हणजे आपण जे जीवनाचं पुस्तक (स्वत:ची गीता) वाचतो, ते ज्ञान. हे पुस्तक वाचल्यानंतर आपण नरक, दुर्भाग्य, अपमान, अपयश, मृत्यू अशा गोष्टींच्या भयांपासून मुक्त होतो.

अशा प्रकारे आपल्याला अर्जुनाची नव्हे तर स्वत:ची गीता वाचूनच मुक्ती मिळेल. प्रज्ञेच्या माध्यमातून आपल्याला कर्म-भाग्यापासून मुक्ती, शब्दरूपी ज्ञानापासून मुक्ती प्राप्त करायची आहे आणि शेवटी मौनात स्थित व्हायचं आहे. गुरूंनी दिलेल्या ज्ञानामुळेच आपल्याला समजतं, की ज्या मोहमायेत आपण अडकलो होतो, त्याचाच उपयोग सत्यापर्यंत पोहोचण्यासाठी शिडी म्हणून करायचा आहे. त्यानंतरच ज्या काट्यांमुळे आपण फुलांपासून लांब राहतो, ते काटेच फुलापर्यंत पोहोचण्यासाठी शिडी (पायरी) बनतात.

आपल्याकडे प्रज्ञा नसेल, तर आपल्या मार्गात हजारो अडथळे येतात. प्रज्ञेशिवाय ते अडथळे आपण दूर करू शकत नाही. त्यांच्याशी दोन हात करू शकत नाही. परंतु आपल्याजवळ प्रज्ञा असेल तर हेच अडथळे, याच बाधा आपल्याला उपयुक्त ठरतील. जसं, एक माणूस दुसऱ्या मजल्यावर जाण्यासाठी पायऱ्या चढत होता. अचानक कुणीतरी

पाणी टाकल्यामुळे त्याचे पाय घसरू लागले. तो पुन:पुन्हा वर चढण्याचा प्रयत्न करू लागला. जर त्याच्याजवळ प्रज्ञा असेल तर तेच पाणी तो बाटलीत भरून घेईल. थोडे वर गेल्यानंतर मार्गात दगड येऊ लागले तर तो त्यांना मैलाचे दगड बनवील; ज्यामुळे मागून येणाऱ्या माणसासाठी ते उपयुक्त ठरतील. वरून कोणी लाकडं टाकत असेल, तर तो त्यावरून चालण्याची कला शिकेल. एखाद्याने वरून उंदीर सोडले तर तो आपल्या पायात बांधलेली दोरी तोडण्यासाठी त्यांचा वापर करेल. अशा प्रकारे जीवनात येणाऱ्या प्रत्येक अडथळ्याचा वापर तो आपल्या फायद्यासाठी करून घेईल. याच कलेला प्रज्ञेचा उदय असे म्हणतात.

प्रज्ञेमुळे माया आपल्याला सत्याची जाणीव करून देण्यास मदत करते. जी माया आतापर्यंत आपल्याला गुंतवून ठेवत होती, तीच आता आपल्यासाठी शिडी बनते. आपल्या अंतर्यामी जसजशी प्रज्ञा जागृत होत जाते, तसतसा मोक्षाचा शोध अंतिम टप्प्यावर पोहोचतो.

३. प्रज्ञा आणि सरळ सत्य

'समज' प्राप्त होताच आपल्याला सत्य समजू लागतं. सत्य सरळच असतं, त्याने गडबडून जाण्याची गरज नाही.

एक गृहस्थ कुणालातरी सांगत होते, 'मी माझ्या मुलाची दातांनी नखे कुरतडायची सवय मोडली?' समोरच्यानं विचारलं, 'ती कशी काय बुवा?' वडील म्हणाले, 'मी त्याचे दातच पाडले.' काय हा उपाय सरळ आहे? ही सवय घालवण्यासाठी अन्य काही मार्गच नव्हता का? इथं एक गोष्ट लक्षात घेण्यासारखी आहे; ती म्हणजे प्रत्येक जण आपापल्या समजुतीप्रमाणे काम करत असतो.

एका बंद खोलीतून आवाज येत होता. दाराबाहेरच्या माणसाने ते शब्द ऐकले. आत कोणीतरी म्हणत होतं, 'याची मान छाटली पाहिजे.' खोलीच्या बाहेर असलेल्या माणसाला वाटलं, की आत नक्कीच कुणीतरी खुनी लोक असले पाहिजेत. तेव्हाच इतके भयावह आवाज येत आहेत. प्रत्यक्षात आतमध्ये नाटकाची तालीम चालली होती, हे ऐकताच त्या माणसाच्या मनाचा ताणतणाव त्वरित दूर झाला. यासाठी प्रत्येक गोष्ट माणसाने नीट समजून घेतली पाहिजे. सत्य समजून घेतल्यानंतर इतर काही करण्याची आवश्यकता राहत नाही. समजून घेणं महत्त्वपूर्ण असतं. समजेनेच पूर्णत्व प्राप्त होतं.

४. तेच आणि तेच तुम्ही आहात

जिथं आपल्याला पोहोचायचं असतं, खरंतर तिथंच आपण असतो. ज्या सत्याविषयी आपल्याला तृष्णा असते ते वास्तविक आपल्याजवळच असतं. सत्य आपल्या अंतर्यामीच आहे; जे प्रज्ञेद्वारे सहज प्राप्त करता येतं.

एक माणूस चष्मा वापरत असतो. एके दिवशी त्याचा चष्मा हरवतो. तो शोधू लागतो. त्याची शोधाशोध पाहून कुणीतरी त्याला विचारतं, 'काय शोधत आहात?' तो म्हणतो, 'माझा चष्मा हरवला आहे, सापडत नाही.' त्यावर तो माणूस विचारतो, 'कुठे-कुठे शोधलात?' तो म्हणतो, 'ड्रॉवरमध्ये पाहिला, कपाटातही पाहिला.' मग तो माणूस त्याला विचारतो, 'आपल्याला चष्मा घातला नाही तर दिसतं का?' तो म्हणतो, 'चष्म्याशिवाय मला अजिबात दिसत नाही.' त्यावर त्याला विचारलं जातं, 'कपाटाचे सर्व कोपरे तपासले का?' तो म्हणतो, 'होय, सगळीकडे मी नीट पाहिलं पण चष्मा काही सापडत नाही.' तेव्हा त्याला विचारलं जातं, 'आणखी कुठं-कुठं पाहिलं?' त्यावर तो उत्तरतो, 'कॉटच्या खालीदेखील पाहिलं. पण तिथं काहीच नव्हतं.'

याचाच अर्थ, त्याला स्पष्ट दिसत होतं. कारण चष्मा त्याच्या डोळ्यांवरच होता. चष्म्याची आठवण करून देण्यासाठी त्याला पुन:पुन्हा विचारल जातं होतं. 'नीट पाहिलं का?' आणि तो 'होय, होय म्हणत राहिला.' अचानक त्याला एक गोष्ट खटकली, की हा माणूस आपल्याला वारंवार का विचारत आहे 'नीट पाहिलंत का? खरोखरच पाहिलंत का?' तेव्हा कुठं त्याच्या लक्षात येतं, अरे चष्मा तर माझ्या डोळ्यांवरच आहे. मोक्षाच्या शोधाबाबतही अगदी असंच घडतं. म्हणूनच असं म्हटलं जातं, शोध घेणं सोपं आहे, फक्त प्रज्ञा जागृत होणं अत्यावश्यक आहे.

हीच गोष्ट नीट समजून घेण्यासाठी आणखी एक उदाहरण पाहू. एका डोंगराच्या पायथ्याशी एक तळं होतं. समजा, आपण तळ्याकाठी उभे राहून काही शोधत आहात. तेवढ्यात कुणीतरी आपल्याला विचारतं, 'तळ्यात काय दिसत आहे?' आपण तळ्यात पाहून सांगता, 'मला यात एक डोंगर दिसत आहे.' परत तो माणूस आपल्याला विचारतो, 'आणखी काय दिसतं?' यावर आपण सांगता, 'आकाशात विहार करणारे पक्षी दिसत आहेत.' नंतर आपल्याला सांगितलं जातं, 'आता तुम्हाला दिसत आहे ते बघणं बंद करा आणि जे दिसत नाही ते पाहा.' आपण उत्तर देता, 'आता मला पाण्यात मीच दिसत आहे.' अशा रीतीने दृष्टिकोन बदलताच पाण्यात आपलं प्रतिबिंब दिसू लागतं. खरंतर ते

पहिल्यापासूनच तिथे होतं परंतु आपण मात्र स्वत:ला सोडून इतर सर्व काही पाहत होता.

वरील उदाहरणावरून* एक गोष्ट स्पष्ट होते, की स्वत:ला पाहण्यासाठी केवळ एकच वाक्य वापरलं गेलं, 'दृष्टिकोन बदला आणि स्वत:ला पाहा.' आतापर्यंत आपण स्वत:ला शरीर मानत होता. आता जे वास्तवात आहात तेच व्हा. केवळ एका वाक्यानं केवढा चमत्कार घडवून आणला. आपण त्या माणसाच्या डोळ्यांकडे पाहा. प्रथम तो तळ, डोंगर, उडणारे पक्षी, वृक्ष, वगैरे पाहत होता, पण जेव्हा तो म्हणतो, 'पाण्यात मी दिसत आहे,' तेव्हा त्याच्या दृष्टिकोनात फरक पडला. स्वत:ला पाहण्यासाठी त्याला कुठलेही परिश्रम घ्यावे लागले नाहीत. साधी मानसुद्धा हलवावी लागली नाही. म्हणूनच केवळ आपला दृष्टिकोन बदलायला हवा. जे पाहिलं नाही ते पाहायला हवं कारण सत्य सरळ असतं.

एखाद्यानं आपल्याला त्याचं खरं वय सांगितलं असतं तर आपल्या दैनंदिन जीवनात काही फरक पडणार होता का? समजा आपल्याला कोणी म्हणालं, 'आज खूपच थंडी आहे.' आपण म्हणाल, 'खोटं बोलत आहात. आज तर खूप उकाडा आहे.' याचाच अर्थ, आपल्याला वास्तव समजलं आहे. परंतु अशा सत्यानं आपल्या जीवनात कोणतंही परिवर्तन घडून येत नाही. तसं पाहिलं तर ही गोष्टदेखील सत्यच आहे. परंतु अपेक्षित असं ते सत्य नाही. ज्या सत्यामुळे जीवनात काहीच बदल घडून येत नाही, ते सत्य अस्सल सत्य कसं असू शकेल बरं?

सत्य तेच असतं जे आपल्या अंतर्यामी असतं आणि विकारांमुळे दडलेलं असतं. ज्याप्रमाणे सूर्यासमोर ढग येताच काही वेळ सूर्य दिसत नाही तद्वत आपल्या मनामुळे आपल्याला अस्सल सत्य (तेज सत्य) दिसत नाही.

५. सत्याची शक्ती

एक मुलगा अंगणात खेळत असताना त्याला साप चावला. सर्पदंशानं मुलगा बेशुद्ध झाला. बराच वेळ त्याला शुद्ध आली नाही. तेव्हा त्याचे आई-बाबा चिंतातुर झाले. आई ओक्साबोक्शी रडू लागली. त्याचवेळी तिथं एका साधूचं आगमन झालं, ते मुलाच्या बाबांचे मित्र होते. अशी दुर्घटना घडली असताना अचानक साधू-मित्राचं आगमन व्हावं हे पाहून मुलाचे वडील खुश झाले आणि ते स्वाभाविकही होतं. साधू

**हे चिन्ह असलेल्या ओळीवर मनन करा.*

महाराजांजवळ एखादी अद्‌भुत शक्ती असेल असं वाटून वडिलांनी त्यांना मुलाचे प्राण वाचविण्याविषयी विनंती केली. त्यावर साधू महाराज म्हणाले, 'मुलाचे प्राण वाचवावेत अशी कोणतीच शक्ती किंवा विद्या माझ्या जवळ नाही. परंतु एक उपाय मी निश्‍चितपणे सांगू शकतो. जो बेशुद्ध मुलासमोर सत्य कथन करेल तो त्याचे प्राण वाचवू शकेल.' मुलाचे बाबा म्हणाले, 'सत्य म्हणजे काय हेच मला ठाऊक नाही तेव्हा आपणच स्वत: सांगाल तर बरं होईल.'

महाराज म्हणाले, 'हे अगदी सत्य आहे, की सत्याच्या शोधात मी घराबाहेर पडलो. साधू बनलो. परंतु सत्याचा शोध लागला नाही. आता साधू बनून जगायची सवयच लागली आहे. तरी पण माझा सत्याचा शोध घेणं सुरूच आहे. सगळीकडे फिरून आलो पण सत्य गवसलं नाही.' हे ऐकून त्या मुलाने क्षणभर डोळे उघडले आणि परत बंद केले. महाराज म्हणाले, 'मला जे शक्य होतं ते मी केलं. पण एक गोष्ट मी निश्‍चितपणे सांगू शकतो, की हा मुलगा ठीक होईल.'

नंतर मुलाचे बाबा म्हणाले, 'मी आजवर खूप दानधर्म केला पण मनापासून केला नाही. मनानं मी फारच कंजूस आहे. माझ्या वडिलांनी खूप दानधर्म केला. त्यांचं खूपच नाव झालं होतं. त्यामुळेच आजही लोक त्याच हेतूनं माझ्याकडे येतात. केवळ वडिलांचं नाव दानशूर म्हणून कायम राहावं यासाठी मी दान करतो. परंतु माझं सर्व लक्ष पैसे कमावण्यातच गुंतलेलं असतं. दानधर्म करावं असं मला मुळीच वाटत नाही.' वडिलांच्या तोंडून हे वक्तव्य ऐकून तो मुलगा उठून बसला. पण बोलू शकला नाही. नंतर मुलाच्या आईला सत्य वदवण्यासाठी पाचारण केलं. मनात जे आहे ते सर्वांदेखत कसं सांगावं, असा भाव तिच्या चेहऱ्यावर होता. परंतु मुलाचे प्राण वाचवण्यासाठी तिने सांगायला सुरुवात केली. ती म्हणाली, 'माझे पती नेहमी व्यापारात मग्न असत. त्यांच्याकडे माझ्यासाठी वेळच नसे. माझे कुणी ऐकून घेत नसे. माहेरचे लोकसुद्धा मला विसरले आहेत. सासरच्या लोकांनासुद्धा माझं मोल नाही. सर्वजण माझा तिरस्कारच करतात. अशा परिस्थितीत केवळ मी माझ्या मुलासाठीच जगत आहे. वरवर पाहता मी सर्वांशीच हसत-खेळत वागते. शेजाऱ्या पाजाऱ्यांशी मिळून मिसळून राहते. पण कोणाविषयीच मनात जिव्हाळा नाही, आपलेपणा नाही. मी फक्त माझ्या मुलावरच प्रेम करते.' आईचे हे शब्द ऐकून मुलगा क्षणात इकडं तिकडं धावू लागला. मुलाला धावताना पाहून तिचा पती तिला म्हणाला, 'आता यापुढे मी तुझ्यासाठी अवश्य वेळ काढेन. आता आपण आपल्या जीवनाला नव्यानं सुरुवात करूया.'

या गोष्टीवरून आपल्याला सत्याची ताकद समजली असेल. निरपेक्ष प्रेमाच्या शक्तीने सर्वांच्याच जीवनात परिवर्तन घडून आलं. ती माताही आनंदी झाली. वडिलांनाही समजलं, की केवळ पैशाच्या मागे धावण्यात काहीच अर्थ नाही. सत्याच्या मार्गावर वाटचाल करणं अत्यावश्यक आहे. हिमालयातून आलेल्या साधूच्या मनात सत्याविषयीचं आकर्षण वाढलं. अशाप्रकारे सत्यामुळे तीन लोकांच्या जीवनात परिवर्तन घडून आलं. सत्यात प्रचंड ताकद असते.

६. असत्य आणि प्रज्ञा

सर्व दुःखातून मुक्त होण्याच्या हेतूनं जेव्हा साधकाला समज प्राप्त करायला सांगितलं जातं, तेव्हा त्याला फार आश्चर्य वाटतं. दुःखातून सुटका करून घेण्यासाठी हा कसला इलाज? प्रज्ञेसंबंधी लोक ऐकतात तेव्हा त्यांना वाटतं, की वेदना पायात होतात मग डोळ्यांत औषध का टाकायचं? हा कसला इलाज? जेव्हा खरं दुःख कळतं तेव्हा प्रज्ञेमुळे सर्व अडचणी दूर होतात. एक माणूस दोरीला साप समजून घाबरत होता. सापाला मारण्यासाठी त्याने काठी आणली. मग जरा निरखून पाहताच त्याच्या लक्षात येतं, हा साप नसून दोरी आहे. पुन्हा जरा लक्षपूर्वक निरखून पाहिलं तर प्रत्यक्षात ती दोरीही नव्हती. ती केवळ सावली होती. याचाच अर्थ, जे काही दिसत होतं तो केवळ भ्रम होता. विनाकारणच तो माणूस आयुष्यभर भयभीत राहिला.

७. सर्वांमध्ये एकच सत्य आहे

एक कुल्फीवाला होता. लहान मुलांना आपल्याकडे आकर्षित करण्यासाठी तो कुल्फीला हत्ती, सिंह, ससा अशा वेगवेगळ्या प्राण्यांचे आकर्षक आकार देत असे. कुल्फी विकत घेण्यासाठी त्याच्याभोवती अनेक मुलं गर्दी करत. एकदा ती मुलं एकमेकांशी बोलतात. एक म्हणतो, 'माझी कुल्फी मोठी आहे. अगदी हत्तीसारखी दिसते', दुसऱ्याला आपली कुल्फी 'सशासारखी' दिसते आणि फार गोड लागते. तिसरा म्हणतो, 'माझी कुल्फी सिंहासारखी आहे.' कुल्फीवाला त्यांचं हे संभाषण ऐकून फक्त हसतो. कारण कुल्फीमध्ये एकच मसाला, एकच वस्तू आहे आणि स्वादही सारखाच आहे हे त्याला माहीत असतं. परंतु प्रत्येक कुल्फीचा आकार भिन्न असल्यामुळे मुलं अशी चर्चा करत होती. याच प्रकारे सत्य म्हणजे नेमकं काय आहे, हे जाणताच सर्व गोष्टी आपल्याला समजू लागतात. सत्य अनुभवातून कळतं तेव्हाच मोक्षप्राप्ती होते.

प्रत्येक शरीरातून एकाच प्रकारची अभिव्यक्ती होते असं आपण म्हणू शकत

नाही. कित्येक लोकांना ज्ञानप्राप्ती होते, आत्मसाक्षात्कारसुद्धा होतो. तरीही लोक पहिल्यासारखंच काम करत राहतात. या माणसाला ज्ञानप्राप्ती झाली आहे, अशी बाहेरून आपल्याला अजिबात कल्पना येत नाही. परंतु आतून तो संपूर्णपणे बदललेला असतो. हे ज्ञान बुद्धीच्या पलीकडचं असतं. म्हणून ते कल्पनातीत आहे; त्याच्या मनातील सर्व विकार नष्ट झालेले असतात. 'मी कोण आहे?' हे जाणून घेतल्यानंतर त्याच्या आत असलेलं भय लय पावतं आणि वृत्ती बदलते.

जसं, डोक्यावर ओझं घेऊन जाणाऱ्या हमालाला वाटत असतं, आपलं निर्धारित ठिकाण कधी येईल आणि कधी हे ओझं मी खाली ठेवीन? परंतु सत्याची जाण येताच समजतं, की ज्या शरीराचं ओझं आपण घेऊन फिरत आहोत, ते आपल्याला एक दिवस खाली ठेवायचंच आहे. ही समज येताच शरीरापासून अलिप्त होताना दुःख होणार नाही, उलट आनंदच होईल. स्वसाक्षात्कारी माणसाला स्वतःचं शरीर ओझं वाटत नाही. सर्वसामान्य माणूस आणि आत्मसाक्षात्कारी माणूस यात खूप मोठा फरक आहे.

८. मी कोण आहे

स्वतःची ओळख आणि 'मी कोण आहे' हे जाणून घेणं हेच अध्यात्म आहे. मन जर दुःखी असेल, चिंताग्रस्त असेल तर मी दुःखी आहे असं म्हटलं जातं. 'मनात दुःखाचे विचार सुरू आहेत' असं आपण म्हणत नाही. हाताला थोडंसं खरचटलं असेल तर 'मला खरचटलं' असं म्हणतो. हात आणि आपण वेगळे असूनसुद्धा आपण शरीराशी इतके एकरूप झालेलो आहोत की 'मला वेदना होत आहेत' असं आपल्याला वाटतं. आपल्याला ही गोष्ट कधी लक्षातच येत नाही, की आपण शरीर नाही तर शरीराहून वेगळे आहोत. असा विचार करणारा आणि हे तत्त्व जाणणारा 'मी' वेगळा असतो.

एका गावात प्रवेश करताना मध्ये एक काटेरी झाड पडलेलं होतं. त्यामुळे सगळ्या रस्ताभर काटेच काटे विखुरले गेले होते. तिथून जाणाऱ्या माणसाच्या पायात एक काटा मोडला. ते पाहून आजूबाजूचे लोक काटा काढण्याच्या हेतूने त्या माणसाभोवती जमा झाले. पण तो कोणालाच हात लावू देत नव्हता. कोणी काटा काढण्याचा प्रयत्न केला तर तो मोठ्यानं ओरडायचा. मग लोकांनी त्याला वेगवेगळे सल्ले द्यायला सुरुवात केली. कोणी म्हणालं, 'त्याने जप केला तर त्याचं मन तेथून हटेल आणि मग काटा काढता येईल' परंतु जप करण्याचा काहीच उपयोग झाला नाही. कोणी मंत्र जपण्यास सांगितलं तर एका योग्यानं योगमुद्रेत बसण्याचा सल्ला दिला. परंतु कशाचाच उपयोग

झाला नाही. नंतर काही वेळानं बाहेरचा एक ज्ञानी माणूस आला आणि त्याने त्या माणसाच्या डोळ्यांत औषध टाकलं. काटा तर पायात मोडला होता पण औषध मात्र डोळ्यांत टाकलेलं पाहून लोकांना आश्चर्य वाटलं. लोकांनी जेव्हा त्या ज्ञानी माणसाला विचारलं तेव्हा त्यानं उत्तर दिलं, 'आपली शंका अगदी रास्त आहे परंतु एका गोष्टीवर थोडंसं ध्यान द्या, त्याचे डोळे अधू आहेत. पायात मोडलेला काटा कुणी काढलाच तर पुन्हा टोचू शकतो. परंतु डोळ्यांत औषध टाकलं तर त्याची नजर तीक्ष्ण होईल आणि मग तो स्वत:च काटा काढू शकेल. त्यानंतर पुन्हा काटा टोचला तरी तो दु:खी होणार नाही. कारण त्याने स्वत:च्या डोळ्यांनीच पाहिलेलं असतं, की काटा फार खोलवर मोडलेला नाही. त्याने तो स्वत:च काढला असता.' या गोष्टीचं तात्पर्य हेच, की सर्वप्रथम दृष्टिकोन बदलला पाहिजे. म्हणजेच समज प्राप्त करण्यासाठी प्राधान्य दिलं पाहिजे.

माणसाला अनेक प्रकारचे त्रास, समस्या असतात परंतु त्याच्या मार्गातील हे काटे म्हणजे मनाच्या तक्रारी असतात, जीवन असं आहे... तसं आहे... त्यावर उपाय म्हणून जप-तप, तंत्र-मंत्र, कर्म-धर्म, भक्ती-ध्यान अशा कितीतरी मार्गांचा अवलंब केला जातो.

योग्य समज प्राप्त होणं हा असा मार्ग आहे, जो दु:खाची मुळंच नष्ट करतो. समज प्रगल्भ होताच माणूस दु:खमुक्त होतो. पायात काटा टोचल्यानंतर डोळ्यांत औषध का टाकलं? हे यासाठीच सांगितलं, की माणसाला प्रथम 'मी कोण आहे' हे समजावं. आपण जेव्हा ध्यान करतो, तेव्हा आपल्याला खूप हलकं वाटतं. आपलं मन अतिशय प्रसन्न होतं. ध्यान केल्याने हे लाभ अवश्य मिळतात. परंतु केवळ या लाभासाठी आपण ध्यान करत नाही. लक्ष्य आणि लाभ यात अंतर असतं. लाभाच्या लोभात मोक्षप्राप्तीचं उद्दिष्ट कधीही विसरू नये.

९. प्रज्ञा आणि बुद्धी

मोक्षाच्या शोधार्थ आपल्याला काही पायऱ्या चढायच्या आहेत. काही संकेतांचं पालन करायचं आहे आणि आपला अहंकार विलीन करायचा आहे. एखाद्या पायरीवर जेव्हा साधकाचे पाय डगमगू लागतात, तेव्हा त्याला नकारात्मक विचार घेरू लागतात. त्याची संकल्पशक्ती घटू लागते, क्षीण होते. अशावेळी आशावादी दृष्टिकोन आपल्याला निश्चल राहण्यासाठी मदत करतो. यासाठी विवेकबुद्धीचा पदोपदी जास्तीत जास्त उपयोग केला पाहिजे. अन्यथा काही लोक अंधभक्ती, मनोरंजन भक्ती, व्यापारी भक्ती, प्रायश्चित्त

भक्ती आणि ढोंगी भक्ती यांतच अडकून पडतात. ईश्वराने आपल्याला बुद्धी दिली आहे. मात्र आपण बुद्धीचा किती वापर करतो, हे महत्त्वाचं नसून विवेकपूर्ण विचाराने योग्यवेळी, योग्य कार्यासाठी तिचा वापर करणं, आचरण करणं महत्त्वाचं असतं.

व्यावहारिक सहज बुद्धी, विवेकपूर्ण विचार मनातील भ्रम दूर करतात. असं केल्याने मोक्षाचा शोध ओझं बनत नाही तर वैज्ञानिक दृष्टिकोन तयार होऊन ती शोधयात्रा आनंददायी बनते. म्हणून पावलागणिक आशावादी दृष्टिकोन बाळगून पुढील वाटचाल करायला हवी. बुद्धी सजग ठेवायला हवी. ईश्वराविषयी असं व्यावहारिक ज्ञान असणं अत्यावश्यक आहे.

१०. प्रज्ञेद्वारे बुद्धी समर्पण

मनाला शरीराच्या रक्षणासाठी आणि शरीराला ईश्वरासाठी (सेल्फ) बनवलं गेलं आहे; ज्यामुळे ईश्वर मानवाच्या आत स्वत:ला जाणू शकेल. एवढ्यासाठीच आपलं शरीर सुरक्षित ठेवायला हवं. शरीराला 'स्व' म्हणजे ईश्वराचं मंदिर समजलं पाहिजे. जेणेकरून ईश्वर आपल्या शरीराच्या माध्यमातून स्वत:चा अधिकाधिक अनुभव घेऊ शकेल. शरीर मनाचं हत्यार आहे तर मन बुद्धीचं हत्यार आहे, बुद्धी 'स्व'चं हत्यार आहे आणि आपण सर्व ईश्वराचे ('स्व'चे) हत्यार आहोत. हत्यारानं कधी ते चालवणाऱ्यांचा 'स्वामी' बनता कामा नये. हत्यार कधीही कर्माचा कर्ता बनू नये. तन, मन आणि बुद्धीच्या समर्पणातून ईश्वर प्रकट होतो. ईश्वरदर्शन ही बुद्धीपलीकडची गोष्ट आहे हे आपल्याला जेव्हा समजेल, तेव्हाच बुद्धीचा जास्तीत जास्त उपयोग होईल. ही गोष्ट लक्षात येताच आपली विवेकबुद्धी आपल्या मनावर नियंत्रण ठेवेल. मन न-मन होईल आणि 'स्व' साक्षी (ईश्वर) प्रकट होईल. मन नमन होण्यासाठी त्याला ध्यानसाधनेचा सराव दिला पाहिजे. पुढील अध्यायात हीच साधना आपल्याला शिकायची आहे.

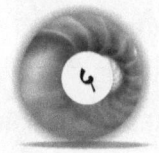

५

मोक्षाची पाचवी पायरी

मोक्षप्राप्तीसाठी ध्यान साधना

मोक्ष फिल्म आणि संसार - 'ध्यान साधना' - संपूर्ण ध्यान साधना - मी कोण आहे - मौन मोक्ष साधना - नातेसंबंधात मोक्ष साधना - ध्यान - स्वसाक्षीचा गुण आहे, स्रोत आहे - ध्यानाचा सरळ अर्थ आहे 'काही न करणे' - प्रतिसाद निवड मोक्ष क्षेत्र काय आहे

सर्वांकडे आत यायचं तिकीट आहे का? याचं उत्तर जर होय असेल, तर या तिकिटाचा योग्य वापर व्हायला हवा.

एक माणूस थिएटरमध्ये जातो. त्याला थिएटरमध्ये जायचं तिकीट मिळालं आहे. परंतु त्याचं संपूर्ण लक्ष बाहेर मिळणाऱ्या वस्तूत, खाद्यपदार्थात असतं. थिएटरच्या आतसुद्धा अनेक काउंटर्स असतात जिथं सामोसे... चहा... कॉफी... कोल्ड्रिंक्स वगैरे मिळत असतात. थिएटरमध्ये प्रत्येक वस्तूसाठी वेगवेगळी व्यवस्था केलेली असते.

हा माणूस थिएटरमध्ये जातो आणि म्हणतो 'मला मिनरल वॉटर पाहिजे.' त्याला सांगितलं जातं, की आपण आपलं तिकीट दाखवा, अवश्य मिळेल. अशा प्रकारे तो वेगवेगळ्या काउंटर्सवर जातो आणि तिकीट दाखवून हवी ती वस्तू घेतो. तो फार खुश होतो. 'नारियल पानी' मागितल्यावर त्याला 'नारियल पानी' मिळतं. ना-रियल म्हणजे जे रियल (सत्य) नाही ते त्याला मिळतं आणि तो खुश होतो. खुश होऊन तो सिनेमा हॉलमध्ये जातच नाही. तो तिथंच वेटिंग रूममध्ये आराम करत बसतो. नंतर उठून चहाची

ऑर्डर देतो. तिकीट दाखवून म्हणतो, 'मला चहा पाहिजे.' त्याला चहा मिळतो. तो आणखीच खुश होतो. त्याला वाटतं, हे तिकीट तर फारच उपयुक्त आहे. केवळ तिकीट दाखवून हवं ते मिळतं. अशा प्रकारे तो थिएटरच्या बाहेर असलेल्या अन्य गोष्टीतच मग्न होतो.

या थिएटरमध्ये खरेदी करण्यासाठी अनेक दुकानंही आहेत. तो तिकीट दाखवतो आणि काही कपडे खरेदी करतो. तिथं फोटोग्राफरसुद्धा आहे. तो सहकुटुंब फोटो काढून घेतो. अशा प्रकारे तो या सर्व बाह्य गोष्टीतच मग्न राहतो. खरंतर हे तिकीट अशा बाबींसाठी नव्हतंच मुळी. तिकीट दाखवून हे सर्व करायचं म्हणजे हा त्या तिकिटाचा बोनस (लाभांश) असंच म्हणावं लागेल. जे कोणी थिएटरमध्ये येतात त्यांच्यासाठी ही सर्व व्यवस्था केली आहे. परंतु मूळ गोष्ट कोणती होती? थिएटरमध्ये जाऊन चित्रपट पाहणं, ज्याचं नाव होतं 'मोक्ष, अस्सल आनंद, परम ईश्वर, स्वसाक्षी, प्रभू, अल्लाह.' नाव काहीही असो, शब्द बदलण्याने, लाभ मिळाल्याने लक्ष्य बदलत नाही.

त्यानंतर चित्रपट संपतो. जे लोक सिनेमा पाहण्यासाठी सिनेमा हॉलमध्ये गेले होते ते सिनेमा संपताच बाहेर येतात. त्यातील काही लोक जाता जाता त्या माणसाला सांगतात, 'तुम्हीही आत आला असता तर बरं झालं असतं.' तो माणूस उत्तरतो, 'होय, मी येणारच होतो... मी आत जाणारच आहे...' परंतु तो बाह्य गोष्टीतच गुंतून राहिला. तिकीट दाखवून खरेदीच करीत राहिला आणि आत जायचं तर विसरूनच गेला.

काही कालावधीनंतर त्या माणसाच्या लक्षात येतं, की जीवनात काहीतरी राहून गेलं आहे, काहीतरी हरवलं आहे. एखादी कडी निखळलेली आहे. कोणती तरी उणीव भासत आहे. अशी असमाधानाची जाणीव त्याला होऊ लागते. त्याला वाटतं, 'मी इतका वेळ इथं काय करत आहे?' त्यानंतर तो आत जातोही; परंतु मध्यंतरामध्ये खरेदी करत असताना गर्दीत धक्का लागल्यामुळे पुन्हा तो बाहेरच राहतो आणि तिकीट दाखवून काही खाद्यपदार्थांवर ताव मारतो. कधी तो खराब झालेले पॉपकॉर्न (पापाचे अन्न) खाल्ल्यामुळे आत जायचं विसरून जातो.

एखादा माणूस आधी चांगला असतो पण नंतर तो वाईट होत जातो. असं का होतं? कारण काही घटना त्याच्या जीवनात अशा घडतात, ज्यामुळे तो त्रस्त होतो. गर्दीमध्ये त्याला कोणी धक्का देतो तर चहा पिताना दुसऱ्याचा धक्का लागल्याने त्याचा चहा सांडतो... या घटना तो स्वीकारू शकत नाही. त्यामुळे त्याच्या जीवनात दुःख येतं.

मग त्याला वाटतं, 'असं कसं झालं? मला धक्का का लागला? माझ्यासोबतच असं का होतं?' कारण तो आपल्या मूळ उद्दिष्टांपासून दूर झालेला असतो. थिएटरमध्ये तिकीट दाखवून खरेदी करण्यातच तो मग्न आहे. शिळं, सडलेलं, पापयुक्त अन्न खाऊनच तो थिएटरमध्ये सिनेमा पाहायचं विसरून गेला आहे.

काही लोक सुरुवातीपासूनच थिएटरच्या आत गेले नाहीत तर काही लोक मध्यंतरात अडकून राहिले. बाहेर राहिलेल्यांपैकी काही लोक असा विचार करतात, की जे लोक चित्रपट पाहून आले आहेत ते एवढे आनंदी कसे! त्या थिएटरमध्ये काही पत्रकारसुद्धा आले होते. ते चित्रपट पाहून आलेल्या लोकांच्या मुलाखती घेत होते. चित्रपट पाहून आलेल्या लोकांना पत्रकार विचारतात, 'चित्रपट कसा होता?' तेव्हा ते लोक बरंच विसंगत बोलतात, विसंगत म्हणजे तर्कसंगत किंवा तर्काला धरून नसलेलं, इल्लॉजिकल.

'मोक्ष' फिल्म बघून थिएटरमधून बाहेर पडलेल्या एका माणसाला पत्रकार विचारतो, 'तुम्हाला काय समजलं?' त्यावर तो उत्तरतो, 'माणसाला तणाव येत नाही तर मनाव येतो. परंतु माणूस मात्र जीवनभर विचार करतो, की तणाव आला आहे. वास्तविक ताणतणाव नाहीतच, हे तर कर्मसंकेत आहेत.' त्यांपासून आपण आपलं उद्दिष्ट साध्य करायला हवं. त्याच्या या तर्कविसंगत गोष्टी ऐकून पत्रकार विचार करतो, 'ही कोणती भाषा आहे?' जीवनात टेन्शन नव्हे, तर इन्टेन्शन घ्यायला हवं. टेन्शन येणं कर्मसंकेत आहे. माणसाला तणाव येत नाही, मनाव येतो. तनावर (शरीरावर) तणाव येतो, मनामुळे मनाव येतो. कारण साऱ्या तणावांचं मूळ मन आहे.' आता ही गोष्ट त्या पत्रकाराच्या लक्षात येत नाही. तो विचार करतो हे मनाव काय प्रकरण आहे बुवा! कारण त्याने तो शब्दच कधी ऐकलेला नसतो. हा माणूस टेन्शनच्या जागी इन्टेन्शन घ्यायला का सांगतो? टेन्शन येताच कर्मसंकेत उद्भवतात, याचा नेमका अर्थ काय?

मग एक माणूस उत्तर देतो, 'कर्मसंकेत म्हणजे आपल्याला जेव्हा टेन्शन येतं तेव्हा आपल्या जीवनात कशाची तरी कमतरता आहे, असा याचा अर्थ होतो. अन्यथा तणाव येण्याचं कारणच नाही. आता तणाव दूर करण्याचं, टेन्शन घालवण्याचं इन्टेन्शन ठेवलं पाहिजे. जसं आजारी पडल्यानंतर आपण म्हणतो, 'हा कर्मसंकेत आहे, पूर्वसूचना आहे. मला व्यायाम केला पाहिजे. माझं आजारपणच सांगत आहे, की माझ्या स्वास्थ्यात कशाची तरी कमतरता आहे. मला माझ्या रोजच्या आहारात बदल केला पाहिजे.' आजार संकेत आहे, हे माणूस समजू शकत नाही आणि मग त्याच त्या गोष्टी गिरवत

बसतो. तेच ते खराब झालेले पॉपकॉर्न खात राहतो. अशा प्रकारे स्वत:चं स्वास्थ्य बिघडवत राहतो. जर त्याला कर्मसंकेत समजले, पूर्वसूचना मिळाल्या तर तो योग्य प्रकारे व्यायाम सुरू करेल.

चित्रपट बघून आलेल्या दुसऱ्या एका माणसानं सांगितलं, 'माणसाला त्रास देणारी एकच गोष्ट आहे, त्रासाला त्रास समजणं हाच एकमेव त्रास आहे. केवळ अज्ञानामुळे माणूस अनेक त्रास उराशी घट्ट कवटाळून बसतो. आता ही भाषा अन्य कोणाला कशी समजणार? कोणी ऐकलं तर म्हणेल, हा अतार्किक बोलत आहे. जेव्हा कोणी काही गोष्टी पहिल्यांदाच ऐकतात, तेव्हा असं काही चमत्कारिक ऐकलं तर काय वाटेल? उदाहरणार्थ, 'ध्यानाचं ध्यान म्हणजे महाध्यान असतं. महाध्यानाचं ध्यान करणं हा ईश्वरप्राप्तीचा मार्ग आहे.' 'दु:ख आहे, दु:खाचं कारण आहे, दु:खाचं निवारण आहे, दु:खमुक्तीची अवस्था आहे.' आता हे ऐकल्यावर मनुष्य काय विचार करेल?

१. मोक्ष फिल्म आणि संसार

त्या थिएटरमधून भगवान श्रीराम, भगवान श्रीकृष्ण, भगवान गौतम बुद्ध, भगवान महावीर बाहेर आले तेव्हा मुलाखती घेणाऱ्या पत्रकारांनी त्यांना काही प्रश्न विचारले. त्यावर त्यावेळी त्यांनी अशी काही उत्तरं दिली, की ऐकणारे क्षणभर चक्रावले. त्यांच्या मुलाखती वर्तमानपत्रातून छापून आल्यानंतरदेखील 'तो माणूस' बाहेरच्या बाहेरच ते सर्व वाचत होता. परंतु तो आत कधी आलाच नाही.

जो माणूस थिएटरच्या बाहेर बसला होता, त्याने काही लोकांच्या मुलाखती पेपरमध्ये वाचल्या. तरीही तो सिनेमा हॉलमध्ये जात नव्हता. कबिरानं काय सांगितलं? मीरा कोणतं भजन गात होती? संत ज्ञानेश्वर काय सांगत होते? दासबोधामध्ये काय सांगितलंय? हे सर्व तो वाचत होता. संत तुकाराम, संत नामदेव, येशू ख्रिस्त, मोहम्मद पैगंबर थिएटरमध्ये गेले आणि संपूर्ण भाषा, परिभाषा, मोक्ष आणि अनुभव जाणूनच बाहेर आले. मग त्यांना लोकांनी प्रश्न विचारले. त्यावर त्यांनी आपल्या अनुभवानुसार काही सांगितलंदेखील. परंतु लोक ते समजू शकले नाहीत. काही लोकांनी हे वाचलं आणि थिएटरमधून बाहेर आल्यानंतर ते म्हणाले, 'पेपरमध्ये जे काही सांगितलं गेलंय ते शब्दश: खरं आहे.'

जे स्वत:च्या अंतर्यामी जाऊन आले त्यांनी बाहेर बसलेल्या लोकांना सांगितलं,

'आतलं जे विश्व आहे तेच खरं विश्व आहे आणि तोच आपल्या जीवनाचा मूळ उद्देश आहे. शिवाय तेच जाणून घेण्यासाठी आपण या पृथ्वीतलावर आलो आहोत. या मनाला अकंप, अचल आणि निर्मळ बनवून त्यामागे जी अवस्था आहे त्यात स्थापित व्हायचं. त्यानंतर अभिव्यक्ती करून जेव्हा आपण या पृथ्वीतलावरून प्रस्थान करू, तेव्हाच आपली मोक्षाची यात्रा पूर्ण होईल.

थिएटरमधून बाहेर आलेल्या लोकांच्या तर्कविसंगत, इल्लॉजिकल गोष्टी ऐकून आपल्याला हे स्पष्ट झालं असेल, 'हे थिएटर म्हणजे नेमकं काय आहे? मानवी शरीर मिळणं म्हणजे तिकीट मिळणं आणि हा संसार म्हणजे थिएटर.'

सांकेतिक भाषा

१.	थिएटर	:	संसार.
२.	तिकीट	:	मानवी शरीर.
३.	फिल्मचे नाव	:	मोक्ष, अस्सल आनंद, परमेश्वर, स्वसाक्षी, प्रभू, अल्लाह.
४.	सडलेले पॉपकॉर्न	:	पापाचे अन्न, अवैध कर्म, चुकीचे विचार.
५.	तिकिटाचा दुरुपयोग	:	मूळ लक्ष्य (मोक्षप्राप्ती) सोडून बाह्य गोष्टी मिळविण्यात वेळेचा अपव्यय.
६.	थिएटरच्या आतील काउंटर्स	:	शारीरिक उपभोग, भौतिक गोष्टी.
७.	फिल्म पाहायला न जाणं	:	मोक्षप्राप्तीसाठी प्रयत्न न करणं.
८.	सिनेमा हॉलमध्ये जाणं	:	ध्यान अंतर्यामी लावणं, स्वमध्ये स्थित होणं, तेजस्थानावर जाणं.
९.	नारियल	:	जे रियल (सत्य) नाही, माया.
१०.	मध्यंतरात अडकणं	:	चांगला माणूस वाईट बनणं.

आपण संसाररूपी थिएटरमध्ये आला आहात. आपल्याला मानवी शरीर म्हणजेच तिकीट मिळालेलं आहे. कारण थिएटरमध्ये सर्वांनाच प्रवेश मिळत नाही. मानवी शरीर मिळालं आहे याचाच अर्थ आपल्याला थिएटरमध्ये (संसार) प्रवेश मिळाला आहे.

कारण माणसाच्या शरीराद्वारेच मोक्ष समजू शकतो. थिएटरमध्ये कुठल्याही अन्य प्राण्याला, पशूला प्रवेश मिळत नाही. कारण त्यांच्या ठायी विचार शक्ती नाही. त्यांच्यात मौनाची अवस्था समजण्याची शक्ती नाही. त्यांच्यात समाधीत जाण्याची तृष्णा नाही. माणसाचं शरीरच असं तिकीट आहे, जे आपल्याला मिळालं आहे. परंतु मानवानं त्याचं काय केलं? माणूस त्या तिकिटाचा दुरुपयोगच करत राहिला. माणूस आपल्या जीवनात सर्व काही करत असतो पण अंतर्यामी जाण्याचा प्रयत्न मात्र कधी करत नाही, मौनात जात नाही, ध्यानात जात नाही. त्याला हे ठाऊकच नाही, की अंतरंगात जाऊन तिथं काय करायचं? त्यामुळेच आपलं लक्ष्य सोडून तो इतर सर्व गोष्टी करत राहतो. खरंतर माणसाचा मूळ उद्देश, मूळ लक्ष्य आहे अंतरंगात जाणं, म्हणजेच 'स्व'मध्ये स्थित होणं, तेजस्थानावर जाणं.

२. ध्यान साधना

ध्यान याचा अर्थ केवळ एखाद्या गोष्टीवर किंवा एखाद्या गोष्टीकडे लक्ष देणं असा नाही. ध्यान म्हणजे एकाग्रता आणि मननसुद्धा नाही. ध्यान शब्द भारतवर्षात अध्यात्मातून आलेला आहे. भारतवर्षात आध्यात्मिक विषयात सखोल, परिपूर्ण अभ्यास करणाऱ्यांनी त्याची खोली जाणली होती. परंतु दुर्दैवाने आजकाल ध्यान या शब्दाचा वापर अतिसामान्य, नव्हे अगदी सुमार अर्थानं केला जात आहे. जसं इकडे ध्यान द्या, ध्यान देऊन ऐका, ध्यान देऊन वाचा, इत्यादी. त्यामुळे ध्यान या शब्दाचा मूळ अर्थच हरवला आहे; आणि खरोखरच त्याचं अवमूल्यन झालं आहे. त्यामुळे लोक फक्त ध्यान देण्यालाही ध्यान म्हणू लागले.

ध्यान हा एक गुण आहे. खरंतर ध्यान स्वसाक्षीचा गुण आहे. ध्यान एक असा स्रोत आहे, जो आपल्या गाढ झोपेतही जागृत असतो आणि बेहोशीतसुद्धा जागृत असतो. म्हणून सकाळी उठल्यानंतर आपण म्हणू शकतो, 'काल रात्री मला चांगली झोप लागली.'

'ध्यान या शब्दाचा सरळ अर्थ आहे काहीही न करणं. पण काही लोकांना तर हेसुद्धा अवघड वाटतं. त्यांना वाटतं, काहीच न करणं कसं शक्य आहे? जसं एखादा विचारतो, 'झोप येण्यासाठी मी काय केलं पाहिजे जेणेकरून मला लवकर झोप लागेल.' यावर त्यांना सांगितलं जातं, झोप येण्यासाठी काहीच करू नका. फक्त अंथरुणावर जाऊन गुपचूप पडून राहा. झोप यावी म्हणून प्रयत्न केला तर झोप पळून जाते. अन्यथा झोप ही प्रयत्न न करता येणारी गोष्ट आहे. त्याचप्रमाणे ध्यानसुद्धा अशीच प्रक्रिया

आहे, ज्यासाठी काहीच करायची आवश्यकता नाही; आपण केवळ उपस्थित राहायचं आहे.

ध्यानाला 'योगिक अभ्यास' असंदेखील म्हटलं जातं. जीवनाच्या प्रत्येक क्षेत्रामध्ये ध्यानाची नितांत आवश्यकता असते. कोणतंही कार्य ध्यानाशिवाय होऊच शकत नाही. जीवनातील सर्व गोष्टींसाठी ध्यान अत्यावश्यक आहे. आपल्या इंद्रियांचा जेव्हा बाहेरील दुनियेशी संपर्क होतो, बाह्य विषयांशी संबंध येतो, तेव्हा मनाची शक्ती खर्च होत असते. म्हणून इंद्रियांवर नियंत्रण ठेवणं आवश्यक असतं आणि केवळ ध्यानामुळेच हे शक्य आहे.

बाह्य विषयांशी संपर्क साधल्यानंतर जी काही ऊर्जा खर्च होते, त्यातील काही भाग उपयोगात आणण्यासाठी ध्यानाची गरज असते. मनाला विषयातून बाहेर काढून त्याला अंतर्यामी स्थिर करणं ही ध्यानाची सुरुवात आहे.

३. संपूर्ण ध्यान साधना

१. प्रथम ध्यानमुद्रेमध्ये मांडी घालून किंवा खुर्चीवर सरळ बसा आणि डोळे बंद करा.

२. शरीर थोडं पुढे मागे, डावीकडे आणि उजवीकडे हलवून जिथं शरीर एकदम स्थिर राहील अशी अवस्था निर्माण करा. शरीरावर पृथ्वीची गुरुत्वाकर्षण शक्ती अथवा चुंबकीय शक्ती समान असली पाहिजे. अशा अवस्थेमध्ये आपल्या शरीराचं अस्तित्व (वजन) कमी जाणवत असतं. शेवटी शरीर अशा जागी स्थिर करा जिथं शरीरावर अजिबात ताण येणार नाही.

३. अशा अवस्थेमध्ये आपल्या एका हाताचा किंवा दोन्ही हातांचा अंगठा आणि पहिलं बोट मिळवा. या ज्ञानमुद्रेत बसून पूर्णपणे आरामदायी अवस्थेत स्थिर व्हा. 'आता मी जे काही म्हणेन त्याचा माझ्या शरीरावर, मनावर आणि तेजस्थानावर उत्तम परिणाम होणार आहे.' ही तेजप्रार्थना करत राहा. त्याचबरोबर 'ध्यानाचा मला उच्चतम लाभ होणार आहे', असं स्वतःलाच काही क्षण सांगत राहा.

४. आता चहुबाजूने येणाऱ्या आवाजावर लक्ष केंद्रित करा. लहान-मोठे, मध्यम स्वरूपाचे किमान पाच आवाज ऐकण्याचा प्रयत्न करा. उदाहरणार्थ, फिरणाऱ्या पंख्याचा, कोणाच्या बोलण्याचा, वाहनांचा, पक्ष्यांचा... इत्यादी.

५. हे आवाज ऐकल्यानंतर स्वत:लाच प्रश्न विचारा, 'हा आवाज म्हणजे मी आहे का?' उत्तर येईल, 'हा आवाज मी नाही.'

६. आता आपलं ध्यान वातावरणावर केंद्रित करा. वातावरण थंड, गरम, दमट, कोरडं, आल्हाददायक की कष्टप्रद, जसं आहे तसा त्याचा अनुभव घ्या.

७. आता स्वत:लाच विचारा, 'हे वातावरण म्हणजे मी आहे का?' उत्तर येईल 'नाही.' नंतर स्वत:ला प्रश्न विचारा, 'हे वातावरण जाणणारा कोण आहे?' स्वत:ला सांगा, 'मी हे वातावरण नाही.'

८. आता स्वत:च्या शरीरात होणाऱ्या वेदनेकडे लक्ष द्या. शरीराचा कोणता भाग जड, भारावल्यासारखा वाटतो, कोणता भाग हलका वाटतो, कुठे वेदना होते? हे सर्व जाणा. शरीराच्या प्रत्येक भागाकडे, अवयवाकडे लक्षपूर्वक पाहा – हात, पाय, गुडघे, पोट या ठिकाणी नेमकं काय जाणवतं, कुठे वेदना होत आहे... कुठे कपड्यांचा स्पर्श होत आहे... हे सर्व जाणून घेतल्यानंतर स्वत:लाच विचारा, 'या संवेदना म्हणजे मी आहे का?' उत्तर येईल, 'नाही, मी ही संवेदना नाही.'

९. आता आपलं लक्ष श्वासावर केंद्रित करा. श्वासाकडे पाहा. श्वास कसा चालला आहे, कोणत्या नाकपुडीतून आत जात आहे, पोटापर्यंत जात आहे की छातीपर्यंत... हे केवळ जाणत राहा. श्वास केव्हा नाकपुडीतून आत जातो आणि केव्हा बाहेर पडतो, इकडे लक्ष द्या. स्वत:ला विचारा, 'मी हा श्वास आहे का?' 'नाही' असंच उत्तर येईल. नंतर स्वत:ला सांगा, 'मी श्वास नाही.'

१०. आता आपलं ध्यान अंतरंगात सुरू असलेल्या विचारांवर केंद्रित करा. कोणत्या प्रकारचे विचार चालू आहेत, हे पाहा. समजा असा विचार आला, की कोणताही विचार नाही, तर हासुद्धा एक विचारच आहे. आता स्वत:ला विचारा, 'हा विचार म्हणजे मी आहे का?' उत्तर येईल, 'नाही'. आता स्वत:ला सांगा, 'मी विचार नाही'.

११. काही वेळ (काळ) अशाच अवस्थेत राहा.

१२. आता आपल्याला समजेल, मी तेच ध्यान आहे, जे शरीराशी संलग्न आहे. 'स्व'चे ध्यान करत असताना शरीराशी संलग्न असलेली आपली आसक्ती सुटली

पाहिजे. आपण शरीराचा वापर केला पाहिजे, शरीराने आपला वापर करता कामा नये.

आता हळूहळू आपले डोळे उघडा. आपलं शरीर चालताना, फिरताना, आनंदाने डोलताना पाहा. ध्यानामुळे आपल्याला कोणती समज मिळाली, या गोष्टीवर मनन करा.

ध्यानाची दौलत घेऊनच सर्व जन्माला येतात. लहानपणी हा अनुभव सर्वांपाशीच असतो. परंतु नंतर त्याचं विस्मरण होतं व माणूस लवकर म्हातारा होतो. ध्यान म्हणजे शैशवावस्था आणि वृद्धावस्थेमधील प्रज्ञा (तारुण्य) अवस्था असते. जिथं ध्यानासंबंधी समज आणि जागरूकता (सजगता) असते, तिथं जागृती असते. 'जवान म्हणजे ज्याच्याजवळ जीवन आहे, धनवान म्हणजे ज्याच्याजवळ धन आहे, दयावान म्हणजे ज्याच्याजवळ दया आहे तो, सत्यवान म्हणजे ज्याच्याजवळ सत्य आहे.' अशा प्रकारे ध्यानाने जवान बना.

४. मी कोण आहे - मौन

सतर्क होऊन 'मी कोण आहे' या गोष्टीचा शोध घेतला पाहिजे. स्वतःची ओळख झाल्यानंतरच सर्व प्रकारच्या त्रासांपासून मुक्त होऊन आपल्याला मोक्ष मिळतो. मात्र हे सर्व समजण्यासाठी मन शुद्ध असणं अत्यावश्यक आहे. निष्कपट, निर्मळ, पारदर्शी मनाला या गोष्टी लवकर समजतात.

लहान मुलं कुठल्याही गोष्टीला घाबरतात. असाच एक मुलगा सँडविचला घाबरत असे. वास्तविक सँडविच हा भीतिदायक पदार्थ आहे का? परंतु तो बिचारा खरोखरच सँडविचला घाबरायचा. आईने त्याला एकदा समजावून सांगितलं, 'बेटा, हा तर फक्त ब्रेडचा तुकडा आहे.' एक तुकडा पाहून त्याला खात्री पटली. नंतर आईने त्याला काकडीचा तुकडा दाखविला. मुलगा म्हणाला, 'ही तर काकडी आहे.' टोमॅटोचा तुकडा दाखवताच मुलगा म्हणाला, 'हा टोमॅटोचा तुकडा आहे.' त्याच प्रकारे सॉस आणि चटणी दाखवली. मुलाने तेही ओळखलं.

एके दिवशी आईने ब्रेडच्या तुकड्यावर सॉस आणि चटणी लावून त्यावर काकडी आणि टोमॅटोचे काप ठेवले आणि नंतर ब्रेडचा दुसरा तुकडा त्यावर ठेवला. अशा प्रकारे तयार झालेला पदार्थ आईने मुलाला दाखवला आणि विचारलं, 'हे काय आहे?' मुलगा

एकदम घाबरून ओरडला, 'अरे बाप रे! सॅण्डविच.' याचाच अर्थ, त्याला सर्व वस्तू वेगवेगळ्या दाखवल्या गेल्या त्यावेळी तो घाबरला नाही. परंतु त्या सर्व वस्तू एकत्र करून सॅण्डविचच्या स्वरूपात दाखवल्या तेव्हा मात्र तो घाबरला.

याप्रमाणे आणखी एक उदाहरण पाहू. आपल्या शरीराच्या सर्व अवयवांच्या बाबतीत... हा माझा हात आहे... हा पाय... हे डोळे... हे नाक... हे पोट... हा खांदा... असं एक एक करून दाखवलं तर प्रत्येक अवयव म्हणजे 'मी' नाही हे आपल्या सहजपणे लक्षात येतं. परंतु याच अवयवांना एकत्रित करून हे 'शरीर म्हणजे मी नाही' असं म्हटलं तर मात्र आश्चर्य वाटतं.

आपण आपले हात, पाय, डोळे, नाक इत्यादी अवयवांकडे स्वतंत्रपणे पाहू शकतो. शिवाय हे अवयव म्हणजे 'मी' नाही हेदेखील सहजपणे आपल्या लक्षात येतं. परंतु शरीर म्हणजे 'मी' नाही हे समजणं कठीण जातं. आपण नेहमीच 'हे माझं शरीर आहे' असं म्हणतो. म्हणजेच स्वतःला शरीरापासून वेगळं समजतो. याचाच अर्थ, आपलं खरं अस्तित्व शरीर नसून अनुभव आहे. (आपण जीवित असल्याची जाणीव) तात्पर्य, आपण शरीर नसून निराकार अनुभव आहोत.

काही लोकांना वाटतं, की 'मौन' आपल्याजवळ नसतंच. ते बाहेरचा गोंगाट, कोलाहल बंद करून मिळवावं लागतं. परंतु मौन आपला स्वभाव आहे. अनुभव, मौन या आंतरिक बाबी आहेत. मौनच विचारांची जननी आहे. विचार सामाईक असले तरी मौन चिरस्थायी असतं. म्हणून मौनापासून पराकोटीचा आनंद मिळतो. ज्याप्रमाणे डोकं दुखू लागताच आपण त्वरित औषध घेतो. कारण आपल्या स्वाभाविक अवस्थेत डोकेदुखी नसते. आपल्याला नैसर्गिक अवस्थेत राहायचं असतं. म्हणून डोकं दुखणं थांबवण्यासाठी आपण औषध घेतो. तसंच आनंद ही आपली प्राकृतिक अवस्था आहे. आनंद आपला स्वभाव आहे.

आनंदित राहण्यासाठी आपल्याला वेगळं असं काहीच करावं लागत नाही. कारण निसर्गतःच आपण आनंदी असतो. फक्त ही गोष्ट आपण समजून घ्यायला हवी. मनात घर करून असलेल्या सर्व चुकीच्या धारणा दूर होताच आपण आपल्या मूळ स्वभावात येतो, पूर्वावस्था प्राप्त करून तेजआनंद मिळवू शकतो. ही पूर्वावस्था प्राप्त करणं म्हणजेच मोक्ष मिळवणं होय.

५. मोक्ष साधना

मोक्षाचं क्षेत्र कोणतं आहे? कोणत्या भागात मोक्ष आहे? हे नीट समजून घ्या. जेव्हा एखादी घटना घडते, तेव्हा आपण प्रतिक्रिया व्यक्त करतो, प्रतिसाद देतो. घटना घडल्यानंतर आणि प्रतिसाद देण्याआधी जो अगदी छोटासा क्षणिक कालावधी असतो, तो आहे 'प्रतिसाद निवड मोक्ष क्षेत्र'. हा कालावधी इतका कमी असतो, की त्याचं मोजमाप होत नाही आणि तो दिसतही नाही. यालाच 'मोक्ष क्षेत्र, आजादी क्षेत्र' असं म्हटलं गेलंय.

देशाला स्वातंत्र्य मिळालं पण आपल्याला मात्र मोक्ष क्षेत्रात गेल्यानंतरच स्वातंत्र्य मिळेल. अशा वेळी आपण संवेदनशील व्हायला हवं. एखादी घटना घडल्यानंतर लगेच आपण प्रतिक्रिया व्यक्त करत असाल, तर त्यावेळी आपल्याला सचेत राहिलं पाहिजे. अशा वेळी आपल्याला प्रतिसादाची निवड करायची असते, 'आता मी कोणता प्रतिसाद देऊ - उग्र, अग्र, नम्र की विपरीत?' अशावेळी जर आपल्यात मोक्षाची अनुभूती असेल, तर आपल्याकडून समग्र प्रतिसाद निघेल. माणसाला जेव्हा समग्र किंवा संपूर्ण प्रतिसाद माहीत नसतो, तेव्हा तो उग्र प्रतिसाद देतो. प्रतिसाद निवड मोक्ष क्षेत्रात योग्य निवड झाली नाही, तर सर्वच्या सर्व प्रतिसाद चुकीचे निघतात आणि योग्य निवड झाली तर समग्र, संपूर्ण प्रतिसाद दिला जातो.

संपूर्ण (मोक्ष) प्रतिसाद निघण्यासाठी हृदयावर (तेजस्थानावर) पोहोचणं महत्त्वपूर्ण आहे. तेजस्थानातून जो प्रतिसाद निघेल तोच योग्य प्रतिसाद असेल. अशा प्रतिसादाला काय म्हणाल? काय नाव द्याल? न उग्र, न अग्र, न नम्र, न सब्र, न विपरीत, त्याला म्हणतात-समग्र प्रतिसाद, मोक्ष प्रतिसाद. समग्र प्रतिसाद म्हणजे 'समोरचा असा म्हणाला म्हणून मी हे म्हणालो.' असं नाही, तर माझ्या समजेनुसार मी जो आहे, तो बनून दिलेला योग्य प्रतिसाद. 'मी कोण आहे? मला कोणता प्रतिसाद दिला पाहिजे आणि प्रतिसाद देणारा कोण आहे?' हे जाणल्यानंतरच आपण समग्र प्रतिसाद देऊ शकाल.

मोक्षप्राप्तीमध्ये 'प्रतिसाद निवड मोक्ष क्षेत्र' हा एक महत्त्वपूर्ण टप्पा आहे. सकाळी झोपेतून उठताच, आपल्याला आठवलं पाहिजे, की इथं मला कोणता प्रतिसाद द्यायचा आहे, नम्र की सब? नेहमी लोक झोपेतून उठताच कोणता प्रतिसाद देतात? झोपेतून जागे झाल्यानंतर पुन्हा पाच मिनिटे झोपतात. कधी कधी हा प्रतिसाद एका तासापर्यंत वाढतो आणि दिनचर्या उशिरा सुरू होते. त्यासाठी आपण झोपेतून उठल्यानंतर सब्र प्रतिसाद

देता कामा नये. अन्यथा माणसाला वाटतं, की हा प्रतिसाद किती छान आहे. झोपेतून उठण्यासाठी आपण अग्र प्रतिसाद दिला पाहिजे किंवा उग्र प्रतिसाद दिला तरी चालेल. उग्र प्रतिसाद म्हणजे अंगावरच पांघरूण त्वरित काढून उठणं.

एखाद्याने आपल्याला वाईट म्हटलं आणि तेव्हा आपण उग्र प्रतिसाद दिलात तर ते अतिशय चुकीचं ठरेल. तेव्हा आपण सब्र, नम्र किंवा विपरीत प्रतिसाद देणं आवश्यक आहे. विपरीत प्रतिसाद म्हणजे समोरचा माणूस विनाकारण रागावतो आणि आपण त्याच्याशी अगदी प्रेमानं बोलत आहात. आपण विचार कराल, हे कसं शक्य आहे? परंतु मोक्ष क्षेत्रात पदार्पण केल्यानंतर हे सर्व शक्य होऊ शकतं. मोक्ष क्षेत्र तसं फारच लहान आहे, त्यात वेळ किंवा काळ अगदी क्षणिक असतो आणि मग माणसाला तेवढंच निमित्त पुरतं. तो म्हणतो, 'एवढ्या कमी वेळात मी विचारच करू शकलो नाही, की त्यावेळी नेमका कोणता प्रतिसाद देऊ? उग्र देऊ, अग्र देऊ, सब्र देऊ, नम्र देऊ की विपरीत? तेव्हा वेळ कुठं असतो?' तेव्हा त्याला सांगितलं जातं, 'त्यावेळी जर वेळ कमी असेल, तर तुम्हाला अतिग्रहणशील व्हावं लागेल.'

उदाहरणार्थ, एखाद्याने आपल्याला तांदळाच्या दाण्यावर शब्द लिहायला सांगितलं तर आपण म्हणाल, 'यावर लिहिण्यासाठी जागा कुठे आहे? परंतु काही लोकांनी पाहिलं असेल, की काही लोक असे आहेत जे तांदळाच्या दाण्यावरही उत्तम लिहितात. याचाच अर्थ, घटना घडल्यानंतर आणि प्रतिसाद देण्यापूर्वी मध्ये काही अवधी आहे, वेळ आहे. परंतु आपल्यात तेवढी संवेदनशीलता नाही. तांदळाच्या दाण्यावर लिहिणाऱ्या कलाकाराने आपल्या नजरेला, आपल्या लेखणीला तेवढं प्रशिक्षण दिलं आहे, तेवढी तयारी करून घेतली आहे. म्हणून तर तो तांदळाच्या दाण्यावरही लिहू शकतो. आपल्याला आश्चर्य वाटतं, की हे कसं शक्य झालं? अगदी त्याचप्रमाणे आपल्यालाही जीवनातील ते छोटे क्षण पकडता आले पाहिजेत. समोरचा काहीतरी म्हणतो किंवा एखादी घटना घडते, तेव्हा प्रतिसाद देण्यापूर्वी आपल्याला प्रतिसाद निवड मोक्ष क्षेत्रात जाण्याचा सराव केला पाहिजे. त्यासाठी प्रत्येक घटनेत, प्रत्येक प्रसंगात 'इथं मी कोणता प्रतिसाद देऊ?' असं स्वतःला विचारायला हवं.

हीच मोक्षप्राप्तीची तयारी आहे, इथेच आपल्याला प्रतिसाद निवडण्याचं स्वातंत्र्य मिळेल. याच क्षेत्रात आपल्याला सजग व्हायचं आहे. आपली संवेदनशीलता वाढवून जागृतपणे घटनाक्रमावरून ध्यान हटवण्याचा सराव करायचा आहे. घटनेवरून ध्यान दूर

करून आपण निश्चितच मोक्ष क्षेत्रात पदार्पण करू शकता. मात्र घटना आणि प्रतिसाद यांमधील काळात, क्षणार्धात आपल्याला ध्यान दूर करता आलं पाहिजे. जर आपलं ध्यान त्या घटनेवरच टिकून राहिलं तर आपण म्हणाल, 'त्यानं मला ही शिवी दिली... त्यानं असं केलं... तो माझ्यासमोर असं का म्हणाला...?' आपल्याला पुन:पुन्हा तेच शब्द, तीच घटना आठवत राहील. यामुळे आपला प्रतिसाद चुकीचाच निघण्याची शक्यता अधिक असते. आपल्याकडून योग्य प्रतिसाद तेव्हाच निघेल, जेव्हा आपण घटनेवरून ध्यान हटवून केंद्रस्थानी परताल, हृदयावर (तेजस्थानावर) स्थापित व्हाल.

६. नातेवाइकांमध्ये मोक्ष साधना

माणसाला नातेसंबंध का दिले गेले? समस्या का दिल्या गेल्या? आपल्या जीवनात ही जिव्हाळ्याची नाती एवढ्यासाठी दिली गेलीत; ज्यायोगे आपण मोक्ष साधनेत परिपक्व व्हावं. आजपर्यंत आपण पति-पत्नी, मुलं यांना हे माझ्यासाठी मोक्ष साधना करण्याचं निमित्त आहेत, कारण आहेत, अशा दृष्टीनं कधीच पाहिलं नसेल.

नात्यात आपल्याला प्रतिक्रिया करायची नसून प्रतिसाद द्यायचा आहे. प्रतिक्रिया म्हणजे रिॲक्शन, प्रतिसाद म्हणजे रिस्पॉन्स. नातेवाइकांपैकी आपल्याला कोणी काही म्हणालं तर मोक्ष क्षेत्रात जाऊन पाहा, की आपल्याकडून कोणता प्रतिसाद निघतो - अग्र, उग्र, नम्र, सब्र, विपरीत की समग्र. प्रत्येक घटनेत आपण विचार करून पाहा, सर्वांत जास्त कोणता प्रतिसाद दिला आहे?

१. **उग्र प्रतिसाद :** उग्र प्रतिसाद म्हणजे भांडण, फायर, क्रोध, ॲग्रेसिव्ह पॅटर्न.

२. **नम्र प्रतिसाद :** नम्र प्रतिसाद म्हणजे मंद अथवा सर्वसाधारणपेक्षा कमी. समजा एखाद्या माणसाची आपण दोन तासाहून अधिक वाट पाहत राहिलात आणि त्यानंतर तो माणूस आला तर त्याला आपण हळुवारपणे विचारता, 'आपल्याला उशीर का बरं झाला?' तर हा आहे नम्र प्रतिसाद. खरंतर अशावेळी आपण खूप अस्वस्थ झालेले असता. खूप रागावलेले असता. आत प्रचंड उलथापालथ होत असते. तरीही आपण चुकीचा प्रतिसाद देत नाही. यालाच 'नम्र प्रतिसाद' म्हणतात. नम्र प्रतिसाद देणं हे अतिशय महत्त्वाचं असलं तरी सर्व ठिकाणी नाही. काही जागा अपवाद असतात.

३. **अग्र प्रतिसाद :** अग्र प्रतिसाद म्हणजे तातडीने, तडकाफडकी काम सुरू करणं.

४. **सब्र प्रतिसाद :** सब्र प्रतिसाद हळुवार, धीराने निघणारा प्रतिसाद. हा प्रतिसाद अग्र प्रतिसादाच्या अगदी विपरीत आहे. वास्तवात दोन मुख्य प्रतिसाद आहेत – अग्र प्रतिसाद आणि सब्र प्रतिसाद. उग्र प्रतिसाद आणि नम्र प्रतिसाद हे दोन्ही परस्परांच्या विरुद्ध आहेत. जे लोक सब्र प्रतिसाद देतात त्यांना प्रत्येकवेळी विचार करण्यासाठी वेळ लागतो. असे लोक प्रत्येकवेळी विचार करून बोलतील. त्यांना कुठल्याही गोष्टीबद्दल विचारलं तर पाच-दहा मिनिटांचा कालावधी ते घेणारच. ते प्रत्येक गोष्टीसाठी थांबून विचार करतात. कृतीपूर्वी किंवा प्रतिक्रियेपूर्वी विचार करणं चांगलं आहे, पण प्रत्येक वेळी नाही.

५. **विपरीत प्रतिसाद :** विपरीत (विरुद्ध) प्रतिसाद म्हणजे रिवर्स रिस्पॉन्स. दु:खी असताना अग्र प्रतिसाद न देता विपरीत प्रतिसाद द्यायला हरकत नाही. विपरीत प्रतिसाद म्हणजे उलटा प्रतिसाद. जसं, आपल्या शरीरात वेदना होत आहेत आणि तरीही आपण हसत आहात. हा विपरीत प्रतिसाद आहे. यालाच विरुद्ध प्रतिसादसुद्धा म्हटलं जातं.

६. **समग्र प्रतिसाद :** समग्र प्रतिसाद म्हणजे नेहमीप्रमाणे अग्र, नम्र, सब्र किंवा उग्र प्रतिसाद न देता जिथं जो प्रतिसाद देणं आवश्यक आहे तसा प्रतिसाद देणं. आपण जर छोट्या घटनांसाठी योग्य प्रतिसाद देण्यास पहिल्यापासून तयार असाल, तर याचा अर्थ आपण समग्र प्रतिसाद जाणत आहात. समग्र प्रतिसाद आपल्याला समजला आहे.

आपण प्रतिसाद निवड स्वातंत्र्य क्षेत्रात राहू शकलात तर तिथे प्रथम प्रतिसाद निवड होईल. आपली प्रतिक्रिया व्यक्त करण्याची सवय सुटेल. प्रसंगानुरूप जेव्हा जसा प्रतिसाद निवडण्याची गरज आहे, तसा तो आपण निवडू शकाल. यालाच म्हटलं गेलं आहे, 'समग्र प्रतिसाद, कम्प्लिट रिस्पॉन्स, संपूर्ण मोक्ष, संपूर्ण रिस्पॉन्स.'

'प्रतिसाद निवड मोक्ष क्षेत्र म्हणजे काय?' केवळ हे सूत्र न समजल्यामुळे लोकांकडून प्रतिसाद/रिस्पॉन्स देण्यात मोठी चूक होते. त्यांनी जर प्रतिसाद निवड क्षेत्रात थांबून स्वत:लाच विचारलं, 'मला कोणता प्रतिसाद दिला पाहिजे, अग्र की नम्र? उग्र की सब्र? विपरीत की समग्र?' तर त्यांना उत्तर अवश्य मिळतं. कारण प्रत्येक माणसाला त्याच्या आतून उत्तर मिळतंच मिळतं आणि हे स्वाभाविकही आहे. निसर्गाने आपल्याला

प्रत्येक गोष्ट दिली आहे. परंतु बेहोशीमध्ये आपल्याला त्या सर्व गोष्टींचा विसर पडला आहे. सजगता नसल्यामुळे आपण तोच प्रतिसाद देता जो आजवर देत आलात. त्यामुळे आजपर्यंत आपल्याला जे-जे मिळालं तेच पुढेही मिळत राहील. जर आतापर्यंतचा आपला प्रतिसाद बंधनच निर्माण करत आला असेल, तर यापुढेही तो बंधनच तयार करेल.

मोक्ष साधना समजल्यानंतर यापुढे आपल्याला केवळ प्रतिक्रिया द्यायची नाही तर मोक्ष निवड क्षेत्रात राहून प्रतिसाद द्यायचा आहे. मोक्ष साधना आपल्याला नातेवाइकात, कामात, चालता फिरता करायची आहे. जेव्हा एखादी घटना घडते तेव्हा आपल्याला योग्य प्रतिसाद द्यायचा आहे. स्वत:लाच विचारायचं आहे, 'हे जे काही होत आहे ते कोणासोबत होत आहे? हा आरोप कोणावर लावला जात आहे?' मोक्ष क्षेत्र लहानच आहे पण त्यात काळ आहे. आपल्याला आपल्या जीवनात नेमका तोच क्षण पकडायचा आहे.

परिशिष्ट

मोक्षप्राप्तीनंतर समाधीत

मी कोण आहे

'मी' या शब्दाचा वापर वेगवेगळ्या प्रकारे केला जातो. जेव्हा आपण म्हणतो, 'बहिणीने मला राखी बांधली' तेव्हा 'मला' म्हणजे आपण स्वत:ला शरीर मानतो. नंतर आपण असंही म्हणतो, 'राखी बांधून घेतल्यानंतर मला फार आनंद झाला.' म्हणजेच माझं मन आनंदित झालं. इथे 'मी' मनाशी जोडला गेला आहे. कित्येक वेळा आपण 'मला कंटाळा आला आहे' असंही म्हणतो. परंतु शरीराला कधीच कंटाळा येत नाही. इथे 'मला' फक्त मनासाठीच वापरला गेला आहे. जेव्हा आपण म्हणतो, 'मी विचार केला' तेव्हा 'मी' म्हणजे आपण स्वत:ला बुद्धी मानतो. शेवटी आपण विचारतो, 'मी कोण?' म्हणजेच हा प्रश्न विचारणारा प्रश्नकर्ता कोण आहे?

'मी कोण आहे?' हे विचारणारा 'मी' शरीर, मन आणि बुद्धी या सर्वांच्या पलीकडे आहे. तो जेव्हा प्रकट होतो, तेव्हा सहज समाधीचा अनुभव येतो. या अनुभवामुळे मनात साचलेला धारणारूपी कचरा बाहेर फेकला जातो. त्याचा निचरा केला जातो आणि मन निर्मळ होतं.

एखाद्या कारावास भोगणाऱ्या कैद्याला आपण जर सांगितलं, 'बाहेरून तुमचा तुरुंग एखाद्या महालासारखा बनवला आहे.' तर हे ऐकून त्या कैद्याला आनंद होईल का? निश्चितच नाही. परंतु कैदखान्यात सफाई, रंगरंगोटी करून तुरुंगाच्या आतील भागाचा कायापालट केला आहे, असं त्याला सांगताच तो निश्चितच प्रसन्न होईल.

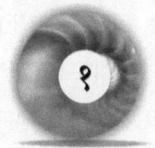

१

निर्वाण आणि समाधी

समाधीत सत्याची दृढता प्राप्त करा

निर्वाण - समाधी - समाधी अवस्थेत कधी जावं? - समाधीचे प्रकार - समाधीत सत्याची दृढता प्राप्त करा

१. निर्वाण

निर्वाण म्हणजे शून्य बनणं. स्वर्ग आणि नरक, सुख आणि दुःख या दोहोंपासून मुक्त होणं. अशी स्थिती, अशी अनुभूती जीवनात क्षणोक्षणी जाणवणं. जेव्हा आपला अहंकार लय पावतो, संपुष्टात येतो तेव्हा या समाधीचा अनुभव आपण घेऊ शकतो. हमाल जसं आपल्या डोक्यावरून ओझं वाहत असतो, तसंच आपणदेखील आपल्या शरीराचं, अहंकाराचं ओझं वाहतो. हमाल ज्याप्रमाणे नियोजित ठिकाणी आपलं ओझं उतरवून खाली ठेवतो, तितक्याच सहजतेनं आत्मानुभूती प्राप्त केलेला माणूस आपलं भौतिक शरीर सोडतो. त्यामुळेच मोक्षप्राप्तीनंतर माणसाला मृत्यूचं भय राहत नाही. तो मृत्यूला अजिबात घाबरत नाही. तो याच जन्मी आपल्या मूळ आत्मरूपाचा आनंद घेऊ शकतो, समाधी अवस्थेपर्यंत पोहोचू शकतो. त्याचं शरीर इतरांसारखंच कार्यरत असतं. देहस्थितीचं ज्ञान त्या इंद्रियांनाही झालेलंच असतं. परंतु अंतर्यामी (अंतरंगी) मात्र समाधी अवस्था असते. अनुभूतीची व्याप्ती आपलं शरीर, मन आणि बुद्धी या सर्वांपलीकडे

असते. तो मूळ अनुभवात रममाण झालेला असतो. समयापूर्वीचा, पूर्वावस्थेचा जो अनुभव आहे, त्या अनुभवात स्थापित होऊन या चराचरातील प्रत्येकाच्या अस्तित्वात तो स्वत:ला पाहतो. सकल अस्तित्वाच्या या अनुभूतीलाच खरं अध्यात्म म्हटलं गेलंय.

आपण सकाळी झोपेतून उठताच डोळे उघडतो त्यावेळी आपल्याला आजूबाजूचं जग दिसतं. मात्र जेव्हा आपण गाढ झोपेत असतो, तेव्हा हे जग दृष्टिआड होतं. आत्मसाक्षात्कार झाल्यानंतर आपण खरोखरच जागृत होतो. याच जागृत अवस्थेत संपूर्ण जीवनाचं रहस्य उलगडतं. याच अनुभूतीत राहून आपण जीवन जगू लागतो. अशा अवस्थेलाच मोक्षप्राप्ती असं म्हटलं गेलं आहे.

मोक्ष, निर्वाण ही काही मृत्यूनंतरची स्थिती किंवा अवस्था नव्हे. या जीवनात प्रत्येक प्रसंगी जागरूक राहून गरजेनुसार जेव्हा आपण नवा प्रतिसाद देतो, तेव्हा हा मोक्षाचा प्रवास सुरू होतो. आत्मसाक्षात्कार झाल्यानंतर कोणाविषयी द्वेषभावना मनात राहत नाही. तसं पाहिलं तर आपल्या मनात कित्येक लोकांविषयी द्वेष धगधगत असतो. याचाच अर्थ अजूनही आपण बंधनातच अडकलेलो असतो. जसजशी सजगता येत जाते, तसतसा जीवनाचा मार्गही बदलत जातो. आधी आपण एखाद्या गोष्टीविषयी फार घाबरत असलात तरीही आता त्याच गोष्टीबाबत अभय होऊन नवीन प्रतिसाद देऊ लागाल. कुठल्याही ग्रह-नक्षत्रांचा, राशीचा परिणाम आपल्यावर होणार नाही.

आपल्या जीवनात इतका ओतप्रोत भरलेला आनंद असतानासुद्धा आपण आजवर इतकं भयभीत आयुष्य कसं जगत आलो, याचंच राहून-राहून आश्चर्य वाटेल. ही मोक्षाची नवी परिभाषा आपल्याला समजून घ्यायला हवी. मोक्षाविषयी मनात असलेल्या चुकीच्या धारणांतून आपण मुक्त व्हायला हवं. मोक्षप्राप्तीच्या या अवस्थेलाच 'निर्वाण' असंसुद्धा म्हटलं जातं. स्वर्ग आणि नरक या दोहोंपासून मुक्ती म्हणजे निर्वाण! सुरुवातीला निर्वाण या शब्दाचं आपल्याला विशेष महत्त्व जाणवत नाही. शिवाय या अवस्थेपर्यंत आपल्याला पोहोचायचं आहे असा साधा विचारही कधी मनात डोकावत नाही. आपल्याला केवळ स्वर्गाचा मोह होतो. परंतु निर्वाण म्हणजे शून्यावस्था. या अवस्थेत स्थापित व्हावं असं कधीही वाटत नाही.

एक ज्ञानी संत होते. त्यांना नेहमी हवेत काहीतरी शोधण्याची सवय होती. याविषयी एकदा त्यांना विचारल्यानंतर ते म्हणाले, 'ज्यात काहीच नाही, असा शून्य मी शोधत आहे.' नंतर त्यांना विचारलं, 'शून्याचा शोध घेतल्यानं आपल्याला काय मिळणार आहे?'

त्यांनी उत्तर दिलं, 'सर्व काही शून्यापासूनच तर मिळतं.' मनाच्या क्षेत्रात 'शून्य असणं' ही वेगळी गोष्ट आहे आणि 'निर्वाण' अवस्थेत 'काहीच नसणं' वेगळी गोष्ट आहे. परंतु या 'काही नाही' मध्येच सर्व काही दडलेलं असतं. त्यासाठी मेणबत्तीचं उदाहरण घेता येईल. जसं मेणबत्ती विझवल्यावर प्रकाश नाहीसा होतो आणि अंधार उरतो. अंधार आहे याचाच अर्थ प्रकाश नाही.

सॉक्रेटिसना ज्यावेळी विष दिलं त्यावेळी ते मृत्युशय्येवर होते. तेव्हा त्यांना एका शिष्यानं विचारलं, 'आपल्या मृत्यूनंतर आपला दफनविधी कुठं करावा असं आपल्याला वाटतं?' यावर सॉक्रेटिसनं उत्तर दिलं, 'मला विष देणाऱ्यासारखाच तूही मूर्ख आहेस. वास्तवात तू मला जे समजतोस, तो 'मी' नाहीच. मात्र काही लोक या शरीरालाच मारत आहेत. तूसुद्धा हे शरीर दफन करशील परंतु ही गोष्ट जाणत नाहीस की 'मी', हे शरीर नसून केवळ अनुभव आहे, शून्य आहे. जेव्हा तूस्वत: अनुभव बनून शरीराकडे पाहशील, तेव्हाच ही गोष्ट तुझ्या लक्षात येईल.' निर्वाणाचा केवळ अनुभव घेता येतो. त्याचं वर्णन शब्दात करू शकत नाही. ही जाण ठेवूनच निर्वाण-जीवनात पदार्पण करून आनंद घेतला पाहिजे.

रात्रीच्या वेळी गाढ झोपेत आपण शरीर, मन, भावना इत्यादींपासून मुक्त असतो आणि यालाच निर्वाण अवस्था म्हणतात. गाढ झोपेत आपल्याला शरीराचं अस्तित्व जाणवत नाही, त्यावेळी आपण कोणीच नसतो. याच 'अस्तित्वहीन'अवस्थेमुळे सकाळी उठल्यानंतर आपण प्रसन्न होतो. त्यावेळी मात्र आपण आनंदी असतो. अशा प्रकारे शून्यत्वाचा हा अनुभव आपल्याला जागेपणीही घेता येतो.

वास्तविक आपण जे आहोत ते बनण्यासाठी आपल्याला वेगळं असं काही करावं लागत नाही. जसं आपल्याला शरीरात असलेल्या रक्ताचा ओलसरपणा जाणवत नाही. कारण शरीर जरी आपलं असलं तरी आपण म्हणजे शरीर नाही. ही अवस्था जेव्हा प्राप्त होते, तेव्हा निर्वाण अवस्थेचं ज्ञान होतं. याच अवस्थेला 'समाधी' किंवा 'कैवल्य' असंसुद्धा म्हटलं जातं. अहंकार संपुष्टात आल्यानंतरच, समाधीचा अनुभव मिळू शकतो.

२. समाधी

आपण जेव्हा कोणालाही त्रास देत नाही, खोटं बोलत नाही, लबाडी करत नाही, कोणाची हत्या करत नाही, व्यसनाधीन होत नाही तेव्हा आपल्या अंतर्यामी साफसफाईचं काम सुरू होतं. तेव्हा आपला समाधी अवस्थेकडे प्रवास सुरू होतो. परंतु जेव्हा आपण

इतरांना त्रास देतो तेव्हा अशांती, अस्वस्थता, बेचैनी वाढू लागते. परिणामी आपण समाधी अवस्थेपासून दूर जातो. मात्र जेव्हा एखाद्याला क्षमा करतो, तेव्हा समाधी अवस्थेच्या निकट पोहोचतो. परंतु असं करत नाही तेव्हा रात्रभर अंथरुणावर तळमळत राहतो. म्हणून 'मी कोण आहे?' हे लक्षात येणं अत्यावश्यक आहे. त्यासाठी मन स्वच्छ करणं जरुरीचं आहे. मंदिराच्या बाहेरील स्वच्छतेइतकीच आतील साफसफाईदेखील महत्त्वाची आहे. आपलं शरीर म्हणजे जणू एक मंदिरच. बाहेरचं मंदिर केवळ एक संकेत आहे, इशारा आहे.

समाधी म्हणजे समय-आदि, काळाच्याही आधी. ही सृष्टी निर्माण होण्याआधी जी गोष्ट होती ती जाणणं म्हणजेच समाधी. 'काळ' हा नंतर निर्माण झाला. जेव्हा ही सृष्टी निर्माण झाली, तेव्हापासून काळाचे परिमाण आले. कालगणना सुरू झाली. आपण जागृत अवस्थेतच या अनुभवापर्यंत पोहोचू शकतो. जो कालातीत आहे, शरीर, मन, बुद्धी याच्या पल्याड आहे, यालाच 'समाधी' म्हटलं गेलं आहे. सृष्टीच्या निर्मात्याला समाधी अवस्थेतच जाणता येतं आणि तो निर्माता तर आपल्या अंतर्यामीच विराजमान आहे. त्याच्या अस्तित्वाला जाणून घेणं म्हणजेच अध्यात्म होय. जेव्हा आपण गाढ झोपेत असतो, तेव्हा वास्तविक समाधी अवस्थेत असतो. झोपेत किती वेळ गेला, किती तास लोटले, हे आपल्याला समजत नाही. पण सकाळी उठल्यानंतरच आपल्याला जाणवतं, की आपण किती वेळ झोपलो. जी अवस्था आपल्याला काळाच्या पलीकडे घेऊन जाते तीच समाधी अवस्था म्हणून ओळखली जाते. प्रत्यक्षात दररोज रात्री आपण समाधी अवस्थेतच असतो. ही अवस्था बेहोशीच्या अवस्थेसारखी असते. वास्तविक आपण जागृत अवस्थेतसुद्धा समाधीचा अनुभव घेऊ शकतो.

माणूस जर जागृत अवस्थेत समाधीत जाऊ शकतो, तर मग त्यात अडचण काय आहे? वास्तवात गैरसमज, धारणा या गोष्टी बाधक ठरतात. समाधी अवस्थेत जाण्यापूर्वी सर्व चुकीचे समज, धारणा दूर होणं आवश्यक आहे. आपण अशा काही गोष्टी मानून बसलो आहोत ज्या प्रत्यक्षात नाहीतच. यासाठीच आपण जर सर्व चुकीच्या धारणांतून मुक्त झालो तर त्या मूळ स्थानावर पोहोचता येतं. परंतु आपण बाह्य जगातच संरक्षण शोधत असतो. खरंतर संरक्षण करणारा स्वतःच्या आतच आहे. जेव्हा आपल्याला 'मी कोण आहे' याचं ज्ञान होईल, तेव्हा या अनुभवाद्वारे अस्सल संरक्षणाचा (समाधीचा) अनुभव होईल. याच अनुभवात आपल्याला समजेल, की आपण म्हणजे शरीर नाही. झोपेत आपल्याला शरीराची जाणीव होते का? नाही. कारण 'आपण जे आहोत' त्यामुळेच

लक्षात येतं, की झोप चांगली झाली. म्हणजेच आपल्या अंतर्यामी सतत कोणीतरी जागत असतो.

३. समाधीत कधी जावं

आपण शरीर, मन, बुद्धी या सर्वांपलीकडे आहोत ही गोष्ट ज्यांना मान्य नाही, 'मी' सर्वांहून अलिप्त आहे, पृथक आहे या गोष्टींवर ज्यांचा विश्वास नाही, त्या लोकांनी समाधीचा सराव अवश्य करावा.

ज्या अनुभवासंबंधी आता वाचत आहात, तो अनुभव इथंच उपलब्ध आहे. परंतु आपण त्याला समजू शकत नाही. हे एका उदाहरणाद्वारे समजून घेऊ.

समजा, इथं आपण वार्तालाप करत आहोत आणि दालनात संगीत वाजत आहे. ते संगीत आपल्याला ऐकू येत आहे. परंतु एखादा म्हणतो, मला तर काहीच ऐकायला येत नाही. तेव्हा सर्वांना सांगावं लागेल, 'बाबांनो, गप्प बसा, गप्पा मारू नका.' कारण सर्वांचे आवाज बंद झाल्यानंतरच संगीत ऐकू येईल.

माणसाला जेव्हा संगीताची ओळख पटते, तेव्हा तो अन्य आवाज सुरू असतानासुद्धा संगीत ऐकण्याचा प्रयत्न करतो. कोलाहलातही संगीताचा आस्वाद घेऊ शकेल. याचाच अर्थ, सर्व इंद्रियं जागृत ठेवूनदेखील संगीत ऐकू येतं की नाही, हे तो पाहील. अगदी त्याचप्रमाणे समाधी अवस्थेत कासवाप्रमाणे सर्व इंद्रियं अंतर्मुख करून तो आपल्या अस्तित्वाचा अनुभव घेतो. यानंतर त्याला अनुभूती येईल की जी गोष्ट आपल्याला समाधी अवस्थेत जाणवते, ती तर निरंतर आहेच. इंद्रियाच्या जागृत अवस्थेतही ती जाणीव होऊ शकते. तेव्हाच समाधी अवस्थेत जाणं सफल होतं.

४. समाधीचे प्रकार

समाधीचे तीन प्रकार सांगितले गेले आहेत.

१. निर्विकल्प समाधी

२. सविकल्प समाधी

३. सहज समाधी

ज्या अवस्थेत कोणत्याही प्रकारचा आधार न घेता आपण समाधीत जातो तिलाच निर्विकल्प समाधी असं म्हणतात.

सविकल्प समाधी म्हणजे श्वास, मंत्र अथवा अन्य विकल्पाच्या आधारे समाधी अवस्थेत जाणं.

सहजसमाधी म्हणजे ज्या समाधीत आपण सरावाने प्रावीण्य मिळवून हवं तेव्हा चालत फिरत असतानादेखील अगदी सहजपणे जाऊ शकतो. चालता फिरताना, उठता बसताना आपण या समाधी अवस्थेत राहू शकतो. खरंतर ध्यानाचा अंतिम उद्देश सहज समाधी हाच आहे.

५. समाधीत सत्याची दृढता प्राप्त करा

'मी कोण आहे?' हे जाणण्याची समज आणि दृढता समाधीमध्ये प्राप्त होते. तासन्तास डोळे मिटून बसणं यालाच लोकांनी समाधी म्हटलं आहे. त्यामुळे मन नमन होण्याऐवजी अहंकारी बनतं. त्याला वाटतं, 'मी' समाधी अवस्थेत गेलो. म्हणूनच तेजज्ञानामध्ये 'समजे'ला अतिशय महत्त्व दिलं गेलं आहे. कारण समज प्राप्त झाल्यानंतरच समाधी सफल होते. समाधीमुळेच आपल्याला सत्याविषयीची दृढता प्राप्त होऊन 'मी' (व्यक्ती, अहंकार) नष्ट होतो, 'तेज मी' जागृत होतो. समाधीतील शेवटची गोष्ट म्हणजे 'मी शरीर नाही' या गोष्टीबाबत दृढविश्वास निर्माण होणं. त्यासाठी एक उदाहरण पाहूया. ज्याप्रमाणे एखाद्या मुलीला ती मुलगीच असल्याची पूर्ण जाणीव असते. त्यासाठी तिला पुन:पुन्हा सांगायची गरज नसते, की तू मुलगी आहेस. प्रत्येक वेळी, क्षणोक्षणी, उठता-बसता, खाताना-पिताना, हिंडताना-फिरताना, कुठलंही काम करत असताना आपण मुलगी असल्याची जाणीव तिला होत असते. अगदी त्याचप्रमाणे समाधीमुळे आपल्याला 'वास्तवात आपण जे आहात' त्यावरील विश्वास दृढ व्हायला हवा. समाधी अवस्थेमध्ये ही दृढता प्राप्त झाली नाही, तर त्या समाधीचा काहीच उपयोग नाही.

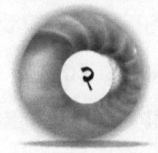

२

मोक्षप्राप्तीनंतर

धारणा आणि संतुष्टी

सुख-दु:खाच्या कल्पनांतून बाहेर पडून सच्चिदानंदात स्थापित होणं म्हणजेच मोक्षप्राप्ती. आपल्या अस्तित्वामुळेच तेजआनंदाची प्राप्ती होते. मोक्षप्राप्ती सर्वांना शक्य आहे.-मोक्षप्राप्तीसाठी मनावर लावलेलं लेबल - 'मी-मी' 'माझं शरीर' 'माझं मन' काढून टाकणं अत्यावश्यक आहे. मोक्षप्राप्तीसाठी चुकीच्या धारणेतून मुक्त होणं आवश्यक - समज प्राप्त झाल्यानंतर 'स्व'मध्ये स्थिर होणं सहज.

१. ज्यांनी मोक्ष अथवा अनुभव प्राप्त केला आहे, ते कधीच दु:खी होत नाहीत, ते नेहमी सुखात राहतात. उदाहरणार्थ, गुरू नानक, कबीर, मीरा, ज्ञानेश्वर.

सुख-दु:खापलीकडे जाणं म्हणजे स्वत:विषयी जाणून घेणं, स्वत:ला समजून घेणं होय. मारून मुटकून समजावून सांगितल्याने किंवा अन्य तंत्रज्ञानामुळे असं ज्ञान प्राप्त होत नाही तर यासाठी एक विशेष आध्यात्मिक समज प्रगल्भ करावी लागते, जिचं श्रवण केल्याने 'मी कोण आहे', 'मी या पृथ्वीवर का आलो आहे?' या गोष्टीचं रहस्य आपल्यासमोर उलगडतं. त्यानंतर शरीरात वेदना होऊ शकतात पण त्याचं दु:ख होत नाही. अशा प्रकारे सुख-दु:खाचं चक्र थांबतं.

सुख-दु:खाच्या कल्पनेतून बाहेर पडणं आणि सच्चिदानंदात (सत् चित् आनंदात) स्थापित होणं अथवा 'स्व'भावात स्थापित होण्यालाच 'आत्मबोध' असं म्हटलं गेलं आहे. कोणताही माणूस 'स्व'भावात स्थापित झाल्यानंतरच 'तेजआनंद' प्राप्त करू शकतो. हाच तेजआनंद दोन परस्परविरोधी गोष्टींपलीकडे (सुख-दु:ख, मान-सन्मान,

यश-अपयश यांच्यापलीकडे) असतो. हा आनंद प्राप्त झाल्यानंतर माणसाला इतर गोष्टींवर अवलंबून राहावं लागत नाही. बाह्य गोष्टींपासून मिळणारा आनंद क्षणिक, नकली असतो. कालांतराने तो कमी कमी होत जातो. परंतु योग्य समज मिळाल्यानंतर आपल्याला जो आनंद प्राप्त होतो, तो नेहमीच वृद्धिंगत होत जातो. बाह्य आनंद मिळवण्यासाठी आपल्याला भौतिक गोष्टींची आवश्यकता असते. परंतु तेजआनंद मात्र आपल्या अस्तित्वामुळेच प्राप्त होतो.

२. **मोक्षप्राप्ती काही थोड्या लोकांनाच होते का?**

आपल्याला मोजक्या लोकांचीच नावं ऐकायला मिळतात. आपण स्वतःलाच विचारा, की गौतम बुद्धाबरोबर कोण लोक होते? त्यांची नावं जाणून घेण्याचा आपण कधी प्रयत्न केला आहे का? त्यावेळी त्यांच्याबरोबर नेहमी काम करणारे कोण कोण होते? महावीरांचे शिष्य कोण होते?

आपल्याला ज्या लोकांबद्दल काहीच माहिती नाही, त्यांची आपण दखलसुद्धा घेत नाही. त्या भल्या लोकांची नावं शोधण्याचा प्रयत्नही कधी करत नाही. त्याला मोक्ष म्हणजे काय, हेही माहीत नसतं. प्रत्येक आत्मसाक्षात्कारी माणसाची अभिव्यक्तीची शैली वेगवेगळी असते. रमणमहर्षींचं नाव आपण ऐकलंच असेल. ते एक आत्मसाक्षात्कारी पुरुष होते. 'अन्नमलाई स्वामी' हे त्यांचे शिष्य होते. त्यांनासुद्धा 'स्व'साक्षात्कार झाला होता. परंतु तरीही त्यांच्याबद्दल कोणालाच काही माहिती नाही. त्यांना ओळखणारे एक टक्कासुद्धा लोक सापडणार नाहीत. समजा कोणाला विचारलंच तर ते म्हणतील, 'आपण हे कोणाचं नाव घेत आहात? आम्ही तर हे नाव आजवर कधीच ऐकलेलं नाही.' रमणमहर्षींचे अनेक शिष्य स्वसाक्षात्कारी होते. आपल्याला त्या शिष्यांची नावं सांगितली तर म्हणाल, 'ही नावं आम्हाला माहीत नाहीत.' कारण ते कधी प्रसिद्धीच्या झोतात आलेच नाहीत. थोडेफार लोकप्रिय झालेही असतील पण त्यांची नावं कानावर पडली नाहीत. त्यांची नावं जाणून घेण्याचा कोणी प्रयत्नही केला नाही. दैनिकातूनसुद्धा त्यांच्याविषयी काही छापून येत नाही. त्यामुळे असे लोक प्रसिद्ध होत नाहीत.

आपल्याला संत मीराबाईचं नाव ठाऊक आहे. पण मीरेचे गुरू कोण होते? त्यांचं नाव काय? असा प्रश्न विचारला तर त्यांचं नाव रविदास (रोहिदास) होतं हे फार कमी लोक सांगू शकतील. ते सुद्धा साक्षात्कारी होते. परंतु मीरेच्या तुलनेने त्यांना प्रसिद्धी

मिळाली नाही. कुठे गुरूंना अधिक प्रसिद्धी मिळते तर कुठे शिष्यांना. कधी कधी दोघांनाही भरपूर प्रसिद्धी मिळते. उदाहरणार्थ स्वामी विवेकांनद आणि त्यांचे गुरू रामकृष्ण परमहंस.

संत कबीरांचे गुरू रामानंद होते. आपण रामानंदांच्याविषयी फारच कमी ऐकलं असेल. परंतु संत कबीरांची ख्याती दिगंत झाली. त्यांचे दोहे फार लोकप्रिय झाले. कारण दोह्यांच्या अभिव्यक्तीतून ईश्वरीय ज्ञान प्रकट झालं. साध्या-सोप्या भाषेत म्हटलेला एखादा दोहा ऐकायला लोक तयार होतात. परंतु हाच दोहा, हेच ज्ञान संगीताच्या माध्यमातून दिलं गेलं, तर लोक अधिक उत्सुकतेनं ऐकतात. ज्यांनी अगदी सरळ-सरळ उपदेश केला ते अधिक ख्याती प्राप्त करू शकले नाहीत. कित्येक शरीरांत मौनाची अभिव्यक्ती झाली, कारण ते लोक मौनातच राहिले. अशा लोकांनाही कोणी ओळखत नाही. मात्र यातील काही भक्तांना प्रसिद्धी मिळाली. कारण लोक त्यांना जाऊन भेटले. त्यांच्यावर ग्रंथ लिहिले गेले. निसर्गदत्त महाराज यांपैकीच एक होत. ते मुंबईतील एका सोसायटीत राहत होते. त्यांना स्वसाक्षात्कार झाल्याचं त्या सोसायटीतील लोकांनाही माहीत नव्हतं. एकदा त्या सोसायटीतल्या लोकांनी काही विदेशी लोकांना महाराजांच्या घरी पाहिलं. तेव्हा त्यांच्या मनात प्रश्न निर्माण झाला, त्या छोट्याशा घरात विदेशी लोक का आले असावेत? अशा प्रकारे शेजाऱ्यांची जिज्ञासा वाढली आणि त्यानंतर त्यांना समजलं, की आपल्या सोसायटीत एक आत्मसाक्षात्कारी संत राहतात.

विश्वात असे कितीतरी लोक आहेत ज्यांच्यापर्यंत पोहोचण्याचा, त्यांचा शोध घेण्याचा प्रयत्न केला जात नाही. जी नावं आपण नेहमी ऐकत असतो तीच आपल्या लक्षात राहतात. इतर नावं आठवतच नाहीत. शीख धर्मीयांना गुरू नानक अधिकतर आठवत असतात, त्यांना त्यांचंच स्मरण होतं. कबीरपंथीय लोकांना कबीराचंच अधिकतर स्मरण होतं. इस्लामी लोकांना मोहम्मद पैगंबर, तर हिंदूंना राम, कृष्णच आठवतात. ज्यांच्याकडून मौनात आनंदाची अभिव्यक्ती झाली आहे असे आजवर लाखो लोक होऊन गेले. परंतु त्यांच्या शेजारी राहणाऱ्या लोकांनादेखील हे कधी समजलं नाही. त्यातील काही लोकांना प्रसिद्धी मिळाली कारण त्यांच्यावर काहींनी पुस्तकं लिहिली. पुस्तकांमुळे त्यांची नावं जनसामान्यांपर्यंत पोहोचल्याने ते प्रसिद्ध झाले. अन्यथा त्यांचा ठावठिकाणाही कुणाला लागला नसता.

३. मोक्षप्राप्तीसाठी घोर तपस्या करावी लागते का? त्यासाठी सात जन्म घ्यावे लागतात का?

मोक्षप्राप्तीसाठी सर्वप्रथम मनावर लागलेली वेगवेगळी बिरुदं (लेबल्स) काढून फेकणं अत्यावश्यक आहे. त्यासाठी कठोर तपश्चर्या करायची मुळीच गरज नाही. जेव्हा मूल जन्माला येतं, तेव्हा ते कोणतंही लेबल लावून येत नाही. या जगात पदार्पण केल्यानंतर सर्वप्रथम त्याचे माता-पिता, वयोवृद्ध लोक, नातेवाईक त्याला एक नाव देतात. त्यानंतर इतर लोकही विविध प्रकारचे लेबल्स चिकटवतात.

१. नावाचं लेबल – माझं नाव खुशीराम, राजेश, चंगू किंवा मंगू आहे.

२. धर्माचं लेबल – मी हिंदू, मुसलमान, जैन, बौद्ध, ख्रिश्चन आहे.

३. नात्यांचं लेबल – मी भाऊ, बहीण, मामा, मामी, काका वगैरे आहे.

४. कामाचं लेबल – मी डॉक्टर आहे, प्राध्यापक आहे, इंजिनिअर आहे, दुकानदार आहे, बेकार आहे.

५. शरीराचं आणि मनाचं लेबल – मी स्त्री आहे, पुरुष आहे, मित्र आहे, शत्रू आहे, गृहस्थ आहे, संन्यासी आहे, बुद्धिमान आहे, भोंदू आहे.

अशा प्रकारच्या कितीतरी उपाधी आणि बिरुदं लावून आपण फिरत असतो. केवळ या बिरुदांमुळेच आपण तेजआनंदाला मुकतो, तेजआनंदापासून वंचित राहतो. हे लेबल तोडण्यासाठी जीवनात तेजमित्र असणं अतिशय आवश्यक आहे. जोपर्यंत तेजपारखी आपल्याला सतर्क करत नाहीत, तोपर्यंत आपली या लेबलांपासून सुटका होत नाही. जेव्हा ही सर्व बिरुदं गळून पडतील तेव्हाच आपण परमानंदाचा आस्वाद घेऊ शकाल. चुकीच्या धारणांमुळे आपण स्वतःला काहीतरी वेगळंच समजून बसलो आहोत. मोक्षप्राप्तीसाठी चुकीच्या धारणांचा पडदा दूर होणं अत्यावश्यक आहे. या धारणा दूर होताच 'मी कोण आहे?' हे आपण सहज जाणू शकता. या सर्व बिरुदांमध्ये गुरू आणि शिष्य असं आणखी एक महत्त्वाचं बिरुद असतं. हे बिरुदसुद्धा गळून पडणं फार आवश्यक आहे. परंतु ज्ञानप्राप्तीपूर्वीच ते लेबल काढून टाकण्याचा मूर्खपणा केला, तर पुढचं पाऊल कधी येणारच नाही. चुकीची लेबलं गळून पडताच 'आपण कोण आहोत?' याचं ज्ञान प्राप्त होतं. म्हणून 'मी-मी', 'माझं शरीर' आणि 'माझं मन' हे लेबल काढून टाकणं अत्यावश्यक आहे.

१. शरीराचं लेबल – शरीराला 'मी' मानणं हे सर्वांत मोठं लेबल आहे. हे शरीरावर लावलेलं सर्वांत चुकीचं लेबल आहे. ज्या शरीरातून 'मी' बोलत असतो ते

म्हणजे माझं शरीर आहे का? हे समजून घेणं आवश्यक आहे. कारण शरीर तर फक्त निमित्तमात्र आहे किंवा फार तर असं म्हणता येईल, की शरीर हे आपलं मनोगत व्यक्त करण्याचं द्वार आहे. जेव्हा मूल माता-पित्याच्या माध्यमातून या जगात आगमन करतं, तेव्हा त्याचे आईवडील केवळ निमित्तमात्र असतात. परंतु वास्तव हे आहे, की मातापिताच त्याचे मालक बनून जगत असतात.

२. एखाद्या दुर्घटनेत, अपघातात माणसाचे हातपाय तुटतात किंवा कापावे लागतात. तरीसुद्धा तो माणूस स्वतःला कधी अपूर्ण समजत नाही. कारण स्वअस्तित्वाची ही भावना नेहमी पूर्णत्वाची असते. केवळ चुकीच्या धारणांमुळे माणूस स्वतःला वेगळा समजत असतो. ज्याप्रमाणे पंखा एक वस्तू आहे, त्याचप्रमाणे शरीरसुद्धा एक जड वस्तू आहे. त्या शरीरालाच 'मी' मानून जगणं म्हणजे अहंकार होय.

३. आपण आपल्या शरीराशी इतकं एकरूप होऊन जातो, की आज जर कोणी वेगळं काही सुचवण्याचा प्रयत्न केला, तर त्यावर आपला विश्वास बसत नाही. परंतु शरीर आणि मन या दोन भिन्न गोष्टी आहेत, हे सत्य आपल्याला मान्य करावंच लागेल. त्यासाठी मायक्रोफोनचं उदाहरण घेऊया. समजा एक मायक्रोफोन आहे, ज्यातून बोललं जातं. पण कोणी माइकसमोर उभं राहून बोलत असेल आणि माइकला जर भ्रम झाला, 'मी बोलत आहे...' तर त्याला सांगावं लागेल, 'तू केवळ एक वस्तू आहेस, साधन आहेस. तुझ्या मुखातून जो बोलत आहे तोच खरा ईश्वर आहे, अस्सल चैतन्य आहे, स्वयंवक्ता आहे.'

अगदी तसंच या शरीराद्वारे जो बोलत आहे त्याला जाणणं अत्यावश्यक आहे. त्याला जाणून घेणं म्हणजेच स्वतःला जाणणं होय. त्यानंतर आपल्याला शरीर हे केवळ निमित्त असून त्यानं निमित्त बनूनच काम करायला हवं, हे ज्ञान होईल.

४ आपण जर शरीराला 'मी' मानलं तर शरीरात वाहणाऱ्या रक्ताची आणि त्याच्या ओलसरपणाची जाणीव आपल्याला होते का? नाही. आपल्याला नेहमी कोरडेपणाच जाणवतो.

५. मोक्षसाधनेत आपल्याला, 'मी म्हणजे शरीर नाही' याचं ज्ञान मिळतं. शरीर प्राप्त होण्याआधी 'मी' अस्तित्वात होता आणि शरीर नष्ट झाल्यानंतरही 'मी' असेल. आतासुद्धा आपण डोळे बंद करून स्वतःच्या अस्तित्वावर ध्यान केंद्रित केलं तर लक्षात येईल, जे काही परिवर्तन होतंय ते शरीरावर होत आहे, स्वतःच्या अस्तित्वात

नाही. आपण लहान असताना जसं आपलं अस्तित्व होतं तसंच आजही आहे. जर एखाद्याने डोळे बंद करून कल्पना केली 'मी या क्षणीच म्हातारा झालो आहे' तरीही त्याला जाणवेल, की आपलं अस्तित्व काल जसं होतं तसंच ते आजही आहे. शिवाय सुख-दु:ख, क्लेष, संताप यांमुळे जे परिवर्तन घडतं, ते केवळ शरीराच्या पातळीवरच घडत असतं.

शरीराच्या लेबलासोबतच आणखी एक महत्त्वपूर्ण लेबल म्हणजे आपण स्वत:ला मन समजणं. मन हे वेगवेगळ्या विचारांचं मिश्रण आहे. अशा अनेक दिशाहीन विचारांमुळेच आपल्याला सुख-दु:खाच्या भावनांची जाणीव होते. सुख आणि दु:ख हेसुद्धा एक प्रकारचे विचारच असतात आणि हे विचार सतत बदलत असतात. सत्याची जाण येण्यापूर्वी आपण याच विचारांना 'मी' समजून चालत असतो. आपण या विचारांना इतके घट्ट चिकटून असतो, की हे विचार म्हणजेच 'मी' अशी धारणा करून संपूर्ण आयुष्य कंठत असतो.

दिवसभर आपल्या मनात नाना तऱ्हेचे विचार येत असतात. उदाहरणार्थ, जेव्हा आपण खूप निराश असतो तेव्हा स्वत:ला 'कोण उदास आहे?' हे विचारत नाही. नैराश्य हा तर फक्त एक प्रकारचा विचार आहे. परंतु असा विचार येताच आपण आपल्या मूळ स्थानाला म्हणजेच तेजस्थानाला (हृदयाला) विसरून उदासीन विचारांशी एकरूप होतो. अशा प्रकारे दिवसभर आपल्या डोक्यात नाना प्रकारचे विचार येत राहतात. एखाद्या लोहचुंबकाप्रमाणे आपण त्यांना लगेच घट्ट चिकटले जातो. 'मला कंटाळा आला आहे' हासुद्धा एक विचारच आहे. असा विचार येताच आपल्याला खरंतर कंटाळा येऊ लागतो, आळस येऊ लागतो. विचारांबरोबर एकाकार होताच आपण तसेच बनतो. अशा विचारांना 'मी' समजून चालतो आणि हीच सर्वाधिक चुकीची धारणा आहे. अशी धारणा नष्ट होणं अनिवार्य आहे. 'मला माझ्यां अस्तित्वाचा बोध करून देण्यासाठी, जाणीव करून देण्यासाठी विचार केवळ निमित्त आहे,' अशी जाण येणं अत्यावश्यक आहे. रात्री जेव्हा आपण गाढ झोपेत असतो, तेव्हा विचार नसतात. त्यावेळी आपल्याला आपल्या अस्तित्वाची जाणीवसुद्धा होत नाही.

शरीर आणि मन केवळ निमित्तमात्र असतात. ज्याप्रमाणे आपण आरशात आपला चेहरा पाहू शकतो, तद्वत शरीर हेदेखील एक आरसा आहे. या आरशामुळे (शरीरामुळे) आपल्याला स्वत:च्या अस्तित्वाची जाणीव होते. कधी कधी हा आरसा (शरीर) त्रस्त होतो परंतु त्यामुळे आपल्या खऱ्या अस्तित्वाला काहीच फरक पडत नाही. समजा उद्या

हा आरसा जरी फुटला तरी 'मी' तसाच असेन. रात्री गाढ झोपेत काय होतं? विचार यायचे बंद होतात. आपल्याला आपल्या अस्तित्वाची जाणीव होत नाही. तरीपण तिथं 'मी' असतोच. कारण सकाळी उठताच आपण म्हणतो, 'रात्री किती छान झोप लागली होती.' मग रात्री जो गाढ झोपला होता आणि आता जो उपस्थित आहे, मग तो कोण आहे? हा अस्सल 'मी' ओळखणं यालाच आत्मबोध असं म्हटलं जातं.

४. मोक्षप्राप्तीनंतर माणसाला कधीच राग येत नाही, त्याच्या डोळ्यांत नेहमी फक्त प्रेमच असतं.

या जगात असे कितीतरी लोक आहेत ज्यांना कधीच राग येत नाही. याचा अर्थ त्यांना आत्मबोध झाला आहे, असं समजायचं का? असे कितीतरी अभिनेते आहेत जे क्रोधित होण्याचा अभिनय अतिउत्तम करतात. म्हणून का त्यांना ज्ञानी समजायचं? राग येणं-न येणं यांवरून स्वसाक्षात्काराची पारख करता येत नाही. एखादी घटना घडते, माणसाला राग येतो. नंतर तो विचार करतो, 'मला राग का आला, खरंतर मी रागवायला नको होतं. आता पुन्हा अशी चूक करणार नाही.' जिथं स्वानुभवाची घटना घडते तिथं केवळ स्वसाक्षी किंवा योग्य जाणच टिकू शकते. आता तिथं केवळ प्रत्यक्षात ही घटना जाणणाराच असतो. एकांतात बसून तो असा विचार करत नाही, 'मी आजकाल कोणावर रागावत नाही... मी फार सभ्यपणे, विनम्र वागतो... आजकाल मी असा बसतो, असा उठतो... इत्यादी.'

अशा शरीरांकडून परिस्थितीनुसार तेजस्थानाद्वारे क्रिया होत असते आणि ती सर्वांनाच हितकारक असते. राग येणं किंवा न येणं या दोन्ही गोष्टींचा कर्ता तो मनुष्य नसतो.

५. मोक्षप्राप्तीनंतर मनुष्याला स्वप्नं पडत नाहीत का?

ही गोष्ट एकदम चुकीची आहे. कारण आत्मबोध झालेला माणूस फक्त स्वप्नंच पाहतो. रात्री तर तो स्वप्नं पाहतोच पाहतो पण जागृत अवस्थेतसुद्धा त्याचं जीवन एक स्वप्न बनून राहतं. माणूस झोपेत स्वप्नं पाहतो आणि त्या स्वप्नात तो कितीतरी दृश्यं पाहतो. परंतु स्वप्न पाहत असताना त्याला वाटतं, ही सर्व दृश्यं खरी आहेत. अगदी तसंच माणूस बाहेर चालणाऱ्या दृश्यांना 'सत्य' समजू लागतो. हे दृश्यच केवळ सत्य आहे असा तो विचार करतो. परंतु योग्य 'समज' येताच, तेजज्ञान प्राप्त झाल्यानंतर जगात जे काही चाललंय ते सर्व त्याला स्वप्नवत भासतं.

समजा चित्रपटगृहात पडद्यावर सिनेमा चालू आहे. त्यात अनेक कलाकार असतात. एखाद्या वेळी पडद्यावर आगीचं दृश्य दिसतं. परंतु त्या आगीचा त्या पडद्यावर काही परिणाम होत नाही. मागे जो पडदा असतो तो जसाच्या तसा राहतो. आगीचं दृश्य आल्यानंतरसुद्धा तो पडदा पेटत नाही. अगदी तसंच जीवनात जे काही परिवर्तन येतं, ते सर्व एक दृश्य आहे. म्हणून मोक्ष प्राप्त केलेल्या माणसावर त्याचा काहीच परिणाम होत नाही. मोक्ष प्राप्त केलेल्या माणसासाठी सेल्फ किंवा ईश्वराव्यतिरिक्त सर्व गोष्टी एकाच प्रकारची माया किंवा स्वप्नं असतात. ते अन्य कुठल्याच गोष्टीला जास्त महत्त्व देत नाहीत. कारण रात्र आणि दिवस या दोन स्वप्नांच्या सहकार्यानेच सर्व काही चाललेलं असतं. ही गोष्ट फक्त तेच जाणतात.

६. मोक्षप्राप्तीनंतर माणसाला गृहस्थी सोडावी लागते का?

मोक्षप्राप्ती करायची असेल तर घरदार, गृहस्थी सोडावी लागेल ही केवळ एक चुकीची धारणा आहे. योग्य समज प्राप्त झाल्यानंतर आपल्याला हे समजून येतं, की जगात राहून संसारी बनणं ही एक धारणा आहे, तद्वत गृहस्थी सोडून संन्यासी बनणं हीसुद्धा एक चुकीची धारणा आहे. दोन्हीही एक प्रकारची लेबलंच आहेत, परंतु या दोन्हीच्या पल्याड एक अवस्था आहे, एक स्थिती आहे जिला 'तेजसंसारी' असं संबोधलं जातं. काही लोक संन्यासी बनून जगतात तर काही लोक गृहस्थ बनून. परंतु तेजसंसारी या दोन्ही अवस्थांपासून मुक्त असतो. समज प्राप्त झाल्यानंतरच आपल्याला हे ज्ञात होतं, की तेजसंसारीसाठी काहीच सोडण्याची गरज नसते. गृहस्थीमध्ये राहूनसुद्धा आत्मबोध प्राप्त होऊ शकतो. एक काळ असा होता, की ज्ञान प्राप्त करण्यासाठी सर्व गोष्टींचा त्याग करायला सांगितलं जात असे. वेगवेगळ्या कालखंडात वेगवेगळ्या लोकांनी अनेक पद्धती चालू केल्या. ती त्या त्या काळाची, परिस्थितीची गरज होती. खरंतर समज आणि ज्ञान प्राप्त झाल्यानंतर माणूस गृहस्थीमध्ये राहूनसुद्धा 'स्व'मध्ये स्थापित होऊ शकतो. जसजशी जाण वाढत जाते, समज प्रगल्भ होते, तसतसं स्वमध्ये स्थापित होणं सोपं होत जातं. यासाठी गुरू नानक, कबीर, संत तुकाराम यांसारखी कितीतरी नावं घेता येतील. हे सर्व लोक संसारात राहूनही स्वानुभवाच्या बळावर यशस्वी झाले.

७. मोक्ष प्राप्त झाल्यानंतर माणूस दिवसभर समाधीतच राहतो का?

लोकांची अशी एक धारणा आहे, की मोक्षप्राप्तीनंतर माणूस सतत डोळे बंद करून ध्यानात किंवा समाधी लावून बसतो. याचं कारण म्हणजे लोक भगवान बुद्ध,

महावीर यांच्या ध्यानमुद्रेत बसलेल्या मूर्ती सर्वत्र पाहत असतात.

'स्व'मध्ये स्थापित होणं जसजसं सोपं आणि सहज वाटू लागतं, तसतसं आत्मबोध (मोक्ष) प्राप्त झालेल्या माणसाला, समाधी तर त्याची सहज प्रवृत्ती आहे हे समजतं. आसनस्थ होऊन आसनांद्वारे समाधी अवस्थेपर्यंत पोहोचण्याची काहीच आवश्यकता नाही. 'स्व'मध्ये स्थापित होणं जसजसं सोपं होऊ लागतं तसतशी समाधी सफल होऊ लागते. त्याची सर्व कार्यं सहज मनानं होऊ लागतात. शरीराचं जे कार्य अथवा लक्ष्य आहे, ज्या उद्देशासाठी शरीर या जीवनप्रवाहात आलं आहे ते कार्य आणि ती अभिव्यक्ती वेगानं चालू राहते.

८. मोक्ष प्राप्त झालेल्या लोकांच्या सहवासात जाताच एक वेगळी शक्ती आणि सुगंधाची जाणीव होते. अहंकार विलीन होण्याची अनुभूती येते?

गौतम बुद्ध, येशू ख्रिस्त, मीरा वगैरेंना लोकांनी तीव्र विरोध केला. त्याचप्रमाणे त्यांच्यावर दगडफेक करणारे, त्यांना सुळावर चढवणारे लोकसुद्धा होते. त्या लोकांना या संतांमध्ये असलेल्या शक्तीचा, सुगंधाचा आणि शांतीचा अनुभव का नाही आला? वास्तव हे आहे, की ज्या लोकांमध्ये सत्याची आस असते, ते ग्रहणशील असतात. त्यामुळे त्यांना आत्मसाक्षात्कारी लोकांच्या सहवासात येताच मौन, शक्ती आणि आनंद यांची अनुभूती येते. आपण घराची खिडकी उघडतो तेव्हाच सूर्याचा प्रकाश घरात येतो. जे ग्रहणशील नसतात त्यांच्या घराची खिडकी बंद असते. जे अविश्वसनीय, अहंकारी असतात त्यांना अशा प्रकारचा अनुभव येत नाही.

९. मोक्षप्राप्ती झालेला मनुष्य कधी आजारी पडत नाही परंतु दुसऱ्यांचे आजार दूर करतो.

मोक्ष प्राप्त झाल्यानंतर माणूस कधी आजारी पडत नाही हा फार मोठा गैरसमज आहे. आजारी तर केवळ शरीर असू शकतं. आत्मबोध झाल्यानंतर मनुष्याला आजारी जो पडला आहे तो मी नाहीच, माझं जे अस्तित्व आहे, जो अनुभव आहे, तो तर याहून भिन्न आहे हे ठाऊक असतं. हे ज्ञान प्राप्त होण्यापूर्वी त्याच्या शरीरात जो आजार असतो तो आत्मबोध झाल्यानंतरसुद्धा होऊ शकतो. परंतु आधी त्याची शरीराशी जी एकरूपता होती ती आता राहत नाही. ज्ञान प्राप्त होण्याआधी वाटत होतं 'मी आजारी पडलो, मला त्रास झाला.' परंतु योग्य जाण आल्यानंतर, स्वानुभवामुळे त्याला जाणवतं, या शरीराला होणारा त्रास जाणणारा मी तर स्वसाक्षी आहे. 'मी' आजारी नाही किंवा निकोप (स्वस्थ)

पण नाही. मी अहंकारी नाही तसा नम्रही नाही. मी तर या सर्वांपेक्षा वेगळा आहे, सर्वांहून अलिप्त आहे.

मोक्ष प्राप्त केल्यानंतर माणूस इतरांचे आजार, व्याधी दूर करू शकतो, बरे करू शकतो, हा अध्यात्माच्या क्षेत्रात एक मोठा गैरसमज आहे. आत्मसाक्षात्कारी माणसाने दुसऱ्यांच्या वेदना, दुःख आणि त्रास दूर केलेच पाहिजेत असं नाही. या पृथ्वीतलावर असे अनेक संत महात्मे होऊन गेले, ज्यांनी ज्ञानप्राप्तीनंतर कित्येक लोकांच्या वेदना, दुःख, त्रास दूर केला. जेव्हा ते इतरांचे दुःख निवारण करत असत तेव्हा त्यांना ही कल्पना नव्हती, की केवळ त्यांच्या हस्तस्पर्शाने वेदना कमी होत आहेत. अशा घटना त्यांच्या दृष्टीने अगदी सामान्य आणि सहज घडणाऱ्या क्रिया होत्या. उदाहरणार्थ, येशू ख्रिस्तानं आपल्या स्पर्शानं अनेकांचे आजार बरे केले. परंतु स्व-साक्षात्कारी लोकांनी इतरांच्या वेदना, दुःख आणि त्रास दूर केलाच पाहिजे असा काही नियम नाही. बरेच लोक मोक्ष प्राप्त झालेल्या लोकांकडे केवळ त्यांची शारीरिक दुखणी, आजार बरे व्हावेत म्हणून जात असतात. शरीराचं दुःख किंवा आजार एकदा बरा झाला तरी तो पुन्हा निर्माण होऊ शकतो. परंतु ज्यांना आत्मज्ञान प्राप्त झालं आहे अशा ज्ञानी लोकांचं या जीवनात शरीराशी तादात्म्य राहत नाही. ते शरीरापासून अलिप्त राहून, 'स्व'वर स्थापित होऊन जीवन जगत असतात.

१०. कुंडलिनी जागृत होणं, हजारो सूर्यांचं दर्शन होणं, यालाच मोक्ष म्हणतात.

'माझ्या डोळ्यांना जे दिसतं त्याप्रमाणे मला स्वतःमध्ये प्रकाश दिसू दे,' अशी भावना होणंसुद्धा मोक्षप्राप्तीच्या मार्गावरील एक मोठा अडसर असतो. आपण जेव्हा मोक्षप्राप्तीसंबंधी बोलत असतो, तेव्हा माणसाला शरीराचा आणि मनाचाच अनुभव आठवतो. जे काही अनुभव येत असतात ते शरीर आणि मनापर्यंतच मर्यादित राहतात. काळासोबत जो अनुभव समाप्त होतो तो केवळ मनाचा अनुभव बनून शिल्लक राहतो. मनाला आजपर्यंत जेवढे अनुभव आले ते काही क्षणातच नष्ट होतात. परंतु ते पुनःपुन्हा यावेत अशी मन इच्छा करतं. ध्यानधारणेच्या मार्गात जे काही अनुभव शरीराला येतात, ते सत्याच्या मार्गात अडथळा निर्माण करू शकतात. कारण आज जसा अनुभव आला आहे तसाच तो उद्या येईल असं नाही. अज्ञानवश माणूस पुन्हा तेच ते अनुभव घेण्याचा प्रयत्न करतो.

जे काही अनुभव अथवा परिवर्तन होत असतं ते फक्त शरीरापुरतं आणि मनापुरतंच

मर्यादित असतं. मनाला भावणारे अनुभव कित्येक वेळा बाधक ठरू शकतात. 'समज'प्राप्तीच्या मार्गात साधकाला हीच गोष्ट सांगितली जाते, की त्याचं अस्तित्व हाच सर्वांत मोठा अनुभव आहे. त्याला अन्य कुठल्याही अनुभवाची गरज नाही. आतापर्यंत आपण हेच समजत होतो, की 'मी बंधनात आहे' किंवा 'मला मोक्ष प्राप्त करायचा आहे.' परंतु जसजशी 'समज' वाढत जाते, तसतसं आपल्याला ज्ञात होतं, आपण आरंभापासूनच मुक्त आहोत. मोक्ष आपली स्वाभाविक प्रकृती आहे.

'मी अज्ञानी आहे' हासुद्धा फार मोठा गैरसमज आहे. सर्व प्रकारचे गैरसमज दूर झाल्यानंतरच ज्ञानाचं कवाड उघडतं, तिथं प्रवेश मिळतो. कोणी म्हणतो, 'कुंडलिनी जागृत होते. हजारो सूर्यांचं दर्शन घडतं' वगैरे. अध्यात्माच्या क्षेत्रात हे शब्द कठीण वाटतात अन्यथा अध्यात्म अतिशय महत्त्वपूर्ण तरीही सोपा विषय आहे. कुंडलिनी जागृत होणं हा शरीराशी निगडित अनुभव आहे. मोक्षाशी त्याचं काहीच घेणंदेणं नाही. 'स्व'मध्ये स्थापित झाल्यानंतरच माणसाला स्थितप्रज्ञ म्हटलं जातं. स्वमध्ये स्थापित झालेला माणूस स्थितप्रज्ञ असतो. समज देतेवेळी आपल्याला आत्मबोधाचा अर्थ समजावून सांगितला जातो. आत्मबोध तर आपल्याजवळच असतो परंतु याची केवळ समज मिळणं आवश्यक आहे. रात्रीच्या वेळी गाढ झोपेत आपण याच अवस्थेचा अनुभव घेत असतो. निद्रावस्थेत मन आणि शरीर दोन्ही गायब झालेले असतात. जेव्हा हे जग, सर्व लोक, मन आणि शरीर अंतर्धान पावतं तेव्हासुद्धा कोणीतरी जागं असतं. मनाच्या आणि शरीराच्या मागे अनुभव लपलेला असतो. जसं, मेघ सूर्याला झाकाळून टाकतात तसं मनाची चुकीची धारणादेखील ज्ञानाला झाकाळून टाकते. मात्र 'समज' मिळाल्यानंतर आपल्याला जागृत अवस्थेतसुद्धा गाढ झोपेचा, समाधीचा अनुभव येऊ शकतो.

११. मोक्षप्राप्तीनंतर माणसाला जगभराचं ज्ञान होतं. तो दुसऱ्यांचे विचार वाचू शकतो, त्याला सर्वकाही ज्ञात असल्यामुळे कोणाकडून काही शिकायची आवश्यकता नसते.

पुस्तकं, ग्रंथ वाचून आपण जशी माहिती मिळवतो, ज्ञान मिळवतो तसं ज्ञान आत्मसाक्षात्कारींना होईल असं नाही किंवा त्याला इतरांचे विचार वाचण्यात रुची असते असंही म्हणता येत नाही. मात्र त्यांच्या वाणीमध्ये, बोलण्यामध्ये अनेक वेळा भविष्यात घडणाऱ्या घटनांचा उल्लेख येतो. हा उल्लेख अगदी सहजगत्या येतो. 'भविष्यात प्रत्यक्ष समोर येईल असे मी काही सांगणार आहे,' या गोष्टींची माहिती त्यांना बोलण्यापूर्वी नसते. परंतु अन्य लोक त्यांचं वक्तव्य ऐकून असा विचार करतात, की आत्मसाक्षात्कारी

माणसाला वर्तमान, भूत आणि भविष्य सारं काही ज्ञात असतं.

मोक्ष मिळाल्यानंतर असे लोक सर्वसामान्य माणसाप्रमाणे इतरांकडून काही सूचना घेतातही आणि देतातही. अशा माणसांवर कुठल्याही प्रकारचं बंधन घालणं अथवा त्यांच्यासंबंधी तर्कवितर्क करणं एकदम चुकीचं आहे.

१२. **मोक्ष प्राप्त झालेला माणूस स्वत:च्या शरीराचा विचार करत नाही. सर्वसाधारण शारीरिक व्यवहार करत नाही. मोक्ष म्हणजे सामान्य घटना नाही.**

'स्व'चा अनुभव आल्यानंतर माणूस अमुक काम करेल... तमुक काम करणार नाही... तो शरीराकडे लक्ष देणार नाही... या सर्व चुकीच्या धारणा आहेत. असे लोक काही करण्या न करण्याच्या पलीकडे गेलेले असतात. त्यांच्यावर जे अवलंबून आहेत, त्यांच्या उदरनिर्वाहासाठी, पालन-पोषणासाठी ज्या गोष्टी करणं आवश्यक आहेत त्या सर्व ते करतातच. निश्चितपणे ते आपलं शरीर निकोप, निरोगी आणि सुदृढ ठेवतात. रमण महर्षी, रामकृष्ण परमहंस यांसारख्या संतांनी आपल्या शरीरस्वास्थ्याकडे फारसं लक्ष दिलं नाही. पण याचा अर्थ असा नव्हे, की सर्व संतांनी असंच केलं पाहिजे. नियती प्रत्येक वेळी वेगवेगळ्या प्रकारे विविध पद्धतीने ज्ञान प्रकट करत असते. केवळ अज्ञानामुळे बऱ्याच लोकांना वाटतं, की मोक्ष मिळवल्यानंतर सर्व लोक एकसारखेच वागत असतील. अन्यथा काही लोक समजतात केवळ 'गौतम बुद्धांसारख्या माणसांनाच मोक्ष प्राप्त होऊ शकतो, हे येऱ्यागबाळ्याचे काम नोहे.' अशा चुकीच्या धारणा बाळगून लोक जगत असतात.

शिवाय काही लोक असाही विचार करतात, 'भगवान महावीरांसारखं माझं शरीर नसल्यामुळे मला कैवल्य ज्ञान प्राप्त होऊ शकत नाही... माझ्या हृदयात मीरेसारखी भक्ती नाही... म्हणजे भक्त बनणं माझ्यासाठी अशक्यप्राय गोष्ट आहे...' अशा प्रकारचे विचार करणं सोडून केवळ 'समज' प्राप्त करण्याचं ध्येय डोळ्यांसमोर ठेवा. मग मोक्ष मिळणं कठीण आहे असं कदापि वाटणार नाही.

हे पुस्तक वाचल्यानंतर आपला अभिप्राय कृपया या पत्त्यावर अवश्य पाठवा.
Tej Gyan Global Foundation,
Pimpri Colony Post Office,
P. O. Box 25, Pune - 411 017. Maharashtra (India).

'सरश्रीं'द्वारे रचित इतर पुस्तकं

पृथ्वी लक्ष्य
मृत्यूचं महासत्य

पृष्ठसंख्या : २५६ • मूल्य : ₹ १६०

Also available in Hindi, English, Gujarati & Punjabi

या पुस्तकाद्वारे आपण मृत्यूविषयीचं सत्य, त्याचबरोबर मृत्यू पूर्णविराम नसून अल्पविराम आहे हेही जाणणार आहात. हे ज्ञान आपल्या वर्तमानात बदल घडवून आणेल आणि जीवनाला सुंदर, सकारात्मक बनवेल. शिवाय प्रत्येक प्रकारच्या भयापासून मुक्त करेल आणि आयुष्यात आमूलाग्र बदल घडवून जीवनाचा कायापालट करेल.

जीवनात अनेक कठीण घटना, अडचणींना सामोरं गेल्यानंतरच लोकांना समजतं, की त्या दुःखद घटनांमुळे ते पूर्वीपेक्षा अधिक मजबूत झाले आहेत, कणखर बनले आहेत. हे रहस्य 'पृथ्वीलक्ष्य' या पुस्तकाद्वारे ज्ञात होईल.

हे पुस्तक वाचल्यानंतर आपल्या जीवनातील कोणताही पैलू अज्ञात राहणार नाही. जन्म-मृत्यूच्या चक्रातून मुक्त तर व्हालच त्याचबरोबर मोक्ष, महाजीवनही प्राप्त कराल. 'पृथ्वीलक्ष्य' या पुस्तकाद्वारे आपलं जीवन सार्थकी लावा. त्याचप्रमाणे इतरांचं जीवनही अधिक सुखकर होण्यासाठी आपण निमित्त बना. जीवनाचं महान रहस्य जाणून सर्व इच्छा-आकांक्षांपासून एवढंच नव्हे तर मृत्यूपासूनही मुक्त व्हा.

पृथ्वीवरील जीवनातील मर्यादा ओळखून प्रत्येक घटनेत आपण आनंद मानला तर नवे पंख फुटून गगनाला गवसणी घालण्याची ताकद हे पुस्तक आपल्याला प्रदान करेल... 'मृत्यू' या शब्दाकडे नव्या दृष्टिकोनातून पाहिलं तर, 'माझ्याच बरोबर असं का?'... असा आक्रोश न करता, जीवनाच्या प्रत्येक पानावर क्षणोक्षणी आपण आनंद पेराल. शिवाय पृथ्वीवरचं आणि सूक्ष्म जगाविषयीचं बहुमूल्य ज्ञान, परम साहस प्राप्त करून इतरांनाही प्रेरित कराल.

मृत्यू उपरांत जीवन
मृत्यू मोका की धोका

पृष्ठसंख्या : २२४ • मूल्य : ₹ १७०

With VCD
Also available in Hindi & Engilsh

अध्यात्माच्या क्षेत्रातील हे क्रांतिकारी पुस्तक आहे. प्रत्येक माणसाच्या मनात मृत्यूसंबंधी उत्तरे न सापडलेले अनेक प्रश्न घोळत असतात आणि त्या प्रश्नांची उकल न झाल्यामुळे तो नेहमी घाबरून जगत असतो. त्याला या विषयाचे फारसे ज्ञान नसते आणि तो कधी याबाबतीत फारसा शोध घेण्याच्या फंदातही पडत नाही.

लहानपणापासून ज्या धारणा त्याच्या मनावर ठसवल्या गेल्या असतील, त्याच धारणांच्या, समजुतींच्या आधारे तो कित्येक गोष्टी खऱ्या मानून घाबरून जगत असतो. या पुस्तकात याच विषयावर तर्कसंगत मार्गदर्शन देण्यात आले आहे, त्याचबरोबर पुढील गोष्टींचे स्पष्टीकरणही करण्यात आले आहे.

१) जीवन एक शाळा आहे आणि मृत्यू सर्वांत मोठा शिक्षक आहे.
२) स्वर्ग आणि नरक या कल्पना का दिल्या गेल्या?
३) मृत्यूनंतर जीवन आहे का? मृत्यू ही एक फसगत (केवळ कल्पना) आहे का?
४) मृत्यूपूर्वी माणसाने कोणती तयारी करायला हवी?
५) पुनर्जन्म आहे का? आत्महत्येने समस्या सुटतात का?
६) मृत्यूनंतर कर्मकांडे का दिली गेली आहेत? आज कर्मकांडे खरंच आवश्यक आहेत का?
७) मृत्यू येण्याआधीच पृथ्वीवर काय शिकून घ्यावे?
८) भूत आणि सूक्ष्म शरीराचे रहस्य काय आहे? आपले तुलना करणारे मनच सर्वांत मोठे भूत आहे.
९) परलोक जीवनातील रहस्ये. महानिर्वाणाची निर्मिती.

शोध स्वतःचा

In Search of Peace

पृष्ठसंख्या : २५६ • मूल्य : ₹ १८०

Also available in Hindi, English, Gujarati, Malayalam, Kannada, Punjabi, Tamil, Oriya & Telugu

'शोध स्वतःचा' हे पुस्तक न रहस्यमय कादंबरी आहे न कुठली भयंकर कथा. षड्यंत्राने आणि हत्येनं भरलेली उत्तेजनात्मक कथा तर अजिबात नाही. मग नेमका यात कोणता विषय मांडलेला आहे? कुठला महत्त्वपूर्ण आशय वाचकांसमोर सादर केला आहे? हा बारावा कोण आहे? या विषयीचं कमालीचं औत्सुक्य वाढवणारी अकल्पित अशी ही कथा आहे.

न्याय, स्वास्थ्य, आनंद आणि नातेसंबंधात एक अनोखी समज देणारा हा आश्चर्यकारक शोध... अंतर्यामी सतत उपलब्ध असणारा एक अभूतपूर्व अनुभव... चैतन्याकडे नेणारा प्रवास... एक आध्यात्मिक सुखद वाटचाल... एक अलौकिक आत्मशोध... 'शोध स्वतःचा' या कथानकात गुंफलेला आहे.

आजवर आपण 'स्व-चौकशी'विषयी अनेक पुस्तकं वाचली असतील. परंतु या पुस्तकात मात्र एका वेगळ्या पद्धतीने स्वतःचं आत्मपरिक्षण, स्वदर्शन होतं. इतरांप्रति असणाऱ्या आपल्या तक्रारीचं मूळ कुठे आपल्यातच तर दडलेलं नाही ना या महत्त्वपूर्ण गोष्टींवर प्रकाश टाकून छोट्या छोट्या कथानकाच्या माध्यमातून हसत खेळत वाचकांसमोर सत्य प्रस्तुत केलंय. ज्या घटनांमुळे माणूस दररोज दुःखी होतो, चिंतातुर राहतो अशा गोष्टींमधूनही त्याने त्वरित मुक्त व्हावं, त्यामुळे जीवनाचे नवे सूर तर गवसतातच शिवाय जीवनाला एक नवी दिशा मिळते.

एक अल्प परिचय सरश्री

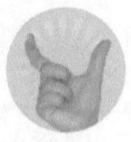

स्वीकार मंत्र मुद्रा

सरश्रींचा आध्यात्मिक शोध त्यांच्या बालपणापासूनच सुरू झाला होता. हा शोध सुरू असताना त्यांनी अनेक प्रकारच्या पुस्तकांचा अभ्यास केला. त्याचबरोबर आपल्या आध्यात्मिक शोधात मग्न राहून त्यांनी अनेक ध्यानपद्धतींचा अभ्यास केला. त्यांच्या या शोधाने त्यांना अनेक वैचारिक आणि शैक्षणिक संस्थांमध्ये जाण्यासाठी प्रेरित केले.

सत्यप्राप्तीच्या शोधासाठी जास्तीत-जास्त वेळ देता यावा, या तीव्र इच्छेने त्यांना, ते करत असलेले अध्यापनाचे कार्य त्याग करण्यास प्रवृत्त केले. जीवनाचे रहस्य समजण्यासाठी त्यांनी बराच काळ मनन करून आपले शोधकार्य सतत सुरू ठेवले. या शोधाच्या शेवटी त्यांना 'आत्मबोध' प्राप्त झाला. आत्मसाक्षात्कारानंतर त्यांना जाणवले, की सत्यापर्यंत पोहोचण्याच्या प्रत्येक मार्गांत एकच सुटलेली कडी (मिसिंग लिंक) आहे आणि ती म्हणजे 'समज' (Understanding).

सरश्री म्हणतात, 'सत्यप्राप्तीच्या सर्व मार्गांचा आरंभ वेगवेगळ्या प्रकारे होतो, परंतु सर्वांचा शेवट मात्र 'समजे'ने होतो. ही 'समज'च सर्व काही असून, ती स्वतःच परिपूर्ण आहे. आध्यात्मिक ज्ञान प्राप्तीकरिता या 'समजे'चे श्रवणसुद्धा पुरेसे आहे' हीच 'समज' प्रदान करण्यासाठी सरश्रींनी 'तेजज्ञानाची' निर्मिती केली. तेजज्ञान ही आत्मविकासातून आत्मसाक्षात्कार प्राप्त करण्याची संपूर्ण ज्ञानप्रणाली आहे.

सरश्रींनी दोन हजारांहून अधिक प्रवचन दिले आहेत आणि ऐंशीपेक्षा जास्त पुस्तकांची रचना केली आहे. ही पुस्तके दहापेक्षा अधिक भाषांमध्ये रूपांतरित केली गेली असून, पेंगुइन बुक्स, हे हाऊस पब्लिशर्स, जैको बुक्स, हिंद पॉकेट बुक्स, मंजुल पब्लिशिंग हाऊस, प्रभात प्रकाशन, राजपाल ॲण्ड सन्स इत्यादी प्रमुख प्रकाशन संस्थांद्वारा प्रकाशित केली गेली आहेत. सरश्रींच्या शिकवणीने लाखो लोकांच्या जीवनात परिवर्तन घडलं आहे. तसेच संपूर्ण विश्वाची चेतना वाढविण्यासाठी कित्येक सामाजिक कार्यांची सुरुवातही केली आहे.

तेजज्ञान फाउंडेशन परिचय

तेजज्ञान फाउंडेशन आत्मविकासातून आत्मसाक्षात्कार प्राप्त करण्याचा एक मार्ग आहे. यासाठी सरश्रींद्वारा एक अनोखी बोधप्रणाली (System for Wisdom) निर्माण झाली आहे. या प्रणालीला आंतरराष्ट्रीय प्रमाणपत्राद्वारे ISO 9001:2008च्या आवश्यकतेनुसार आणि निकष पडताळून सरळ, व्यावहारिक आणि प्रभावी बनवलं गेलं आहे.

या संस्थेच्या प्रबोधनपद्धतीच्या भिन्न पैलूंना (शिक्षण, निरीक्षण आणि गुणवत्ता) स्वतंत्र गुणवत्ता परीक्षकांद्वारे (Quality Auditors) क्रमबद्ध पद्धतीने पडताळलं गेलं. त्यानंतर या पैलूंना ISO 9001:2008 साठी पात्र समजून या बोधपद्धतीला हे प्रमाणपत्र प्रदान करण्यात आलं.

या फाउंडेशनचे लक्ष्य आहे नकारात्मक विचारांकडून सकारात्मक विचारांकडे वाटचाल. सकारात्मक विचारांकडून शुभ विचारांकडे म्हणजे हॅपी थॉट्सकडे प्रगती. शुभ विचारांकडून निर्विचार अवस्थेकडे मार्गक्रमण आणि निर्विचार अवस्थेच्या अंती आत्मसाक्षात्कार प्राप्ती. 'मी सर्व विचारांपासून मुक्त व्हावे' हा विचार म्हणजे शुभ विचार (हॅपी थॉट्स). 'मी प्रत्येक इच्छेपासून मुक्त व्हावे', अशी इच्छा म्हणजे शुभ इच्छा.

तेजज्ञान म्हणजे ज्ञान व अज्ञान या दोहोंच्या पलीकडचे ज्ञान. पुष्कळ लोक सामान्य ज्ञानाच्या (General Knowledge) माहितीलाच ज्ञान मानतात. परंतु अस्सल ज्ञान आणि नुसती माहिती यांत फार मोठे अंतर आहे. आजमितीला लोक सामान्य ज्ञानाच्या उत्तरांनाच जास्त महत्त्व देतात. अशा ज्ञानाचे विषय म्हणजे कर्म आणि भाग्य, योग आणि प्राणायाम, स्वर्ग आणि नरक इत्यादी. आजच्या युगात सामान्यज्ञान प्राप्त करणारे लोक, शिक्षक मोठ्या प्रमाणावर आहेत; परंतु हे ज्ञान ऐकून जीवनात परिवर्तन घडून येत नाही. असे ज्ञान म्हणजे केवळ बुद्धिविलास आहे किंवा अध्यात्माच्या नावावर चाललेला बुद्धीचा व्यायाम आहे.

सर्व समस्यांवरील उपाय आहे तेजज्ञान. क्रोध, चिंता आणि भय यांपासून मुक्त जीवन म्हणजे तेजज्ञान. शारीरिक, मानसिक, सामाजिक, आर्थिक आणि आध्यात्मिक प्रगतीचा, सर्वांगीण प्रगतीचा मार्ग आहे तेजज्ञान. तेजज्ञान आपल्या अंतरंगात आहे. येथे या आणि या गोष्टीचा अनुभव घ्या.

आपल्याला असे ज्ञान हवे आहे, की जे सामान्य ज्ञानापलीकडे आहे, जे प्रत्येक समस्येवरील उत्तर आहे, जे प्रत्येक समजुतीपासून, गृहीत धारणांपासून आपल्याला मुक्त करते, ईश्वरी साक्षात्कार घडविते, अंतिम सत्यात स्थापित करते. आता वेळ आली आहे शाब्दिक, सामान्यज्ञानातून बाहेर येऊन तेजज्ञानाचा अनुभव घेण्याची!

आजवर जप-तप, तंत्र-मंत्र, कर्म-भाग्य, ध्यान-ज्ञान, योग-भक्ती असे अनेक मार्ग अध्यात्मात सांगितले आहेत. या सर्व मार्गांनी प्राप्त होणारी अंतिम समज, अंतिम ज्ञान, बोध एकच आहे. अंतिम सत्याच्या शोधकाला, साधकाला शेवटी जी एकच 'समज' प्राप्त होते, ती 'समज' श्रवणानेसुद्धा प्राप्त होऊ शकते. अशा समजप्राप्तीसाठी श्रवण करणे यालाच तेजज्ञान प्राप्त करणे म्हटले गेले आहे. तेजज्ञानाच्या श्रवणाने सत्याचा साक्षात्कार घडतो, ईश्वरीय अनुभव मिळतो. हेच तेजज्ञान सरश्री महाआसमानी शिबिरात प्रदान करतात.

महाआसमानी शिबिर (निवासी)

तुम्हाला सर्वोच्च आनंद हवाय? असा आनंद, जो कोणत्याही बाह्य कारणावर अवलंबून नाही... जो प्रत्येक क्षणी वृद्धिंगत होतो. या जीवनात तुम्हाला प्रेम, विश्वास, शांती, समृद्धी आणि परमसंतुष्टी हवी आहे का? शारीरिक, मानसिक, सामाजिक, आर्थिक आणि आध्यात्मिक अशा आयुष्याच्या सर्व स्तरांवर यशस्वी होण्याची तुमची इच्छा आहे का? 'मी कोण आहे' हे तुम्हाला अनुभवाने जाणावंसं वाटतं का?

तुमच्या अंतर्यामी अशा सर्व प्रश्नांची उत्तरं जाणण्याची इच्छा आणि 'अंतिम सत्य' प्राप्त करण्याची तृष्णा असेल, तर तेजज्ञान फाउंडेशनतर्फे आयोजित 'महाआसमानी शिबिरा'त तुमचं स्वागत आहे. हे शिबिर सरश्रींच्या मार्गदर्शनावर आधारित आहे. सरश्री, आजच्या युगातील आध्यात्मिक गुरू असून, ते आजच्या लोकभाषेत अत्यंत सहजपणे आध्यात्मिक समज प्रदान करतात.

महाआसमानी शिबिराचा उद्देश :

विश्वातील प्रत्येक मनुष्यानं 'मी कोण आहे', या प्रश्नाचं उत्तर जाणून तो सर्वोच्च आनंदाच्या अवस्थेत स्थापित व्हावा, हाच या शिबिराचा मुख्य उद्देश आहे. प्रत्येकाला असं ज्ञान प्राप्त व्हावं, जेणेकरून त्यानं प्रत्येक क्षणी वर्तमानात जगण्याची कला आत्मसात करावी. तो भूतकाळाचं ओझं आणि भविष्याची चिंता यांतून मुक्त व्हावा. प्रत्येकाच्या आयुष्यात कधीही न संपणारा आनंद आणि योग्य समज यावी. शिवाय, प्रत्येकानं समस्या विलीन करण्याची कला आत्मसात करावी. थोडक्यात, मनुष्यजन्माचा उद्देश सफल व्हावा, हाच या शिबिराचा उद्देश आहे.

'मी कोण आहे? मी येथे का आहे? मोक्ष म्हणजे काय? या जन्मातच मोक्षप्राप्ती शक्य

आहे का?' असे प्रश्न जर तुमच्या मनात असतील, तर त्यांवरील उत्तर आहे- 'महाआसमानी शिबिर'.

महाआसमानी शिबिराचे मुख्य लाभ :

वास्तविक या शिबिराचे लाभ तर असंख्य आहेत; पण त्यांपैकी मुख्य लाभ पुढीलप्रमाणे-

* जीवनात शक्तिशाली ध्येय निश्चित होतं
* 'मी कोण आहे' हे अनुभवाने जाणता येतं (सेल्फ रियलायजेशन)
* मनाचे सर्व विकार विलीन होतात.
* भय, चिंता, क्रोध, बोरडम, मोह, तणाव या नकारात्मक बाबींतून मुक्ती
* प्रेम, आनंद, मौन, समृद्धी, संतुष्टी, विश्वास अशा दिव्य गुणांशी युक्ती
* साधं, सरळ पण शक्तिशाली जीवन जगता येतं
* प्रत्येक समस्येचं निराकरण करण्याची कला प्राप्त होते
* 'प्रत्येक क्षणी वर्तमानात जगणं' हा तुमचा स्वभाव बनतो
* आपल्यातील सर्व सकारात्मक शक्यता खुलतात
* याच जीवनात मोक्षप्राप्ती होते

महाआसमानी शिबिरात सहभागी कसं व्हाल?

या शिबिरात सहभागी होण्यासाठी तुम्हाला खालील बाबींची पूर्तता करायची आहे-

१) तुमचं वय कमीत कमी अठरा किंवा त्यापेक्षा अधिक असायला हवं.

२) सर्वप्रथम तुम्हाला 'सत्य-स्थापना' (फाउंडेशन ट्रुथ रिट्रीट) शिबिरात सहभागी व्हावं लागेल. या शिबिरात, तुम्ही प्रामुख्यानं दोन बाबी शिकाल- प्रत्येक क्षणी वर्तमानात जगण्याची कला कशी आत्मसात करावी आणि निर्विचार अवस्था कशी प्राप्त करावी.

३) प्राथमिक स्तरावर तुम्हाला काही प्रवचनं ऐकायची असून, त्यांतून तुम्ही मूलभूत समज आत्मसात कराल आणि महाआसमानी शिबिरात प्रवेश करण्यासाठी तयार व्हाल.

महाआसमानी शिबिर वर्षभरात तीन-चार वेळा आयोजित केलं जातं. यात हजारो सत्यशोधक सहभागी होतात. महाआसमानी शिबिराची पूर्वतयारी तुम्ही तेजज्ञान फाउंडेशनच्या नजीकच्या सेंटरवरही करू शकता.

तेजज्ञान फाउंडेशनमध्ये उपलब्ध असणाऱ्या सरश्रीलिखित पुस्तकांचं वाचन करून किंवा सरश्रींच्या प्रवचनांच्या सीडीज ऐकूनही तुम्ही या शिबिराची पूर्वतयारी करू शकता. याशिवाय,

तुम्ही टी.व्ही., रेडिओ किंवा यू ट्युबवरील सरश्रींच्या प्रवचनांचा लाभही घेऊ शकता. पण लक्षात घ्या, पुस्तकांतील ज्ञान, सीडी, टी.व्ही., रेडिओ आणि यू ट्युबवरील प्रवचनं म्हणजे 'तेजज्ञानाची तोंडओळख' आहे; 'संपूर्ण तेजज्ञान' मुळीच नाही. तुम्ही महाआसमानी शिबिरात सहभागी होऊनच तेजज्ञानाचा आनंद घेऊ शकता. तेव्हा आगामी महाआसमानी शिबिरात सहभागी होण्यासाठी आजच संपर्क करा- ०९९२१००८०६०/७५, ९०११०१३२०८

महाआसमानी शिबिरस्थान :

हे शिबिर पुण्यातील मनन आश्रम येथे आयोजित केलं जातं. येथे तुमच्या निवासाची आणि भोजनाची व्यवस्था केली जाते. तुम्हाला काही शारीरिक व्याधी असतील आणि त्यासाठी जर तुम्ही नियमितपणे औषधं घेत असाल, तर शिबिरात येताना ती सोबत बाळगावीत. शिवाय, वातावरणानुसार गरम कपडे, स्वेटर, ब्लँकेटही आणावं.

पुणे शहरापासून १७ किलोमीटर अंतरावर अत्यंत निसर्गरम्य परिसरात मनन आश्रम वसलेला आहे. आश्रमात महिला आणि पुरुष यांच्या निवासाची स्वतंत्र व्यवस्था असून येथे जवळपास ८०० लोकांच्या राहण्याची व्यवस्था आहे. आपण हवाईमार्ग, हायवे किंवा रेल्वे अशा कोणत्याही मार्गाने पुण्यात येऊ शकता.

मनन आश्रम : मनन आश्रम, पुणे, सर्व्हे नं. ४३, सणस नगर, नांदोशी गाव, किरकटवाडी फाटा, तालुका- हवेली, जिल्हा- पुणे- ४११०२४. फोन- ०९९२१००८०६०

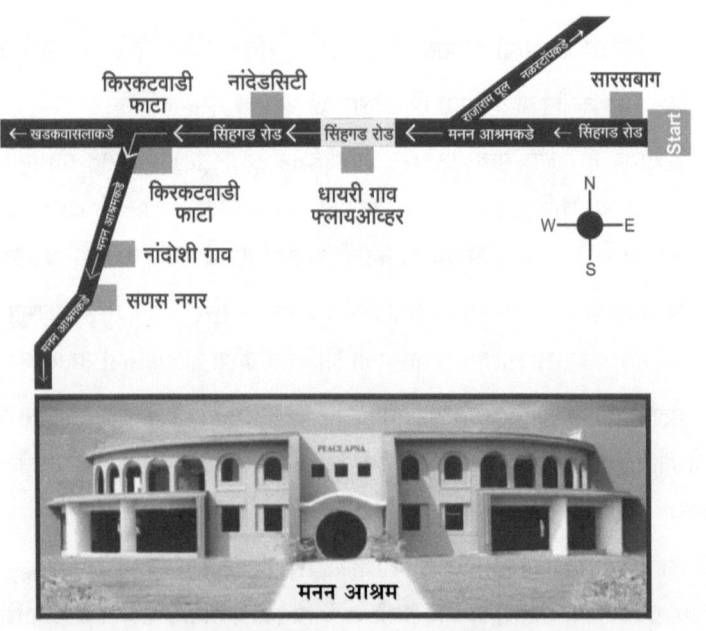

मनन आश्रम

पृष्ठसंख्या : २००
मूल्य : ₹ १५०

With VCD

Also available in Hindi

नोकरी ईश्वराची
कथा तुमचीच

माणसाचं शरीर म्हणजे मशिनच नव्हे का? त्यात क्रोधाचे, अहंकाराचे विचार, जे सर्वप्रथम स्वतःलाच हानी पोहोचवतात. इतिहासात डोकावून पाहिलं तर लक्षात येईल रागाच्या भरात बोललेल्या शब्दांमुळे महायुद्धंही झाली. पण रागात सृजनात्मकतासुद्धा असू शकते, हे रहस्य 'नोकरी ईश्वराची' या पुस्तकाद्वारे आपण जाणणार आहोत. माणसाचं जीवन म्हणजे एखाद्या नदीसमान आहे. त्याला सीमा असल्याने दुःखालाही किनारा मिळतो. पण या सीमाच जर आपण काढून टाकल्या तर दुःखाची वाफ होऊन क्षणार्धात ते गायब होईल. यासाठी प्रत्येक घटनेचा, परिस्थितीचा स्वीकार कसा करायचा याचा मार्गही या पुस्तकात आपल्याला गवसणार आहे. 'परफेक्ट कम्युनिकेशन' कसं करायचं हे या पुस्तकातून आपण शिकणार आहोत.

पृष्ठसंख्या : २४८
मूल्य : ₹ १७०

Also available in Hindi

योग्य कर्मांद्वारे यशप्राप्ती
सन ऑफ बुद्धा

सन ऑफ बुद्धा... एका महान लक्ष्याशी बांधील असणारा आध्यात्मिक योद्धा. तुम्ही या योद्ध्याला खूप जवळून ओळखता. खरंतर तुम्ही क्षणोक्षणी याच्या संपर्कात असता. प्रसंग कोणताही असो, घटना कितीही प्रतिकूल असो आणि तुमची मनोवस्था देखील कशीही असो... हा योद्धा तुम्हाला तुमच्या उच्चतम विकसित रुपापर्यंत घेऊन जाण्यासाठी शस्त्रांनिशी सदैव तत्पर असतो. विद्यार्थी, युवक, पालक, शिक्षक, ज्येष्ठ नागरिक थोडक्यात सर्वांनीच आवर्जून वाचायला हवं असं हे कथारुप मार्गदर्शन. कर्मबंधन, चुकीच्या सवयी आणि नकारात्मकतेतून पूर्णतः मुक्त होऊन जीवनार्थ जाणण्यासाठी आध्यात्मिक योद्धा बनण्याचा शुभारंभ करुया.

पृष्ठसंख्या : २६४
मूल्य : ₹ १७०

Also available in Hindi

दुःखात खुश राहण्याची कला

संवाद गीता

हे पुस्तक कहाणीच्या रूपात प्रस्तुत केलं आहे. यामध्ये एका दुःखग्रस्त माणसाची कहाणी सांगितली असून तो दुःखापासून मुक्त कसा होतो हे विशद केलं आहे. ही कहाणी प्रत्येकाबरोबर घडणारी आहे. सामान्य माणसाच्या जीवनात असणारं दुःख व त्यापासून मुक्तीचं रहस्य या कहाणीद्वारे आपणासमोर ठेवण्यात आलं आहे.

वास्तविक खुशी, आनंद हाच माणसाचा मूळ स्वभाव आहे. परंतु माणूस या रहस्यापासून अनभिज्ञ असल्यामुळे तो आनंदाच्या शोधात इतरत्र भटकत असतो. आनंदाने आनंदाचा शोध कसा घ्यावा ही कला आपणास हे पुस्तक शिकवेल. हे केवळ पुस्तक नसून तीस दिवसाचं शिबिर आहे. याचा उपयोग करून आपण निरंतर खुश राहण्याचा दृढ संकल्प करू शकाल.

पृष्ठसंख्या : २४०
मूल्य : ₹ १९५

with VCD
Also available in Hindi & English

संपूर्ण ध्यान

२२२ प्रश्न

हे पुस्तक एक विशिष्ट पद्धतीचा आविष्कार आहे. यामुळे 'ध्याना'सारख्या जटिल वा कठीण वाटणाऱ्या विषयाचा तळ सहजरीत्या गाठता येईल व आपल्या लक्षात येईल की 'ध्यान' अनाकलनीय नसून स्वतःचे असणे आहे, स्वतःचे अस्तित्व आहे.

या पुस्तकात 'विद्यार्थी ते भक्तापर्यंतच्या' प्रवासाच्या वाटचालीतील ध्यानसंदर्भाशी निगडित प्रश्नांची उत्तरे सरश्रींनी दिली आहेत व ती दोनशे बावीस प्रश्नांद्वारे दिलेल्या उत्तरांच्या स्वरूपात आहेत. 'ध्यान' संदर्भातील लोकांचे प्रश्न, शंकांचे निराकरण करणे, उकल करणे तसेच प्रत्येक साधकाला त्याच्या अवस्थेनुसार उत्तर देणे हा या पुस्तकाचा एकमेव हेतू आहे. ध्यानाच्या बाबतीत निखळलेले दुवे साधण्याचा प्रयत्न यात केला आहे.

पृष्ठसंख्या : २४०
मूल्य : ₹ १८०

Also available in Hindi, English & Gujarati

संपूर्ण लक्ष्य
संपूर्ण विकासाची गुरुकिल्ली

निसर्गाचे नियम ज्यांना ज्ञात असतात ते आपल्या जीवनात छोटं लक्ष्य कधीच निश्चित करत नाहीत. ते महान, सर्वोच्च लक्ष्यच ठरवतात. हे लक्ष्य साध्य करण्यासाठी सूत्रबद्ध आखणी करतात. संपूर्ण विकासाचा राजमार्ग समजावून घेतात. संपूर्ण विकास म्हणजे शारीरिक, मानसिक, आर्थिक, सामाजिक आणि आध्यात्मिक या सर्वच पैलूंचा विकास. हा संपूर्ण विकासच आपल्याला संपूर्ण आत्मज्ञानाकडे, सर्वोच्च लक्ष्याकडे घेऊन जातो.

हे पुस्तक म्हणजे संपूर्ण विकास साध्य करण्याची गुरुकिल्लीच आहे.

पृष्ठसंख्या : २००
मूल्य : ₹ १५०

Also available in Hindi

कर्मसिद्धान्त
कर्म करण्याची कला

कर्म आणि फळ याचे शाश्वत सूत्र म्हणजेच कर्मसिद्धान्त. या कर्मसिद्धान्तामागे कोणते तत्त्व आहे? कर्माच्या फळाची इच्छा का करू नये? कर्मबंधनातून मुक्ती कशी मिळवता येईल? या आणि अशा अत्यंत मौलिक प्रश्नांची उत्तरे सरश्रींनी प्रस्तुत पुस्तकात दिली आहेत. हे केवळ पुस्तक नसून यशस्वी जीवन जगण्याची गुरुकिल्लीच आहे.

प्रस्तुत पुस्तक अभ्यासल्याने तुम्ही कर्म करण्याची कला आत्मसात कराल. शिवाय, सध्या करत असलेली कोणती चांगली कर्मं पुढे देखील करायला हवीत, याचं मार्गदर्शनही तुम्हाला प्राप्त होईल. आजवर सर्वसामान्य वाचकांना 'कर्म' हा विषय क्लिष्ट आणि गुंतागुंतीचा वाटत आलाय. पण सरश्री लिखित 'कर्मसिद्धान्त' हे पुस्तक वाचताच तुमच्यासमोर अनेक जटील प्रश्नांचा उलगडा होईल.

पृष्ठसंख्या : २४०
मूल्य : ₹ १५०

Also available in Hindi, English

शोधयात्रा

ईश्वरप्राप्तीची सात पावलं

मनुष्य जेव्हा यशाचा शोध घ्यायला सुरुवात करतो, तेव्हा त्याचे आप्तस्वकीय त्याचं कौतुक करतात. तो एखाद्या पदाचा, खुर्चीचा शोध घ्यायला लागतो, तेव्हा त्याच्या शेजार-पाजारचे लोक त्याला प्रोत्साहन देतात. एखाद्या कलेत प्रावीण्य मिळवण्याच्या प्रयत्नात त्याचे मित्र, शिक्षक त्याचं मनोबल वाढवायला मदत करतात. तुम्ही जर कुणाला सांगायला लागलात की, मी करोडपती व्हायला निघालो आहे, तर लोक म्हणतील, 'वा, मग आम्ही तुम्हाला टीव्हीवर बघू.' करोडपती बनायला निघालेल्या व्यक्तीचं टाळ्या वाजवून अभीष्टचिंतन करायला सगळे तयार असतात. तुम्ही राष्ट्रपतिपदाची इच्छा धरून निघालात, तर विरोधी पक्ष वगळता देशभरचे लोक तुमचं स्वागत करायला तयार असतात. लंकेचं राज्य मिळवायला, लंकापती व्हायला निघालात, तर सगळी सेना तुमच्या पाठीशी असते.

आपणास हवी असलेली पुस्तकं घरपोच मिळण्यासाठी मनीऑर्डर पाठवा. ही पुस्तकं आमच्या खर्चाने रजिस्टर्ड पोस्ट, कुरिअर आणि व्ही.पी.पी.द्वारे पाठवली जातील. त्यासाठी खालील पत्त्यावर संपर्क साधावा.

वॉव पब्लिशिंग्ज् प्रा. लि.

* रजिस्टर्ड ऑफिस : E-4, वैभव नगर, तपोवनमंदिराजवळ, पिंपरी, पुणे - ४११०१७

* पोस्ट बॉक्स नं. ३६, पिंपरी कॉलनी, पोस्ट ऑफिस, पिंपरी-पुणे - 411017.

फोन नं. : 09011013210 / 9623457873

आपण पुस्तकांची ऑर्डर ऑनलाईनही देऊ शकता.

लॉग इन करा - www.gethappythoughts.org

पोस्टाने पुस्तकं मागवल्यास टपाल खर्चात पूर्ण सवलत तर मिळेलच शिवाय ३०० रुपयांहून अधिक किमतीची पुस्तकं मागवल्यास १०% सूट मिळेल.

पुस्तकांसंबंधी अधिक माहितीसाठी संपर्क साधा : 9623457873

For online shopping visit us : www.gethappythoughts.org

तुम्ही जर 'विचार नियम' पुस्तक वाचलं असेल, तर या पुस्तकातील सूत्रं आणि मंत्र सविस्तर जाणण्यासाठी वाचा

सूत्र	सूत्रांशी संबंधित पुस्तकं	
१. विश्वात कोणतीही वस्तू भौतिक रूपात निर्माण होण्याआधी प्रथम तिची निर्मिती वैचारिक स्तरावर होते.	स्वसंवाद एक जादू आपला रिमोट कंट्रोल कसा प्राप्त करावा	
२. जे विचार होश आणि जोशमध्ये केले जातात तेच वास्तवात बदलतात.	निर्णय आणि जबाबदारी वचनबद्ध निर्णय आणि जबाबदारी कशी घ्यावी	
३. आपल्याला हव्या असणाऱ्या गोष्टीवरच लक्ष केंद्रित करा. नको असणाऱ्या गोष्टीकडे दुर्लक्ष करा.	प्रार्थना बीज एक अद्भुत शक्ती	
४. हे जग तसं नाही जसं आपल्याला दिसतं, तथापि असं आहे, जसे आपले विचार असतात.	शोध स्वत:चा In Search of Peace	
५. सर्वकाही भरपूर आहे.	विकास नियम आत्मसंतुष्टीचं रहस्य	
६. एखाद्या माणसावर इतरांच्या विचारांचा परिणाम तोपर्यंत होत नाही जोपर्यंत तो स्वत: होऊ देत नाही.	सुगंध नात्यांचा सोनेरी नियमाची किमया	
७. आपल्यातील सर्वोच्च शक्यता प्रकट होण्यासाठी आपले भाव, विचार, वाणी आणि क्रिया यांच्यात एकरूपता आणा.	नींव नाइन्टी नैतिक मूल्यांची संपत्ती	

मंत्र — मंत्रांशी संबंधित पुस्तकं

१.	'पुढे (Next)' मंत्र	**अंतर्मनाच्या शक्तीपलीकडील आत्मबळ**	More than 5000 BOOKS SOLD
२.	'मी कोण आहे' मंत्र	**ईश्वर कोण मी कोण** आत्मसाक्षात्काराचा मार्ग	More than 7000 BOOKS SOLD
३.	विचारांची ए.बी.सी.डी. मंत्र	**संपूर्ण ध्यान** २२२ प्रश्न	More than 11500 BOOKS SOLD
४.	'मी आहे' ध्यान मंत्र	**ध्याननियम** आध्यात्मिक उन्नतीचा दिव्यमार्ग	More than 6000 BOOKS SOLD
५.	गुड मॉर्निंग पीस मंत्र	**आंतरिक शांतीतून विश्वशांतीकडे...** अवघे विश्वचि माझे घर	More than 7000 BOOKS SOLD
६.	संपूर्ण स्वीकार मंत्र	**स्वीकाराची जादू** त्वरित आनंद कसा प्राप्त करावा	More than 153000 BOOKS SOLD
७.	धन्यवाद मंत्र	**तुझी इच्छा तीच माझी इच्छा** भक्ती वरदान	More than 6500 BOOKS SOLD

बेस्टसेलर पुस्तक 'विचार नियम' शृंखलेचे
रचनाकार सरश्रींच्या सत्य संदेशाचा लाभ घ्या

संस्कार चॅनलवर

सोमवार ते शनिवार संध्या. ६:३५ ते ६:५५ आणि
रविवारी संध्या. ८:१० ते ८:३० वाजता

• रेडिओ •

विविध भारती F.M. वर मंगळवारी, शुक्रवारी,
शनिवारी, रविवारी सकाळी ९:१५ वा. 'तेजविकास मंत्र'.

M.W. पुणे वर शनिवारी सकाळी ८:५५ वा.
'तेजज्ञान इनर पीस अँड ब्यूटी' कार्यक्रम.

नोट : या कार्यक्रमांच्या वेळेत बदल झाल्यास नोंद ठेवावी.

www.youtube.com/user/tejgyan या लिंकच्या साहाय्याने youtube वरील
सरश्रींच्या प्रवचनांचा लाभ घेऊ शकता.

तेजज्ञान फाउंडेशनच्या मुख्य शाखा

- **पुणे :** (रजिस्टर्ड ऑफिस)
  विक्रांत कॉम्प्लेक्स, तपोवन मंदिराजवळ,
  पिंपरी, पुणे : 411 017.
  फोन : (020) 27412576, 27411240

- **मनन आश्रम :**
  सर्व्हे नं. ४३, सणस नगर, नांदोशी गांव,
  किरकटवाडी फाटा, तालुका : हवेली,
  जि. पुणे : 411 024. फोन : 09921008060

तेजज्ञान इंटरनेट रेडिओ

तेजज्ञान इंटरनेट रेडिओद्वारे २४ तास ३६५ दिवस, सरश्रींच्या प्रवचन आणि भजनांचा लाभ घ्या.
त्यासाठी पाहा लिंक - http://www.tejgyan.org/internetradio.aspx

e-book
'The Source', 'Complete Meditation' & 'Self Encounter'
ebooks available on Kindle

Free apps
U R Meditation & Tejgyan Internet Radio on all platforms like
Android, iPhone, iPad and Amazon

e-magazine
'Yogya Aarogya' & 'Drushtilakshya'
emagazines available on www.magzter.com

e-mail
mail@tejgyan.com

Website
www.tejgyan.org, www.gethappythoughts.org

✴ नम्र निवेदन ✴

विश्वशांतीसाठी लाखो लोक दररोज सकाळी
आणि रात्री ९:०९ मिनिटांनी प्रार्थना करत आहेत.
कृपया, आपणही यामध्ये सहभागी व्हा.

www.ingramcontent.com/pod-product-compliance
Lightning Source LLC
LaVergne TN
LVHW041705070526
838199LV00045B/1208
9789380582085